செஞ்சி, மேல்மலையனூர் வட்டங்களில் ஜைனம்

அனந்தபுரம்
கோ. கிருட்டினமூர்த்தி, எம்.ஏ.

அறம் பதிப்பகம்

செஞ்சி, மேல்மலையனூர் வட்டங்களில் ஜைனம்

அனந்தபுரம் கோ. கிருட்டினமூர்த்தி, எம்.ஏ.

முதல் பதிப்பு: ஆகஸ்ட் 2022

வெளியீடு: அறம் பதிப்பகம்,
3/582, முல்லைத் தெரு, கஸ்தூரிபாய் நகர்,
TNHB எதிரில், முள்ளிப்பட்டு கிராமம் & அஞ்சல்,
ஆரணி வட்டம், திருவண்ணாமலை மாவட்டம் – 632316
தொடர்புக்கு: 9150724997
மின்னஞ்சல்: arampublication50@gmail.com

அச்சிட்டோர்: துர்கா பிரிண்டர்ஸ், சென்னை–14

பக்கங்கள்: 234
விலை: ரூ. 290

ISBN: 978-93-91480-30-1

Gingee, Melmalayanoor vattankalil jainam
Anathapuram G. Krittinamoorthi, M.A.

First Edition: August, 2022

Published by: Aram Publication
Address: No. 3/582, Mullai street,
Kasthuribai nagar, Mullipattu village & post
Arani Taluk - 632 316
Tiruvannamalai Dt, Tamil nadu

Contact Cell No: 9150724997
e-mail: arampublication50@gmail.com

Printed at: Durga printers, Chennai-14

Pages: 234

அணிந்துரை

இந்திய தத்துவ மரபில் சாங்கியம், ஆசீவகம், ஜைனம், மற்றும் புத்தம் ஆகிய நெறிகளே வைதிக மரபுகளுக்கு எதிராக நின்ற கோட்பாடுகளாகும்.

சாங்கியத் தத்துவத்தின் கடைசிப் காலத்தில் அதனைப் பெருமளவில் மறு சீரமைப்பு செய்து உருவாக்கப்பட்ட நெறிமுறை ஆசீவக நெறிமுறையாகும். அதற்கு பின்னர் உயர் ஞானம் எய்திய வர்த்தமானர் அப்போது உருவேலா வனத்தில் தனக்கு தானே தத்துவ விசாரணையில் இருந்த சித்தார்த்தரிடம் சென்று தனது தத்துவத்தை விளக்கிக் கூறி தனது நெறிமுறையைக் கடைபிடிக்க வருமாறு அழைக்கிறார்.

அப்போது சித்தார்த்தர் அவரிடம் "நான் தன்னை வருத்திக் கொள்ளாமலும் சிரமம் இல்லாத வாழ்க்கை முறையிலும் உயர் ஞானம் எய்தும் வழிமுறையை உருவாக்கிக் கொண்டிருக்கிறேன். எனவே, தன்னை அதிகமாக வருத்தும் மற்றும் பல பிறப்புகளைக் கொண்ட உங்கள் கோட்பாடு எனக்கு ஏற்புடையதாக இல்லை. எனவே, தாங்கள் தங்கள் பயணத்தை தொடரவும். என் வழி மத்திய பாதை என்று சொல்லப்படும் துன்பமில்லா வழிமுறையாகும்" என்று கூறுவதாக புத்தரின் வாழ்க்கை வரலாறு நூல்களில் குறிப்புகள் உள்ளன.

தான் ஞானம் பெற்ற பின், மக்களிடத்தில் தனது தத்துவத்தை பரப்ப சென்ற புத்தருக்கு பெரும்பாலான மக்கள் ஆசீவகம் மற்றும் ஜைனத்தை தழுவியிருப்பதும் அந்த நெறிமுறையிலிருந்து வர மறுப்பதும் புத்தருக்கு மிக ஆச்சரியத்தைத் தந்த நிகழ்வாகும். "கடலில் வலையில் மீன்களை அள்ளுவதைப் போல மத்கலி அள்ளி விட்டார்" என பகவான் புத்தர் புலம்பியதாகக் குறிப்பிடுகின்றார் ஆசீவக நூலில்

க. நெடுஞ்செழியன். அதேபோல மகாவீரரின் கோட்டையாக இருந்த நாளந்தா மாவட்டம் சிராவஸ்தியில் தனது விகாரை அமைத்து பெரும்பாலான நேரம் அங்கேயே தங்கியிருந்து சமய மாற்றத்தை நிகழ்த்தினார் பகவான் புத்தர் என வரலாறு சொல்கிறது எனவும் கூறியுள்ளார்.

ஜைனர்களின் நெறிமுறைகளை பெருமளவில் பரப்பிய வர்கள் தமிழக வணிகர்களே. கடல் கடந்து வணிகம் செய்த நாட்டுக் கோட்டைச் செட்டியார்கள் தங்களது வணிக வளர்ச் சிக்கும் பொருட்களின் பாதுகாப்பு கிடங்கை போன்ற இடமாகவும் பௌத்த மடாலயங்களை உருவாக்கியும் புரவலர் களாக இருந்தும் தங்களது வணிகத்தையும் சமயத்தையும் வளர்த்துக் கொண்டனர். கடல் கடந்து வணிகம் செய்த தமிழ் வணிகர்கள் சென்ற நாடுகளில் எல்லாம் புத்த நெறி தழைத்திருக்க இதுவே காரணமாகும்.

அதே நேரத்தில் உள்நாட்டு வணிகத்தில் ஈடுபட்டிருந்த கூலவாணிகர்களும் தங்களுக்கு ஏற்புடைய நெறிமுறையைக் ஜைனத்தில் கண்டார்கள். அதன்படி தங்கள் வணிகத்துக்கான தங்குமிடங்கள், பொருட்களை பாதுகாக்கும் இடங்களாக ஜீனாலயங்களை உருவாக்கினார்கள்.

புத்த நெறி தமிழர் நெறி என்ற கோணத்தில் தற்போது ஆய்வுகள் நடப்பதைப் போலவே ஜைன நெறியும் தமிழர்கள் நெறிமுறை என்னும் கோணத்தில் ஆய்வுகள் நடைபெறாதது பெருங்குறை. புத்தரும் மகா வீரரும் மகத நாட்டில் சந்தித்து மகத மொழி என்று சொல்லப்படும் மக்கி மொழியில் உரையாடியவர்கள். மகத மொழிக்கு எழுத்து வடிவம் கிடை யாது, பேச்சு வழக்கு மட்டுமே. மகத மொழியின் எழுத்து வடிவம் தமிழ் என்பதாலும் மகதர்களும் தமிழின் பூர்வ குடிகள் என்பதாலுமே புத்த நெறி, ஜைன நெறியின் கோட்பாடுகள் முழுவதும் தமிழ் இலக்கியங்களில் பரவியும் விரிந்தும் கிடக்கின்றன.

பிறப்பின் அடிப்படையில் அனைவரும் சமம் என்னும் கோட்பாட்டை சமரசமில்லாமல் ஏற்றுக் கொண்ட காரணத் தால் புத்த நெறி இந்தியாவில் முற்றிலும் அழிக்கப்பட்டு போதிசத்துவர், பி. ஆர். அம்பேத்கர் அவர்களால் இந்தியாவில் மீட்டுருவாக்கம் செய்யப்பட்டது.

அவரவர் வினை (கர்மா) பயனால் அவர்களது வாழ்க்கை (பிறவி) அமைகிறது என்ற வைதிக(இந்து) சமயத்தின் கோட்பாட்டை சமரசமில்லாமல் ஏற்றுக் கொண்டு காரணத் தால் ஜைன சமயம் இந்தியாவில் அழிக்க முடியாத சமயமாக உள்ளது.

இருந்தும் சமய மறுமலர்ச்சி காலம் என்றழைக்கப்பட்ட காலத்தில் நிகழ்ந்த புத்த நெறி மற்றும் ஜைன நெறியாளர்களின் கழுவேற்ற காலத்தில் உயிருக்கு பயந்த ஜைனத் துறவிகள் காடுகளில் பெருமளவில் தங்கி, தற்காலத்தில் பழங்குடி களாக தங்களை வரலாற்றில் பதிவு செய்து கொண்டு வாழ்ந்து வருகின்றனர்.

வணிகத்தை விடமுடியாத குடும்பத்தவர்கள் "இஸ்லாமிய நெறிமுறையை தழுவினார்கள். அதன் காரணமாகவே கூல வாணிகத்தை ஒத்த வணிகத்தை இஸ்லாமியர்கள் மேற் கொண்டனர். இதனாலேயே பள்ளி, பள்ளிவாசல், தொழுகை, நோன்பு, முக்காடிடுதல், தொப்பி, பிறை, பிறை வடிவம், இறைவசனம், சந்தன கூடு. கந்தூரி, சேனை போடுதல், பாங்கொலி, முகம் மினுக்கல், ஓதுதல் என ஏராளமான தூய தமிழ் சொற்கள் இஸ்லாமிய சமயத்திலும், இஸ்லாமியர்களின் வாழ்விலும் கலந்திருப்பதை காணலாம்.

தமிழகத்தில் ஜைனர்கள் பிற்படுத்தப்பட்ட வகுப்பினர் பிரிவில் வருகின்ற அதேவேளையில் வட இந்தியாவில் ஜைனர்கள் அட்டவணை சாதிப் பட்டியலில் இடம் பெற்றிருப்பது கூர்ந்து ஆயத்தக்கதாகும்.

ஜைன நெறி தொண்டை மண்டலத்தில் செழித்திருந்த காரணங்களையும் தரவுகளையும் தருகின்ற நூலாசிரியரின் ஆய்வுப் புலமை வியக்க வைக்கிறது. தமிழ் நெறி ஜைனத் திற்கும், வியாபாரிகளால் காப்பாற்றப்பட்டுவரும் ஜைனத்திற்குமான ஒப்புமை வேற்றுமை குறித்து விரிவாக பேசப்பட வேண்டியுள்ளது. ஜைன நெறி குறித்து சிறப்பான நூலை தந்த ஆசிரியரை எவ்வளவு பாராட்டினாலும் தகும்.

மா. அமரேசன்

பதிப்புரை

“செஞ்சி, மேல்மலையனூர் வட்டங்களில் ஜைனம்” என்னும் இந்த அரிய புத்தகம் பல வரலாற்று புரட்டுகளை தோலுரித்து, உண்மை வரலாற்றை ஊருக்கு சொல்லும் ஒப்பற்ற புத்தக மாகும். ஜைன அறிஞரான அனந்தபுரம் கோ. கிருட்னமூர்த்தி அவர்களின் இந்த புத்தகத்தை வெளியிடுவதில் அறம் பதிப்பகம் பெருமை கொள்கிறது.

இதுவரையிலும் நாம் இந்து கோவில்களாகவும் மடங் களாகவும் நினைத்துக் கொண்டிருந்த பல கோயில்கள் ஜைன நெறியின் ஆலயங்கள் மற்றும் மடங்களே என்ற அதிர்ச்சியான உண்மைக்கு ஆதாரங்களை அடுக்குகின்றார் ஆசிரியர்.

இந்த புத்தகத்தின் கருத்துக்கள் எளிய மக்களையும் சென்று சேர வேண்டும் என்ற நோக்கத்தில் எளிய நடையில் அனைவருக் கும் புரியும் வகையில் எழுதியுள்ளார் நூலாசிரியர். அவருக்கு அறம் பதிப்பகத்தின் வாழ்த்துக்களும் பாராட்டுகளும். இதை போன்று பல புத்தகங்களை அவர் எழுத வேண்டும் என்பதே அறம் பதிப்பகத்தின் அவா.

இந்த புத்தகத்துக்கு தேவையான புகைப்படங்கள் தந்த மன்னார்குடி பத்மராஜ் ஜைன் அய்யாவுக்கு மிக்க நன்றி. சிறப்பான அட்டைப்படம் மற்றும் வடிவமைப்பு தந்த ஜீ. முருகன் தோழருக்கு நெஞ்சம் நிறைந்த நன்றி. அச்சிட்ட துர்கா பைண்டர்ஸ், திருவல்லிக்கேணி, சென்னை அவர்களுக்கு இதயம் பணிக்கும் நன்றி.

பதிப்பகத்தார்

ஆசிரியர் உரை

எண்பதுகளின் தேடலில் ஜைனம் குறித்த செய்திகளை சிறு நூலாக சேகர் பதிப்பகம், வெள்ளையாம்பட்டு சுந்தரம் அவர்கள் வெளியிட்டு என்னை ஊக்கப்படுத்தினார்.

மீண்டும் செஞ்சி, மேல்மலையனூர் வட்டங்களில் ஆய்வு மேற்கொண்டபோது புதிய செய்திகளும் தடயங்களும் கிடைக்கப்பெற்றன.

இரண்டாயிரத்து பத்துகளில் சென்னை, செம்மொழித் தமிழாய்வு மத்திய நிறுவனத்திற்கு ஜைனம் குறித்த ஆய்வை மேற்கொள்ளவேண்டியதாயிற்று. தமிழ் நாட்டில் சமணம் (கி.பி. ஆறாம் நூற்றாண்டு வரை) என்னும் தலைப்பில் ஆய்வேடு அளிக்கப்பட்டது.

அறம் பதிப்பகம் திரு. மா. அமரேசன், செஞ்சி மேல்மலையனும் வட்டங்களில் ஜைனக் கோயில்கள் கல்வட்டுகளைக் கொண்டு விரிவாக நூலாக்கி அளிக்கக் கேட்டார். அவரின் ஆர்வம் நோக்கம், வரலாற்றுப் பதிவுகள் தொடர்ச்சியாக பதிவிட வேண்டிய தேவையைக் குறித்து அவர் கூறியது வியப்பை அளித்தது.

தயக்கமிருந்தாலும் அவரின் ஆர்வப் பசியை புரிந்துக்கொண்டு, ஜைனம் என்பது வரலாற்றில் செஞ்சி, மேல்மலையனூர் வட்டங்களில் எத்தகைய பங்கைத் தன்னியல்பாக செயல்புரிந்தது, அரசர்கள் காலத்தில் பதிவாகியுள்ள எஞ்சிய கல்வெட்டுகளை மீண்டும் ஆய்வுக்கு உட்படுத்தி சமூக நோக்கத்திலும், வரலாற்றுப் போக்கிலும் கால சூழலுக்கு ஏற்ப

எவ்வாறு செய்ல்பட்டுள்ளது; செயல்பட்டு வருகிறது என்ற பார்வையில் நூலாக்கி அளித்தேன்.

இந்நூலக்கு திரு மா. அமரேசன் நூலின் தரவுகளைக் கொண்டு ஒரு முன்னோட்டக் கருத்தை மிக ஆழமாக அளித்துள்ளார். அவரின் அணிந்துரைக் கருத்து, தத்துவம் சார்ந்த நோக்கில் எப்படி ஆழமாகச் சிந்திப்பவராக உள்ளார் என்பதை அறிய முடிந்தது. வரலாற்றுத் தகவல்களை ஒரு தத்துவ மரபு நோக்கில் வெளிப்படுத்தி உள்ளார். இந்நூலின் புதிய பார்வையில் அமைத்திருக்கும் வகையை தெளிவுபடுத்த வேண்டிய இன்னுமான தேவையை வெளிப்படுத்த வேண்டி உள்ளது என தெரிவித்து உள்ளார் என்றே கருதுகிறேன். அவருக்கு என் மனமார்ந்த நன்றி.

இந்நூலுக்கான மீள் தேடலின் போது பலவகையில் உதவிகளைப் புரிந்த காரியமங்கலம் திரு. திருநாவுக்கரசு அவர்களுக்கு எனது கனிவான நன்றிகள்.

மான்னார்குடி திரு. பத்மராஜ் ஜைன் அவர்கள் இந்நூலுக்கான புகைப்படங்களை அளித்தும் தகவல்களும் அளித்துள்ளார். அவருக்கு எனது கனிவான பாராட்டுகளும் நன்றிகளும்.

இந்நூலுக்கான மேல் அட்டை, புகைப்படங்கள், அமைப்பு, நூல் கட்டமைப்பு, கணினி வழியில் சிறப்பாக நூலை அமைத்த செங்கம் திரு. ஜீ. முருகன் அவர்களுக்கு இதயம் கனிந்த நன்றிகள்.

இந்நூலை வடிவமைத்து வெளியிட வேண்டுமென்று பல இக்கட்டான சழலிலும் பொருளிழப்பிலும் மனம் தளராது முயற்சிகளை மேற்கொண்ட அறம் பதிப்பகத்தாருக்கு எனது நன்றிகள்.

நூலாக்கும் பணிகளில் தேவையான உதவிகளைஅளித்த துணைவியார், மருமகன்கள், மகன்கள், தாத்தா எழுதுகிறார் என்று கூறி விளையாடி மகிழ வைத்த பேரன்கள் செல்வன் சித்தார்த்தன், செல்வன் இனியன் ஆகியோர்களுக்கும் நன்றி கூற கடமைபட்டுள்ளேன்.

இந்நூல் ஜைனர்களுக்கும் வரலாற்றுக்கும் பயன்படும் என நம்புகிறேன். பலருக்கும் பயன்பட வேண்டுமென்பதே எனது நோக்கமும் நூலின் ஆக்கமும். இந்நூலின் குறைகளை எடுத்துக்கூறி நெறிபடுத்த வேண்டுமாயும் அன்போடு கேட்டுக் கொள்கிறேன்.

இவண்,

அனந்தபுரம் கோ. கிருட்டினமூர்த்தி

944335516

பொருளடக்கம்

செஞ்சி, மேல்மலையனூர் வட்டங்களில் ஜைன வளர்ச்சி

பழம்பெருமையுடையது

“இந்தியப் பெருநாட்டின் தொன்மைகளில் மதமும் ஒன்று. அதில் ஜைன[1] மதம் மிகத்தொன்மையானது. இம் மதத்தின் தோற்றத்தை வரையறுத்துக் கூற முடியவில்லை. இத்தொன்மையை வேதங்கள் எழுதப்படுவதற்கு முன்பே ஜைன (ஜைனம்) தர்மம் (மதம்) இருந்ததென்பதில் அய்யமில்லை”. என டாக்டார் இராதாகிருஷ்ணன் அவர்கள் கூறுகிறார்.

மேலும், அவர், “விருஸப தேவர் ஜைன சமயத்தினைத் தோற்றுவித்தவர் என்பதைப் பாகவத புராணம் ஆதரிக்கிறது. வர்த்தமானர் அல்லது பார்சுவநாதருக்கு முன்பே ஜைன சமயம் நம்நாட்டில் பரவியிருந்துள்ளது என்பதில் சந்தேகமில்லை. ரிஷபர், அஜிதநாதர் மற்றும் அரிஷ்டநேமி ஆகிய தீர்த்தங்கரர்களின் பெயர்கள் யஜுர் வேதத்தில் காணப்படுகின்றன.”[2] என்றும் கூறியுள்ளதால் ஜைனத்தின் தொன்மையை அறிந்து கொள்ள முடிகிறது.

இந்திய நாட்டின் குறிப்பாகத் தமிழ்நாட்டின் வரலாற்றை, பண்பாட்டை அறிந்துகொள்ள இந்திய சமயங்கள் பெரும் உதவியாய் இருக்கின்றன. அவற்றுள் ஜைனம் தலைமையாய் இருக்கிறது. ஜைனம் மனித சமுதாய வரலாற்றில் பின்னிப் பிணைந்து வளர்ந்து வந்திருக்கின்றது. மனித சமுதாயத்தை

---

1 ஜைனம் என்பது பௌத்தம் ஜைனம், ஆசிவகத் துறவிகளையும், அவர் கோட்பாடுகளையும், குறித்தப் பொதுச்சொல். இச்சொல் பின்னர் ஜைனத்தை மட்டும் குறித்துள்ளது.

2 டாக்டர். இராதாகிருஷ்ணன், இந்தியத் தத்துவங்கள்.

அறத்தின் நெறியில் நன்னடத்தையால் மேம்படுத்தச் ஜைனம் முயற்சி எடுத்துப் பங்காற்றி வந்துள்ளது.

ஜைனம், தான் வளர்ச்சியடைந்த காலத்தில் இந்தியாவின் பரப்பிலும், வேறு நாடுகளிலும் தன் பண்பாட்டு கூறுகளை வேரூன்றி நிலை நிறுத்தி வந்துள்ளது. அரசுகளும் காலங்களும் மாறுபடும்போது ஜைனம் பல்வேறு இன்னல்களை அடைந்தாலும் அவற்றை எல்லாம் ஏற்று இன்றும் வாழ்ந்து வருகிறது.

தமிழகத்தில் ஜைனம்

ஜைனம் தமிழ்நாட்டில் இன்னல்கள் அடைந்தது போல் வடநாட்டில் அது அடையவில்லை. பொ.ஆ.மு. நான்காம் நூற்றாண்டுக்கு முன்பே தமிழகத்தின் வட பகுதிகளில் ஜைனம் நல்ல வளர்ச்சி பெற்றிருந்தது.

பொ.ஆ.மு. நான்காம் நூற்றாண்டில் சந்திரகுப்தனும் ஜைன துறவிகளும் சரவண பெல்கோலா (கர்நாடகம்) சென்று ஜைன சமயத்தைப் பரவச் செய்தனர். அதன் பிறகு அங்கிருந்து தமிழ்நாட்டின் மேற்குத் திசை வழியாகப் பாண்டிய நாட்டிற்குப் பரவி, பிறகு தமிழ்நாட்டின் எல்லாப் பகுதிகளுக்கும் பரவியதாக அறிஞர் பலர் கருதுகின்றனர்.

தமிழ் நாட்டில் ஜைனம் பரவிய போது விசாகாச்சாரியார் தலைமையில் அதிகமான ஜைனத் துறவிகள் தமிழகம் வந்தனர் என்றும் கூறப்படுகிறது. விசாகாச்சாரியார் தலைமையில் ஜைனத்துறவிகள் தமிழகத்திற்கு வருவதற்கு முன்பே இங்குச் ஜைனம் வேரூன்றி இருந்திருக்க வேண்டும் என்பதை உணர முடிகிறது.

ஜைனத் துறவிகள் கடுமையான நோன்புகளை (விரதங்கள்) கடைப்பிடித்து வாழ்பவர்கள். இதனை, அவர்கள் (துறவிகள்) உணவு கொள்ளும் முறையாலேயே உணர முடிகிறது. துறவிகள் தூய உணவை தூய உணர்வோடு, தூய சூழல் நிலைகளில் கொடுக்கப்படும்போது மட்டுமே உண்பார்கள். இத்தகைய முறைகள் தமிழ்நாட்டில் இருந்ததால்தான் ஏராளமான ஜைனத்

துறவிகள் தமிழகத்திற்கு வந்து வாழ்ந்துள்ளனர். ஆகவே, விசாகாச்சாரியார் தமிழ்நாட்டிற்கு வருவதற்கு முன்பே தமிழகத்தில் ஜைன சமயம் வளர்ந்திருக்க வேண்டும் என்பது தெளிவாகிறது.

கல்லெழுத்துச் சான்றுகள்

தமிழ்நாட்டில் பொ.ஆ.மு.வுக்கு முன்பே ஜைனம் பரவி-யிருந்ததை அறிந்து கொள்ள கல்வெட்டுகளே பெரும் உதவிபுரிகின்றன. மதுரை மாவட்டம் அழகர்மலை, கொங்கர், புளியங்குளம், திருவாதவூர், ஆனைமலை ஆகிய ஊர்களிலும் திருச்சி மாவட்டம் அய்யர்மலை கல்வெட்டும், தென் ஆர்க்காடு (தற்போது விழுப்புரம்) மாவட்டம், கள்ளக்குறிச்சி மாவட்டம் தொண்டூர், ஜம்பை கல்வெட்டும் தமிழகத்தில் ஜைனம் பொ.ஆ.மு. வுக்கு முன்பே இருந்ததை அறிந்துகொள்ள உதவுகின்றன.

நாடும் பரப்பும்

தற்காலத்தில் விழுப்புரம் மாவட்டம், திருவண்ணா மலை மாவட்டம், வேலூர் மாவட்டம், இராணிப்பேட்டை மாவட்டம், கடலூர் மாவட்டம், செங்கற்பட்டு மாவட்டம், மற்றும் சித்தூர் மாவட்டம் உள்ளடங்கிய நிலப்பரப்பே தொண்டை மண்டலம் என்படும்.

தொண்டையர் எனும் அரச மரபினர் ஆட்சி செய்த பகுதியானதால் தொண்டை நாடு அல்லது தொண்டை மண்டலம் எனப்பட்டது. சங்க காலத்தில் தொண்டை மண்டலம் பற்றி அறிந்துகொள்ள முடியவில்லை.

தொல்காப்பியர் தமிழ்நாட்டை 12 பகுதிகளாகக் காட்டுகிறார்.[1] இதுவே, 13 மண்டலங்களாக அல்லது பகுதிகளாகப் பிரிக்கப்பட்டு இருந்தது என்பதை நன்னூல் விருத்தி மூலம் அறிய முடிகிறது. அவை பாண்டி, தென்பாண்டி குட்டம், கற்கா,

1 செந்தமிழ் சேர்ந்த பன்னிருநிலத்தும் தொல். எச்ச இயல் –நூற்பா–4

வேண், புழி, பன்றி, அருவா, அருவா வடதலை, கீதம், மலாடு, புன்னை என்பன.[1]

புனல் நாட்டுக்கு வடக்கில் இருந்த நாடு அருவாநாடு. அருவா நாட்டிற்கு வடக்கில் இருந்த நாடு அருவா வடதலைநாடு அல்லது வட அருவாநாடு.

அருவா நாடு

அருவா நாடும் அருவா வடதலை நாடும் சேர்ந்த நிலப்பகுதி மாவிலங்கை என அழைக்கப்பட்டதைச் சிறு பாணாற்றுப்படை நூல் வரிகளால் அறிய முடிகிறது.[2]

அரு மரபினர் வாழ்ந்ததால் அருவா நாடு எனப்பட்டது போலும், அரு மரபினரை அருவர் என்பர். அருவர் அல்லது அருவாளர்களைக் கரிகாலன் காடுகளை அழித்து நாடுகளை உருவாக்கி வாழ்விடம் அமைத்துக் குடியேற்றினான். அவ்வாறு உருவாக்கிய நாட்டை 24 கோட்டங்களாகப் பிரித்தான். அவை

1. புழல்
2. புலியூர்
3. ஈக்காடு
4. மணவூர்
5. செங்காடு
6. பையூர்
7. எயில்
8. தாமல்
9. ஊத்துக்காடு
10. களத்தூர்
11. செம்பூர்
12. ஆமூர்
13. ஈத்தூர்
14. வெங்குன்றம்
15. பல்குன்றம்

1 நன்னூல் விருத்தி–273

2 சிறுபாணா–வரி 18–20

16. இளங்காடு
17. கலியூர்
18. சிறுகரை
19. படுவூர்
20. செந்திருக்கை
21. குன்றபட்டிரம்
22. வேங்கடம்
23. வேலூர்
24. கடிகை

என்பன.[1]

பல்லவர் ஆட்சிக்காலத்திலும் இவ்விருபத்து நான்கு கோட்டங்களாகத் தொண்டை மண்டலம் அமைந்திருந்தது. மேலும் சில கோட்டங்கள் (இடூர், கூழூர், பௌத்திரி, புத்தனூர், வீராவதாரம்) பற்றியும் அறிய முடிகிறது.

காஞ்சிபுரத்திற்கு வடக்கே வடபெண்ணை வரை இருந்த நிலப்பரப்பு அருவா வடதலை நாடு எனவும் காஞ்சிபுரத்திருந்து தெற்கே பெண்ணையாற்றின் வட கரைவரையில் அடங்கி நிலப்பரப்பு அருவா நாடு என்றும் கூறுவர்.

அகத்தியர் தென்னாடு வந்தபோது 18 குடி வேளிர்களோடு அருவாளரையும் கொண்டுவந்து காடு அழித்து நாடாக்கிக் குடியேற்றினார் என்பதைத் தொல்காப்பியத்தின் மூலம் அறிய முடிகிறது.[2]

'அருவாஹி(ள) குலத்து நந்த செட்டி மகன் சீறீவிந்செட்டி செய்வித்த குகை' என்றொரு கல்வெட்டு கூறுகிறது. இக்குகை ஜைனத்துறவிகள் தங்குவதற்கு அமைக்கப்பட்டது என்பதை அறியலாம்.

அருவர்–அருவாளர்–அருகர் எனும் ஜைன சமயத்தின் முதல் தீர்த்தங்கரோடு ஒப்பிட்டு நோக்கத்தக்கதாகும். அருகர்–

1 ஆயிரத்தெண்ணூறு ஆண்டுகளுக்கு முற்பட்ட தமிழகம் – சிலோன் பக்.53–54

2 தொல். எழுத்து பாயிரம் உரை

அருகதேவர்– விருஷபதேவர் என்ற முதல் தீர்த்தங்கரரைப் பின்பற்றியவர்கள் அருக மதத்தினர்.

இதன் மூலம் பொ.ஆ.மு. மூன்றாம் நூற்றாண்டுக்கு முன்பே தொண்டை மண்டலத்தில் ஜைனம் பரவியிருந்தது என அறிய முடிகிறது.

ஜெயங்கொண்ட சோழ மண்டலம்

பல்லவர் ஆட்சியில் அருவாநாடு தொண்டை மண்டலம் என வழங்கப்பட்டது. பிறகு தொண்டை மண்டலம் சோழர்கள் காலத்தில் ஜெயங்கொண்ட சோழ மண்டலம் என்ற வழங்கப்பட்டது. இந்த ஜெயங்கொண்ட சோழ மண்டலத்தின் ஒரு பகுதியே செஞ்சி. பாணநாட்டின் ஒரு பகுதியாகவும் செஞ்சி இருந்ததைப் பறையன்பட்டு எனும் ஊரிலுள்ள கல்வெட்டால் அறிய முடிகிறது.

சோழர் ஆட்சிக்காலத்தில் செஞ்சிப்பகுதிகள் ஜெயங் கொண்ட சோழ மண்டலத்தில் இராசேந்திர வளநாட்டிலும் (பொ.ஆ. 1044), உத்தம வளநாட்டிலும் (பொ.ஆ. 1114) இருந்த சிங்கபுர நாட்டில் செஞ்சி அமைந்திருந்ததைக் கல்வெட்டு களால் உணரலாம். இன்றும் செஞ்சியைச் சார்ந்து (தெற்கே) ஜெயங்கொண்டான் எனும் ஊர் உள்ளது.

விஜய நகர அரசர்கள் (நாயக்கர்) காலத்தில் சிங்பொருத வளநாட்டின் பகுதியாகவும் செஞ்சி வட்டத்திலும், மேல் மலையனூர் வட்டத்திலும் இருந்துள்ளன. சுமார் பொ.ஆ. 870 முதல் சிங்கபுர நாட்டின் பகுதியாக இருந்த சிங்கபுரமே இப்போழுது குறுகி, செஞ்சி என்று வழங்கப்படுகிறது.

சிங்கவரத்திலுள்ள பொ.ஆ. 7 ஆம் நூற்றாண்டைச் சார்ந்த கல்வெட்டு இவ்வூரைச் சிம்ஹபுரம் என்று குறிப்பிடுகிறது.[1]

இப்பெயர் முதலாம் நரசிம்ம பல்லவனின் சிம்ம விஷ்ணு என்னும் பட்டப் பெயரைக் கொண்டு தோற்றுவிக்கப்பட்டிருக்க வேண்டும் என்று அறிஞர் கருதுகின்றனர். [2]

---

1 A.R.E. 284/1916

2 Cave Temple of the Pallavas - R.Srinivasan . Page. 115.

எனவே, சிம்ஹபுரம்–சிங்கபுரம்–சிங்கவரம் எனவும் பெயர் பெற்றுப் பின்னர் செஞ்சி எனக் குறுகித் தற்போது வழங்கப்படுகிறது எனலாம்.

செஞ்சிப் பகுதியில் கிடைக்கும் கல்வெட்டுகளைக் கொண்டு சமார் 2000 ஆண்டுகளுக்கு முன்பே இப்பகுதியில் ஜைனம் நன்கு வளர்ச்சியடைந்திருந்ததை உணர முடிகிறது. (இவை குறித்து விளக்கமாகக் கல்வெட்டுப் பகுதியில் காணலாம்.) தற்போது மேல்மலையனூர் வட்டப்பகுதிகளிலும் ஜைன சான்றுகள் கண்டறியப்பட்டுள்ளன.

பல்லவர், சோழர், பாண்டியர், சம்புவராயர், விஜயநகர அரசர்கள், நாயக்கர்கள் ஆகியோரது அரசுகள் காலத்தில் செஞ்சிப் பகுதியில் ஜைனம் வளர்ந்திருந்ததைக் கல்வெட்டு, கட்டடங்கள் (கோயில்கள்), இலக்கியங்கள் மூலம் நன்கு அறிந்து கொள்ள முடிகிறது.

ஜைனத்தின் வரலாற்றைக் கொண்டே செஞ்சியின் தொன்மை வரலாற்றைத் தெரிந்து கொள்கிறோம். எனவே, செஞ்சிப் பகுதியில் உள்ள ஜைனச் சான்றுகளைக்கொண்டு செஞ்சியின் வரலாற்றை ஒரு வழியாக உருவாக்க முயன்றுள்ளேன்.

ஜைனர்களும் வாழ்க்கையும்

செஞ்சி, மேல்மலையனூர் வட்டத்தின் ஜைன இருப்பிடங்கள் (வாழ்விடங்கள்) சுமார் 40 ஊர்களே உள்ளன. சில ஊர்களில் அவர்களுக்கான எச்சங்கள் மட்டுமே காணப்படுகின்றன. சில தொடர்புள்ள கூறுகளும் காணக் கிடைக்கின்றன. ஆயினும், பொ.ஆ.மு.வுக்கு முன்பே செஞ்சிப்பகுதியில் ஜைனம் அதிகமான இருப்பிடங்களைப் பெற்றிருக்க வேண்டும் என்பதை அறியலாம்.

பல்லவர், சோழர்கள் காலத்தில் ஜைன சமயத்தின் வளர்ச்சி பெருமளவு இருந்திருக்க வேண்டும். அதுபோது ஜைனத்துறவிகள் பல்வேறு இடங்களில் தங்கியிருந்து ஜைன சமயத்தை வளர்த்ததற்கான சான்றுகள் காணக்கிடைக்கின்றன.

அரசுகள் மாறும் போதெல்லாம் ஜைனத்திற்குப் பல இடை யூறுகள் ஏற்பட்டதை வரலாற்றுச் சான்றுகளைக்கொண்டு அறிகிறோம்.

இதனால், ஜைனர்கள் வேறு சமயத்தைத் தழுவ வேண்டி யதாயிற்று. இதனால், இப்பகுதியில் ஜைனர்களின் குடியி ருப்புகள் குறைந்து வந்துள்ளன.

எத்தனையோ இன்னல்களும், சோதனைகளும் நிகழ்ந்த போதும் மன வைராக்கியத்துடன் இருந்தவர்கள் இப்போதும் ஜைன சமயத்தைப் பின்பற்றி வருகின்றனர். இத்தகைய சமூக நிகழ்வுகள் முற்றிலும் ஆராயப்பட வேண்டும்.

செஞ்சி, மேல்மலையனூர் வட்டத்தில் இருக்கும் ஜைனர்கள் அனைவராலும் மதிக்கப்பட்டு வருகிறார்கள். இப்பகுதியில் உள்ள ஏனைய சமய மக்களும் இவர்களை

மதித்தும் மரியாதையுடனும் அன்போடும் உறவோடும் ஒருங்கிணைத்துக்காண்டு வாழ்கின்றனர்.

செஞ்சி, மேல்மலையனூர் வட்டத்தில் இருக்கும் ஜைனர் களை நயினார், நாயினார், உடையார், ஜைனர் என்று குறிப்பிடுகின்றனர். ஜைனர்களும் தங்களை நயினார் என்றும் ஜைன் என்றும் அழைக்கப்படுவதைப் பெருமையாக நினைக் கிறார்கள். அப்படியே எழுதிக்கொண்டும் வருகின்றனர்.

செஞ்சி, மேல்மலையனூர் பகுதியில் ஜைனர்களின் வாழ்க்கைத்தரம் என்பது சற்று உயர்ந்துள்ளது என்றுதான் கூறவேண்டும். எந்தச் சூழலிலும் தங்கள் சமயக் கருத்துக்களை விட்டு வாழ நினைக்கவில்லை. ஆனால், அதே சமயம் ஏனைய மக்களின் வாழ்க்கைக்காகத் தங்களைத் தந்து வாழ முயற்சி செய்கின்றனர்.

பெரிய அளவில் நிலமும் சொத்தும் உள்ளவர்களாகச் சிலர் இருந்தாலும் சிலர் வாழ்க்கையில் போராடுபவர்களாகவும் இருக்கின்றனர். இவ்விருவருக்குமிடையே கருத்து வேறுபாடு, மதிப்பளித்தலில் எவ்வித வேறுபாடுகளையும் காண முடியாது. அனைவருக்கும் ஓரேநிலை என்ற பண்பாட்டை இவர்களிடம் காண்கிறோம்.

உபாத்தியாயர்

ஜைன மக்கள் தங்கள் வாழ்விடங்கில் ஏதேனும் ஒரு தீர்த்தங்கரருக்குக் கோயிலை அமைத்து இருக்கின்றனர். கோயிலுக்கு நாளும் காலை மாலை பூசையும் ஆராதனையும் உபாத்தியாயர் என்பவரே செய்கின்றார். இவரே கோயில் வழிபாட்டுச் சாத்திரமுறைகளை நன்கு தெரிந்தவராகவும் இருக்கின்றார். ஓரளவு கல்வியைப் பெற்றவராக இருந்தாலும், கோயில் பூசை, ஆராதனை செயல்முறைகள் அனைவராலும் மதிக்கப்படுவதே இவருக்கு மனநிறைவைத் தருகிறது. உபாத்தியாயர் ஜைன மக்களோடு இணைந்தே வாழ்கிறார். பூசைப்பணிகள் முடிந்த பிறகு ஜைண மக்களோடு அனைத்து வாழ்க்கை நிகழ்ச்சிகளிலும் பங்கு கொள்கிறார். ஜைன

மக்களுக்கும் உபாத்தியாயருக்கும் அதிகமான வேறுபாடுகளைக் காணமுடிவதில்லை.

உபாத்தியாயர் கோயிலுக்கு அருகில் ஜைன மக்களோடு வாழ்கிறார். இவர் இல்லறத்தார் நிலையில் இருந்து ஜைன ஒழுக்கங்களைப் பின்பற்றுகிறார். ஜைண மக்கள் இல்லத்தில் நடைபெறும் இன்ப துன்ப நிகழ்ச்சிகளில் கலந்து கொள்கிறார். இவரே அதனை நடத்தியும் முடிக்கிறார்.

திருமணம், மற்றும் இறப்பு ஆகிய நிகழ்ச்சியின் போது ஜைன சமயத்தின் நிலையிலிருந்து தத்துவ முறையாக நடத்தி வைக்கின்றார். ஏனைய ஜைன மக்களோடு உறவு முறைகளை வைத்துக்கொள்கிறார். உபாத்தியாயர் என்ற பதவி குடும்ப வழியாகத் தொடர்ந்து வருவதில்லை. திறமையும் சமயத்தின் மீதான ஆழமான பற்றும் இருப்பவர்களாகவுள்ள ஜைனர் ஒருவர் உபாத்தியாயராக வரமுடியும். உபாத்தியாயரை ஜைன மக்கள் ஒன்று கூடிப்பேசி வர இருப்பவரின் விருப்பத்தையும் அறிந்து உபாத்தியாயராகத் தேர்ந்தெடுக்கிறார்கள்.

தமிழ்நாட்டில் உள்ள ஜைன மக்களும் மேல்சித்தாமூர் ஜைன மடத்தின் மடாதிபதியாகிய ஸ்வஸ்திஸ்ரீ லட்சுமி சேனபட்டாரசு பட்டாச்சார்யவர்ய சுவாமிகளுக்கு மதிப்பைக் கொடுக்கின்றனர். அவர்களின் ஆலோசனையின் பேரில் ஜைன மக்கள் தங்கள் வாழ்க்கைச் சிக்கல்களைத் தீர்த்துக் கொள்கின்றனர். இவருக்கு அடுத்துச் ஜைனர்களாக மதிக்கப்படுபவர்கள் உபாத்தியாயர்கள் ஆவர்.

ஜைன மக்கள் காலை மாலை இரு நேரங்களிலும் தங்களூர் கோயிலுக்குச் சென்று வழிபடுகின்றனர். அதே சமயம் வீடுகளிலேயும் தீர்த்தங்கரர் உருவப் படிமங்களையும் வைத்து வழிபாடு செய்கின்றனர். தங்கள் கடமைகளில் வழிபாட்டை முதன்மையாக கொண்டிருக்கின்றனர். வழிபாட்டிற்குப்பின்பே அனைத்துப் பணிகளையும் செய்யத் தொடங்குகின்றனர்.

இப்பகுதியில் உள்ள ஜைனர்கள் பல்வேறு வகையான தொழில் முறைகளில் தங்களைப் பிணைத்துக்கொண்டு வாழ்கின்றனர். இத்தொழில் பிணைப்பால் இவர்களின் வழிப்பாட்டிற்கு தடங்கல் ஏதும் இல்லை. வேளாண்மை,

தொழில், வியாபாரம், அரசுப்பணிகள் என்றுத் தங்கள் வாழ்க்கையை அமைத்துக் கொண்டிருக்கும் ஜைனர்கள் சமய விழாக்களில் ஒன்றாகக் கலந்து கொண்டு மகிழ்ச்சியைத் தெரி-வித்துக் கொள்கிறார்கள்.

பல்வேறு சமூக மக்களோடு இவர்கள் இணைந்து வாழ்க்கை வாழ வேண்டியிருக்கும்போது, தங்களைச் ஜைனத்திலிருந்து பிரித்துக் கொள்வதில்லை. ஏனைய மக்களோடு எல்லா நிகழ்ச்சிகளிலும் கலந்துகொண்டு பங்கு பெறும் போது தங்களின் பண்பாட்டை மறப்பதில்லை.

செஞ்சி, மேல்மலையனூர் வட்டத்தில் ஜைனர்களின் வாழ்க்கை முறைப் பண்பாட்டு நிலை சிறப்பானது, தனிமையானது என்றுதான் கூற வேண்டும். தற்காலச் சூழலில் பண்பாட்டை மாற்றிக் கொள்ள வேண்டிய சூழலிலும் மதப் பண்பாட்டை காப்பாற்றுவதில் மிகவும் கவனம் செலுத்திவருகின்றனர். இது தற்போது விழிப்புணர்வு பெற்று வருகிறது.

திருமணம்

செஞ்சி, மேல்மலையனூர் வட்டப் பகுதியில் வாழும் ஜைனர்கள் தங்கள் வீட்டுத் திருமணத்திற்கு நல்ல நாள் பார்க்கின்றனர். ஜாதகம் பார்த்தும் திருமண நாள் முடிவு செய்யப்படுகின்றது. மண மக்கள் மன விருப்பமும், மணப்பொருத்ததில் முக்கிய இடம் பெறுகிறது.

திருமணத்திற்காகப் பிள்ளை வீட்டார் பெண் வீடு சென்று பெண் பார்க்கின்றனர். பெண் பார்க்கச் செல்லும் போது பிள்ளை வீட்டினர் 5 பேராகப் போக வேண்டும் என்ற பழக்கம் இவர்களிடம் இருக்கிறது. மணமகன், பெற்றோர் அம்மான் (மாமா) இவர்களோடு ஒரு சின்ன குழந்தை செல்ல வேண்டும் என விரும்புகின்றனர்.

பெண் பார்க்க வரும் பிள்ளை வீட்டாரை அன்போடு பெண் வீட்டார் முன்னின்று வரவேற்கின்றனர். பெண் வீட்டாரும் பிள்ளைவீடு வந்து பிள்ளை வீட்டினரை விசாரித்துப்

பார்த்துப்போகவும் செய்கின்றனர். இரு வீட்டாருக்கும் மணமகன், மணமகள் ஆகியோர் மன ஒப்புதலைக் கேட்டு அறிந்தே திருமணத்திற்கு நாள் குறித்து முடிவு செய்கின்றனர். திருமணத்திற்கு பஞ்சாங்கம் பார்க்கின்றனர்.

திருமண நிச்சயம்

பெண்ணுக்கு ஆணையும், ஆணுக்குப் பெண்ணையும் பிடித்திருக்க வேண்டும் என்று இரு வீட்டாரும் விரும்புகின்றனர். ஒருவரை ஒருவர் மன விருப்பமறிந்து திருமண நிச்சயம் செய்கின்றனர்.

பெண் நிச்சயம் செய்வதற்காக மாப்பிள்ளையின் பெற்றோர், அவ்வூர் பெரியவர் உறவினர்களோடு அவ்வூர் ஜைனப் புரோகிதர் ஒருவரும் வந்து பெண் வீட்டில் சில சடங்குகளைச் செய்து பெண்ணை நிச்சயம் செய்கின்றனர். அப்போதே திருமணத்திற்கு நாளையும் முடிவு செய்து விடுகின்றனர்.

பெரும்பாலும் நிச்சயம் செய்யும் போது மாப்பிள்ளை வருவதில்லை. சில சமயங்களில் மாப்பிள்ளையை உடன் இருக்கவும் செய்கின்றனர்.

உறவுமுறையில் திருமணத்தை அமைத்துக்கொள்ள இப்பகுதி ஜைனர்கள் அதிகம் விரும்புகின்றனர்.

திருமணத்தில் சடங்குகள் செய்ய வேண்டும் என்று ஜைன மக்கள் விரும்புகின்றனர். சடங்குகள் இல்லாத திருமணங்கள் இப்பகுதியில் இதுவரை நடைபெறவில்லை என்றும் அறிய முடிகிறது.[1]

திருமணத்திற்கு நலங்கு வைக்கும் முறை இல்லை. திருமணப்பந்தல் அமைப்பதற்கு முன்பாக பந்தல்கால் நடுவர். பந்தல்கால் நடும்போது சிறப்பு பூசையும் வழிபாடும் செய்கின்றனர்.

---

1 தகவல் திரு. பத்மராஜ் உபாத்தியாயர் (75 தாயனூர்)

இந்துக்கள் திருமண முறையில் இருக்கும் சம்பந்தம் கலத்தல், அரசாணைக் கால் நடுதல் நவதானியங்கள் வைத்தல் முதலியனவும் ஜைணர்கள் திருமணத்தில் உண்டு.

மணப்பந்தலில் மணமகன், மணமகளை அறிமுகம் செய்து வைத்தல், இருவரும் ஒருவரை ஒருவர் பார்த்து அறிந்து கொள்ளுதல் நிகழ்ச்சியும் உண்டு.

திருமணத்திற்கு முன்பு மணமக்களுக்கு கங்கணம் கட்டப்படுகிறது. ஊர் மக்கள் உறவினர்கள் வாழ்த்திய பிறகு மங்கலநாண் (தாலி) கட்டும் நிகழ்ச்சி நடைபெறுகிறது.

தாலிகட்டி முடித்தபிறகு நவக்கிரக ஆசிர்வாதம் நடைபெறும். அட்ட மகா நாக எந்திர (யெந்திர) ஆராதனை செய்யப்படும். அதாவது, எட்டு நாகர்களை மணமக்கள் வழிபட வேண்டும். இவ்வழிபாட்டினால் மணமக்களுக்கு நாகத்தின் மூலம் துன்பங்கள் ஏற்படாதிருக்குமாம். 1. அனந்த, 2. வாசுகி, 3. தட்ச, 4. ஜனக, 5. குனிகதுவஸ்ஸ, 6. கார்கோடாக, 7. சங்க மற்றும் 8. பத்ம என்ற எட்டு நாகங்களை ஜைனர்கள் வழிபடுகின்றனர்.

அடுத்து, நவதானியங்களை நீரில் விடும் சடங்கு. இதனைப் பாலிகா விடுதல் என்பர். அதாவது, மணமக்கள் பலவகை தானியங்களை (முளை வந்த தானியங்களை) நீர் நிலைகளில் விடுவது. இதன் பிறகு திருமணம் விருந்துடன் நிறைவடைகிறது.

திருமணத்திற்கு விருந்தும் அன்பளிப்பும் உண்டு. மணமகள் வீட்டினர் மணமகனுக்கு வீட்டுக்குரிய வெள்ளி, பித்தளை, சில்வர் ஆகியவற்றால் ஆன பாத்திரங்கள் வரதட்சணையாகவும் கொடுக்கப்படுகிறது. வரதட்சணை ஜைனர்களிடம் கட்டாயம் இல்லை. வரதட்சணையால் திருணம் தடைபட்டதில்லை.

திருமணம் முடிந்த பிறகு பெண் வீட்டார் மாப்பிள்ளைக்கு மரியாதை செய்வர். இது தொன்று தொட்டு வரும் பழக்கம் எனக் கூறுகின்றனர். இதை ஒரு வகை சீதனம் என்றும் கூறலாம். இந்த நிகழ்ச்சிக்கு பிறகு ருதுசாந்தி முகூர்த்தம் எனப்படும் முதல் இரவு நிகழ்ச்சியோடு திருமண நிகழ்ச்சி நிறைவு பெறுகிறது.

இந்நிகழ்ச்சி பெரும்பாலும் பெண் வீட்டில் நடைபெற வேண்டும் என்று விரும்புகின்றனர். பெண் வீட்டாரின்

விருப்பத்தோடு சில சமயம் மணமகன் வீட்டிலும் நடைபெறுவதும் உண்டு.

பெண் வயதுக்கு வந்தால் மஞ்சள் நீராட்டு நிகழ்ச்சி செய்கின்றனர். பெண்ணுக்கு உறவினர்கள் சுற்றத்தினர் வந்து நலங்கு வைத்த புட்டு சுற்றுதல், என்னும் நிகழ்ச்சியைச் செய்கின்றனர்.

பெண் வயதுக்கு வந்ததும் 13 நாள்கள் தனியாக இருக்கச் செய்கின்றனர். எந்தப் பொருளையும் தொட அனுமதியில்லை. வெளியில் செல்லவும் அனுமதிப்பதில்லை.

மணமக்களுக்குத் திருமணம் முடிந்த பிறகு பெண் பிள்ளைப் பேறு உண்டானால் குடும்பத்தாரோடும் உறவினர்களோடும் சிறப்பாக விருந்து உண்பர். கோயிலுக்குச் சென்று சிறப்பு பூசையும் வழிபாடும் செய்வர்.

குழந்தை பிறந்த பிறகு தாயை ஒருமாதம் வரை தனியாக இருக்கச் செய்கின்றனர். தாய் வீட்டில் குழந்தை பிறக்க வேண்டும் என்று தாய்மைப் பேறு பெற்ற பெண் விரும்புகிறாள். பெண்ணைத் தாய் வீட்டிற்குச் சுற்றதோடு வந்து விருந்து வைத்து அழைத்துச் செல்கின்றனர். குழந்தை பிறந்த பிறகு சுமார் 40 நாள்கள் வரை எந்த வேலையைச் செய்யவும் அனுமதிப்பதில்லை.

குழந்தைக்கு மொட்டை அடித்தலைச் சிறப்பாகச் செய்கின்றனர். விழுப்புரம், வேலூர், கடலூர், திருவண்ணாமலை மாவட்ட ஜைனர்கள் உளுந்தூர்பேட்டை வட்டத்தில் உள்ள திருநறுங்கொண்டை மலைக்குச் சென்று முடி எடுக்கின்றனர்.

இப்பகுதி ஜைன மக்கள் திருமணத்தில் மிகவும் அக்கறை எடுத்துக் கொள்கின்றர். பெற்றோர்கள் விரும்பும் முறை யிலேயே திருமணத்தைச் செய்து கொள்ள ஆணும் பெண்ணும் விரும்புகின்றனர்.

கலப்புத்திருமணத்திற்கு தடையில்லை. எதிர்ப்பும் இல்லை. ஒன்றிரண்டு திருமணம் கலப்புத் திருமணமாக அமைந்தாலும் இரு வீட்டாரும் மனம் ஒத்திருக்கின்றனர். இவர்கள் அனைவரும்

கொல்லாமையை அவசியம் கடைப்பிடிக்க வேண்டுமென்றே எதிர்பார்க்கின்றனர்.

புகைத்தல், மது அருந்துதல் ஆகிய பழக்கங்கள் இருக்க கூடாது என்று விரும்புகின்றனர்.

தங்களுக்குப் பிறக்கும் குழந்தைகளுக்குச் ஜைன தெய்வங்களின் பெயரையும், இயட்சன், இயட்சி ஆகியோரின் பெயர்களையும் வைக்கவே விரும்புகின்றனர்.

இறப்பு நிகழ்ச்சி

இறப்பு நிகழ்ச்சியை அபரகிரியைகள் என்று கூறுகின்றனர். இறப்புச் செய்தியை தங்கள் உறவினர்களுக்கும் ஊரினருக்கும் தெரிவிக்கின்றனர்.

இறந்தவர் உடலை வாசனை திரவியம் கலந்த தண்ணீரால் சத்தம் செய்வர். இந்நிகழ்ச்சியை அபிஸேகம் நடைபெறுகிறது என்று கூறுகின்றனர்.

இறந்தவர் உடலை பாடை மூலமே கொண்டு செல்கின்றனர்.

இறந்த செய்தியைச் சுகதிப் பிராப்தி அடைந்தார் என்று குறிப்பிடுகின்றனர்.

பாடை 2 கழிகளைக் கொண்டு அமைக்கின்றனர். நீண்ட இரண்டு கழிகளும் 7 குறுக்கு கழிகள்(புள்)தான் பாடைக்கு உதவுகின்றன.

இறந்தவரை எரிக்கவே செய்கின்றனர். இறந்தவர் உடல் எரிக்கப்படும் இடத்தைச் சுடுகாடு என்றும், மயானம் என்றும் குறிப்பிடுகின்றனர்.

இரண்டு வயசுக்கு மேல் இறந்தவர்களை எரிக்கும் பழக்கமுடைய இவர்கள், இரண்டு வயதுக்குக் குறைவாக இறந்த குழந்தைகளைப் பால்மாறாத பருவம் என்று கருதிப் புதைக்கவும் செய்கின்றனர்.

இறந்த நாளிலிருந்து 10 ஆவது நாளன்று (11,13,15 ஆகிய நாள்களிலும்) நீத்தார் கடன் (காரியம்) செய்கின்றனர். இதனைத்

தசாலசு என்று ஜைனர்கள் குறிப்பிடுகின்றனர். 12 ஆம் நாள் இறந்தவர் வீட்டைச் சுத்தம் செய்து பூசை செய்கின்றனர். அன்று தங்கள் ஊர் கோயிலுக்குச் சென்று தீர்த்தங்கரர் உருவத்திற்குப் பூசை செய்வர். பிறகு வீட்டில் தலைக்கட்டுதல் நிகழ்ச்சியையும் செய்வர்.

ஓராண்டுக்கு பிறகு இறந்தவர் நினைவாக திவசமும் செய்கின்றனர். அன்று தங்கள் உறவினர்களோடு விருந்து உண்பர்.

இறந்த செய்தியையும், தசாவசு நிகழ்ச்சியையும் தம் சமயத்தினருக்கும் மட்டுமின்றி ஏனைய சமய மக்களுக்கும் தெரிவித்து அனைவரையும் இணைத்தே செய்கின்றனர்.

செஞ்சி, மேல்மைலையனூர் வட்டப்பகுதியில் உள்ள ஜைனர்களின் வாழ்க்கை முறையும் கலாச்சாரமும் புதிய பண்பாட்டை உருவாக்கி வருகிறது. ஜைனர்களின் கொல்லாமை, இப்பகுதியின் பல்வேறு ஊர்களில் வழிபாடு என்ற காரணத்தோடு உயிரினங்கள் (ஆடு, மாடு, கோழிகள்) பலியிடப்படுவது குறைந்து வருகிறது.

வேளாண்மை, வாணிபம் ஆகிய தொழில்களால் செஞ்சி, மேல்மலையனூர் பகுதிகளில் ஏனைய மக்களோடு நல்ல உறவையும் நல்ல அன்புடன் கூடிய பண்பாட்டையும் வளர்த்து வருகின்றனர்.

ஏனைய மக்களின் தனியான பொதுவான அனைத்து நிகழ்ச்சிகளிலும் பங்கேற்று தங்கள் சமயத்தின் அன்பு, இரக்கம், ஒழுக்கம், ஆகியவற்றுடன் கூடிய நல்ல வாழ்க்கை முறையை உருவாக்குவதில் முக்கிய கவனம் செலுத்துகின்றனர்.

அரசியல் தாக்கம் இவர்களைப் பாதிக்காமலும் இல்லை. தேவையான நேரத்தில் தங்கள் அரசியல் அதிகாரத்தை வெளிப்படுத்துகின்றனர். ஆனாலும், இந்த அதிகாரத்தால் மக்களின் வாழ்க்கைக்கு இடையூறு ஏற்படாமல் நீர்மேல் எண்ணெய்போல் வாழ்வது குறிப்பிடத்தக்கது.

பசி தவிர்த்தல், கல்வி உதவி, மக்களின் இன்ப துன்பங்களில் பங்கு கொள்ளல் ஆகியவற்றின் சகோதர உறவை வளர்த்தல்,

விருந்தோம்பல், வழிபாடு ஆகியவற்றால் இப்பகுதியில் தங்கள் உயரிய பண்பாட்டை வளர்த்தும் காத்தும் வருவது போற்றத்தக்கது.

செஞ்சி, மேல்மலையனூர் வட்டப் பகுதி வரலாற்றின் பக்கங்களில் அதிகப் பக்கங்களை ஜைனர்களும் அவர்கள் சார்ந்த சமயமும் இடம் பெற்றுள்ளது. இப்பகுதி ஜைன மக்கள் வளர்த்துக் கொள்வதின் மூலம் இவர்களின் வாழ்க்கை, வாழ்வாங்கு தகுதியுடையதாகக் கருதப்படும். இதனை, ஏனைய மக்களும் எதிர் நோக்கியே இருக்கின்றனர்.

ஜைனர் தெய்வங்களும் வழிபாடுகளும்

ஜைனர்களின் தெய்வ வழிபாட்டிலும், விழாக்களிலும் உண்மையையும், கொல்லாமைமையும் வலியுறுத்தப்படுவதே முக்கிய நோக்கமாக அமைந்துள்ளது.

உண்ணா நோன்பிருந்து "உயிர் நீத்தலை" ஜைனத்துறவிகள் பெரும் ஒழுக்கமாகக் கொண்டிருந்தனர். உண்ணா நோன்பிருந்து உயிரை விடுதலைச் ஜைனத் துறவிகள் பெரும் புண்ணியமாகக் கொண்டிருந்தனர்.

ஜைனர்கள் துறவியாவதையே பெரும் புண்ணியமாகக் கருதுகின்றனர். துறவியாவதை எந்த வகையிலும் கட்டாயப்படுத்தவில்லை. இளைஞர்கள் விரும்பியே துறவியாகிறார்கள். இந்த வகையில் செஞ்சி, மேல்மலையனூர் பகுதிகள் பெரும் பங்கு பெற்றுள்ளன.

ஜைன வழிபாட்டு முறையை நோக்கும்போது அது சிறந்த உயரிய நோக்கத்தையும் கருத்தையும் அடிப்படையாகக் கொண்டுள்ளது என்பதை உணரலாம்.

மனிதர்கள் அனைவரும் உரிமை உடையவர்கள். எல்லா உயிர்களும் இன்புற்று வாழவேண்டும். ஓர் உயிர் மற்றோர் உயிரைத் துன்புறுத்துவதன் மூலம் இன்பம் பெறுதலை வெறுக்கிறது. இதற்கு உண்மையாக ஒவ்வொரு ஜைனரும் வாழவேண்டும் என்பதை வழிபாட்டின் மூலம் வலியுறுத்துகிறது.

ஜைனர்கள் 24 தீர்த்தங்கரர்களைத் தெய்வமாகக் கருதுகின்றனர். இவர்களுள் வர்த்தமான மகாவீரரின் போதனைகளிலிருந்து ஜைனத்தின் வழிபாட்டு முறைகள் பின்பற்றப்படுகின்றன.

இவை தொகுத்து கூறப்பட்டுள்ளன. இவையே ஜைன சமய இலக்கியங்களின் மூல நூல்கள் எனக் கருதப்படுகின்றன.

ஜைன இலக்கியங்கள் இரு வகையாகப் பிரிக்கப்பட்டுள்ளன. மகாவீரரின் கருத்துகள் மூன்று பிரிவுகளாகத் தொகுக்கப்பட்டுள்ளன.

முதல் தொகுப்பு அங்கம் எனப்படுகிறது. இது 12 உட் பிரிவுகளைக் கொண்டது.

இரண்டாம் தொகுப்பு பூர்வம் எனப்படுகிறது. இது 14 உட்பிரிவுகளைக் கொண்டது.

மூன்றாம் தொகுப்பு பரகீரணம் எனப்படுகிறது. இது 16 உட்பிரிவுகளைக் கொண்டது.

- ஆதிபகவன் முதலான 24 தீர்த்தங்கரர்களுக்கு முன்பு 24 தீர்த்தங்கரர்கள் இருந்ததாகவும், மகாவீரருக்கு பின்பு இனிமேல் 24 தீர்த்தங்கரர்கள் தோன்றுவர் என்றும் கருதுகின்றனர்.
- மகாவீரர் துறவு பூண்டு ஊர் ஊராகச் சென்று போதித்த அறநெறிகளை அவர் சீடர் இந்திர பூதி என்பார் தொகுத்து தெரிவித்த கருத்துக்களைக் கொண்டே ஜைன இலக்கியங்கள் உருவாயின என்பர்.

இவை, தவிர மேலும் பல சமய நூல்கள் இயற்றப்பட்டன. அவைகளில் மிகவும் முக்கியமானது நான்கு வகைகளாவன,

1. **பிரதமாணு யோகம்** என்னும் தொகுப்பு:
   ஜைனத் தீர்த்தங்கரர்கள், மன்னர்கள், அறிஞர்கள் ஆகியோர் பற்றிய வாழ்க்கைக் குறிப்பு, வரலாறு சிறப்புகள் குறித்து கூறுகின்றன.
2. **கரணாணு யோகம்** என்னும் தொகுப்பு:
   ஜைன சமயத்தின் துறவிகள் இல்லறத்தார் பின்பற்ற வேண்டிய வழி முறைகளை நெறி முறைகளைக் கூறுகிறது.
3. **காரணாணு யோகம்** என்னும் தொகுப்பு:
   ஜைன சமயத்தின் கோட்பாடு குறித்து இவ்வுலகை

விட்டு பேருலகின் அமைப்பு அதன் இயக்கம் ஆகியன குறித்தும் விளக்குகிறது.

4. **திரவியாணு யோகம்** என்னும் தொகுப்பு:
ஜீவ, அஜீவங்களைப் பற்றியும் அதன் தத்துவங்களைப் பற்றியும் விளக்குகிறது.

ஜைனத் தெய்வங்கள்

ஜைனம் தெய்வம் (கடவுள்) என்று ஒரு தனி உயிர்த்தன்மை கிடையாது என்று கூறுகிறது. இந்த உலகை இயக்கவும், காக்கவும் கடவுள் ஒருவர் தேவையில்லை என்று கூறுகிறது. ஆனால், வழிபாடு தேவையில்லை என்று கூறவில்லை.

மனித உயிர், தான் தன்னிடம் சேர்ந்துள்ள கர்ம மாசுகளைப் போக்கித் தூய நிலையைக் கூறுகிறது. எனவே, பிறவா நிலையில் உள்ள சித்தர்களையும் முத்தியடைந்தவர்களையும் வழிபடுவதை ஏற்றுக்கொள்கிறது.

இவர்களை மனத்தால் வழிபடலாம், அமர்ந்து தியானத்தின் மூலமும் வழிபடலாம். அதே சமயம் இத்தகையோர்களைப் பலர் கூடிவணங்க கோயிலும் தேவைப்படுகிறது.

எனவே, ஜைன சமயம், பஞ்ச பரமேட்டிகள்[1] எனப்படும் ஐங்குரவர்களை வணங்குவதை ஏற்றுக்கொள்கிறது. இப் பஞ்சப்பரமேட்டி வணக்கத்தை[2] பஞ்ச நமஸ்காரம். பஞ்சமந்திரம் என்றும் கூறுகிறது. இவற்றோடு

அறவாழி (ஜிநதர்மம்)

ஆகமங்கள் (ஜிநஸ்ருதம்)

தீர்த்தங்கரர் படிமம் (ஜிநனசத்யம்)

---

1 1. அருகர், 2. சித்தர், 3. ஆச்சார்யர், 4. உபாத்தியாயர், 5. சர்வசாதுக்கள்.

2 அருகருக்கு வணக்கம், – ணமோ அரஹந்தாணம்
சித்தருக்கு வணக்கம், – ணமோ சித்தாணம்
ஆச்சாரியருக்கு வணக்கம், – ணமோ ஆயிரியாணம்.
உபாதியாருக்கு வணக்கம், – ணமோ உவஜ்ஜாயாணம்
சர்வசாதுக்களுக்கு வணக்கம் – ணமோ லோயேசவ்வசாஹிணம்

மூல மந்திரம் (பஞ்ச பரமேட்டிகள் உருவங்கள்)

அருகன் ஆலயம் (ஜிநசைத்யலயம்) *ஆகிய நான்கையும் சேர்த்து வழிபடுகின்றனர். இவை ஒன்பதையும் ஜைனர்கள் நவதேவதைகள் எனப் போற்றி வணங்குகின்றனர்.*

மேலும், அருகன், ஆகமம், குரு ஆகிய மூவரையும் நாள்தோறும் வணங்கி வழிபடுகின்றனர்.

தீர்த்தங்கரர்களின் காவல்தெய்வங்களான 24 இயட்சன், 24 இயட்சி ஆகியோர்களையும் வணங்குவதைக் கடமையாகக் கொண்டிருக்கின்றனர்.

தருமதேவி, பத்மாவதி, சுவாலமாலணி ஆகிய பெண் இயக்கி (இயட்சி) களுக்குத்தனி உருவங்களையும் தனிக் கோ–யிலையும் அமைத்து வழிபடுகின்றனர்.[1]

ஜினவாணி எனப்படும் சரசுவதி ஜைனர்களின் முக்கிய தெய்வம்.

ஜைனத்துறவிகளின் பாதங்களைப் போற்றி வணங்குவது ஜைனர்களின் வழிபாட்டில் முக்கியத்துவம் பெற்றுள்ளது. தீர்த்தங்கரர் மற்றும் அறவோர்கள் துறவிகளின் பாதங்களை மலர் பீடத்தின் மீது இருக்குமாறு அமைத்து வணங்கப்படுகின்றன.

1 இயட்சி (இயக்கி) வழிபாடு பொ.ஆ. 4–5–6ஆம் நூற்றாண்டில் தனித்தன்மை பெற்று வழிபாடாகத் தமிழகத்தில் நிலவியிருந்தது.

இப்பாதங்கள் கோயில்களிலும் வேறு இடங்களிலும் அமைக்கப்பட்டிருக்கின்றன.

வழிபாட்டில் இல்லறத்தாருக்கு அன்றாட வழிபாடு குறித்துக் கூறப்பட்டுள்ளது. 1. தேவ பூசை, 2. துறவோர் தொண்டு 3. அறநூல் ஓதுதல், 4. புலனடக்கம் 5. தவம் (நோன்பு) 6. தானம் என்பன ஆறும் இல்லறத்தாருக்கு வழிபாட்டுக் கடமைகளாக வகுக்கப்பட்டுள்ளன.

தேவபூசை அருகனை (முதல் தீர்த்தங்கரர்) சிறப்பித்தல் ஆகும். அருகனையும் அவரது குணங்களையும் போற்றிப்புகழ்ந்து அவரைப் போன்று தாமும் பெற வேண்டும் என்று முயல்வதே தேவ பூசை வழிபாட்டின் நோக்கமாகும். அருகன் வழிபாடு என்றும் கூறப்படுகிறது. ஜைனர்கள் இறைவன் பண்புகளை மனித உருவிலே அமைத்து வழிபடுவர்.

இவை ஜைனர்களின் பொதுவான தெய்வ வழிபாடு ஆகும். செஞ்சி, மேல்மலையனூர் வட்டப் பகுதிகளில் உள்ள ஜைனர்கள் அதிகாலையில் 24 தீர்த்தங்கரரின் சிறப்பைப் போற்றிப்பாடி வழிபடுகின்றனர்.

சந்தனம் தடவிக் (அணிந்து) கொண்டு கோயிலுக்குச் செல்கின்றனர்.

கோயில் வழிபாட்டில் வணங்குதல் வாழ்த்துதல் (அர்ச்சித்தல்–அர்சனை) அபிசேகம் (நன்னீராட்டு) செய்தல் ஆகியவைகளை முக்கியமாகக் கொள்கின்றனர்.

தீர்த்தங்கரர்களைப் புகழ்ந்தும், வாழ்த்தியும் பாடியவாறு கோயிலை மூன்று முறை வலம்வந்து வணங்குகின்றனர்.

கோயிலுக்குள் நுழைந்தவுடன் பலி பீடம் மானஸ் தம்பம்[1] ஆகியவற்றை மேல்நோக்கி தலை வணங்கி விட்டுத்தான் செல்கின்றனர்.

---

1 மானஸ்தம்பம் மனத்தூய்மைக் கம்பம் என்பர். அடிப் பகுதி– நான்கு பட்டைகளாகும். இப்பட்டைப் பகுதியில் தீர்த்தங்கரர் உருவம் அமைக்கப்படும். (தற்போது 24 தீர்த்தங்கரர் உருவமும் அமைக்கப்படுகிறது. பட்டைப் பகுதிக்கு மேல் 8,16,32.64 எனப்பட்டைகளாகவும் அமைக்கப்படுவதுண்டு. அடிப்பகுதியிலிருந்து மேலே செல்லச்செல்ல குறுகியதாக அமைக்கப்படும். உச்சிப்பகுதி கண்டம், அதற்கு மேல் மலர்ந்த

மானஸ்தம்பத்ததைக் கண்டு வணங்குவதன் மூலம் தான் என்ற அகங்காரத் (கர்வம்) அழிந்து மன அடக்கத்தை வளர்த்து நிலைத்துக் கொள்ள இயலும் என்ற கருத்து கூறப்படுகிறது.

கோயிலுக்கு முன்பு உள்ள தண்ணீர்த்தொட்டி (சில இடங்களில் கல்லால் தொட்டி வைத்துள்ளனர்) களில் உள்ள நீரால் காலைச் சுத்தம் செய்துவிட்டு பலிபீடத்தை வணங்கி மண்டபத்தின் வழியாகக் கோயிலுக்குச் செல்கின்றனர். இவ்வாறு செல்வத்தைத் தரிசன வணக்கம் (ஸ்துதி) ''அத்யாஷ்டகம்'' என்றும் கூறுகின்றனர்.

மூலவர் தீர்த்தங்கரரைச் ஜைனர்கள் உடலால் வணங்கு கின்றனர். இதனை இருவகையாக செய்கின்றனர்.

1. அய்ந்து அங்க வணக்கம்[1] (இம்முறையை ஆண்களும் பெண்களும் செய்யலாம்.

2. எட்டு அங்க வணக்கம்[2] (இம்முறையைப் பெண்கள் செய்வதில்லை.

“பெண்கள் பசுவங்கம்'' என்ற முறையில் முக மணடபத்தி லிருந்து மூலவரை வணங்குகின்றனர். கீழே உட்கார்ந்த நிலையில் இடதுகால் தொடை அருகில் வலதுகால் தொடை-யினை நெருக்கமாக வைத்துக் கால்களைப் பின்புறமாக மடக்கி உடலை மூலவரை நோக்கி ஒருக்களித்த (ஒரு பக்கமாக சாய்ந்து) கைகைளைக் குவித்து வணங்குகின்றனர்.

பிறகு அர்ச்சனை செய்வர். அர்ச்சனை செய்யாதர்கள் புஞசம் வைத்து வழிபடுகின்றனர்.

(விரிந்த) தாமரை, இதன்மேல் சதுரம் அடுத்து சிறு சிறு விமானத்துடன் உள்ள சௌமுகியும் இருக்கும். இதில் 4 பக்கமும் தீர்த்தங்கரம் உருவம் அமைப்பர்.

1 உடல் முழுவதையும் மூலவருக்கு முன்பாக தரையில் படும்படி கிடந்து இரு கைகளையும் முன் நீட்டித் தரையில் படியவைத்து கன்னங்களை மாற்றி மாற்றித் தரையில் படும்படி வணங்குவது.

2 இரு முட்டிகள், இரு கைகள், தலை ஆகியவைகளால் வணங்குதல் முழந்தாளிட்டு இரு முட்டிகளும் தரையில் பட இருகரங்களைத் தாமரை மொட்டு போலக் குவித்துத் தலையைத் தாழ்த்தி மூன்று முறை மூலவரை நோக்கி வணங்குதல்.

அதாவது நுனி முறியாத பச்சரிசியினைச் சுத்தம் செய்து மூலவருக்கு முன்பாக உட்கார்ந்து தட்டு, அல்லது மரப்பலகையில் அரிசியினைச் ஜைனச் சின்னங்கள் உருவின் சிறு சிறு குவியலாக வைப்பதுதான் புஞ்சமிடுதல். இவை குறிப்பிட்ட முறையில் (எண்ணிக்கையில்) வைக்கின்றனர்.

இவ்வாறு அரிசியினை வைத்து புஞ்சமிடுதல் சமயம் தீர்த்தங்கரரை மனதால் கேட்கும் படியும் கூட வாழ்த்திப்பாடுகின்றனர். இவை உள்ளத்தின் உறுதிக்காகவும் உள்ளத் தூய்மைக்காகவும் செய்யப்படுவதாகக் கூறுகின்றனர்.

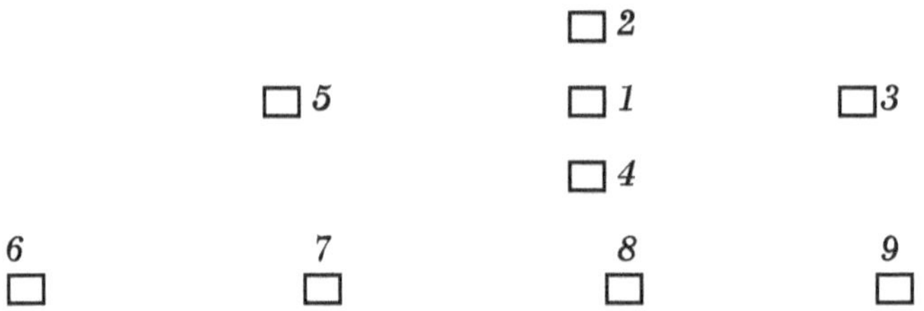

1. அருகர் 2. சித்தர் 3. ஆச்சாரியர் 4. உபாத்தியாயர் 5. சர்வ சாதுக்கள் 6. பிரதமானுயோகம் 7. சரணானுயோகம் 8. கரணானுயோகம் 9. திரவ்யானுயோகம்.

இதுபோது தூய நீர், சந்தனம், முழுஅரிசி, பூ, நைவேத்தியப் பொருள்கள், தூபம், தீபம், பழம் ஆகியவையும் பயன் படுத்தப்படுகின்றன. இதனை அட்ட விதார்ச்சனை என்று குறிப்பிடுகின்றனர்.

பிறகு, அபிஷேகம் (நீராட்டல்) செய்யப்படுகிறது. இதற்குப் பால், சந்தனம், கரும்புச்சாறு, இளநீர், நெய் ஆகியவைகளைப் பயன்படுத்துகின்றனர்.

சிறப்பு வழிபாட்டின் போது பழங்கள், பருப்பு வகைகள், வெல்லம், தயிர் ஆகியவற்றையும் சேர்த்துக் கொள்கின்றனர்.

செஞ்சி திருநாதர் குன்று, மேல் கூடலூர் ஜைனக்குன்று, வளத்தி ஆகிய ஊர்களில் உள்ள குன்றுகளில் செதுக்கப்பட்டுள்ள தீர்த்தங்கரர் உருவங்களுக்குத் தீபாவளி, பொங்கல் ஆகிய சிறப்பான நாள்களில் சிறப்பு வழிபாடும் பூசையும் செய்கின்றனர்.

பூசைக்குப் பயன்படுத்தப்பட்ட பொருள்களை நிர்மாலியப் பொருள்கள் என்று கூறுகின்றனர். பூசைகளின் முடிவில் தேங்காய் உடைப்பது, கற்பூரம் ஏற்றுவது மூலம் பூஜையின் வழிபாட்டை முடித்துக் கொள்கின்றனர்.

ஜைனர்கள் தினமும் வழிபாடு செய்வதை முக்கிய கடமையாகக் கொண்டுள்ளனர்.

ஆஷ்டானிகம், நந்தீஸ்வரம், நவராத்திரி, முக்குடை விழா என்ற வழிபாட்டின் மூலம் தங்களின் இறைபக்தியை வெளிப்படுத்துகின்றனர்.

பெண்கள் தர்மதேவி, பத்மாவதி ஆகிய இயட்சிகளுக்கு வெள்ளிக்கிழமை, முழுநிலா ஆகிய நாள்களில் சிறப்பு வழிபாடு செய்கின்றனர்.

திருவிழா நாள்களில் தீர்த்தங்கரின் செப்பு திருமேனிகளை அலங்காரம் செய்து உரிய வாகனங்கள் மீது ஊர்வலமாக கொண்டு வந்தும் வழிபாடு செய்வர்.

மேல்சித்தாமூரில் பிரம்மோற்சவ விழா பத்து நாள்கள் சித்திரைத் திங்களில் சிறப்பாகக் கொண்டாடுகின்றனர். இத்திருவிழாவில் தமிழக ஜைனர்கள் தவிர வட இந்தியாவிலிருந்தும் ஜைனர்கள் வந்து கலந்து கொள்கின்றனர். மேலும் அகிம்சையைக் கடைபிடிக்கும் இந்துக்கள் கூட இவ்விழாவில் கலந்து கொண்டு கண்டு மகிழ்கின்றனர்.

செஞ்சி, மேல்மலையனூர் வட்டப் பகுதி ஜைனர்கள், தீர்த்தங்கரர் இயட்சி, இயட்சன், தேவதைகளைத் தவிர விஷ்ணுவையும் வழிபடுகின்றனர். அய்யன் சாமியையும் வழிபடுகின்றனர். திருப்பதிக்குச் சென்றும் வருகின்றனர். வீடுகளில் திருப்பதி வேங்கடபதியின் உருவப்படத்தை வைத்தும் வழிபடுகின்றனர்.

ஜைன சமயத் தெய்வ உருவங்களும் படிமங்களும்

செஞ்சி, மேல்மலையனூர் வட்டப் பகுதி ஜைனர்கள் தங்கள் கோயில், வீடுகளில் ஜைனத் தீர்த்தங்கரர்களின் கல், ஐம்பொன், மற்றும் (செப்பு) ஆகிய உலோகங்களால் செய்யப்பட்ட உருவங்களை வைத்து வழிபடுகின்றனர்.

ஜைனர்கள் கோயிலை அறம் கூறும் அவை எனக் கருதி தீர்த்தங்கரருக்கு அமைத்துள்ள கோயிலைக் போற்றி வழிபடுகின்றனர்.

கோயிலை இரண்டு வகையாகக் கூறுகின்றனர். அவை 1. கிருத்திம சைத்யாலயம், 2. அக்கிரத்திம சைத்யாலயம் என்பன.

கிருத்திம சைத்யாலயம் என்பவை மனிதர்களால் உருவாக்கப்படாமல் இயற்கையாய் அமைந்தவை. மனிதர்களால் உருவாக்கப்பட்டவை அக்கிருத்திம சைத்யாலயம் எனப்படும்.

ஜைன கோயில்களை ஜைன இலக்கியங்கள் ஜீனாலயம்[1] என்று கூறுகின்றன. தமிழ் இலக்கியங்கள் ஜைன கோ–யில்களைப் பள்ளி என்று கூறுகின்றனர்.

இக்கோயிலுக்கு அளிக்கப்பெற்ற நிலங்கள் பள்ளிச்சந்தம் என்று கூறப்பட்டுள்ளதைக் கல்வெட்டுகள் மூலம் அறியலாம். மேலும் ஆலயம், தேவாரம், பள்ளி, பெரும்பள்ளி, பஸ்தி[2], பால்[3] என்று ஜைனக் கோயில்களைக் குறிப்பிடுகின்றனர்.

---

1 **ஜின சைத்யாலயம்– வடமொழி**

2 பஸ்தி – தெலுங்கு

3 பால் – கன்னடம்

இக்கோயில்கள் அரசர்கள், அரசிகள், வீரர்கள் ஆகியோரால் அமைக்கப்பட்டதைக் கல்வெட்டுகள் மூலம் அறியலாம்.

இத்தகு கோயில்களில் 24 தீர்த்தங்கரரில் ஒரு தீர்த்தங்கரரை மூலவராக அமைக்கப்படுவர். இத்தீர்த்தங்கரரே கருவறை இறைவராகக் கருதப்படுவார். கருவறை மூலவர் கல்லால் அமைக்கப்படுவது பெரும் வழக்காக மரபாக உள்ளது.

கருவறையில் உள்ள தீர்த்தங்கரரைத் தவிர்த்து ஏனைய தீர்த்தங்கரர் உருவங்களையும் கோயிலில் அமைப்பது வழக்காகவும் உள்ளது. இவ்வாறு அமைக்கப்பட்ட பிறதீர்த்தங்கரர் உருவப் படிமத்ததைத் தனி அறை அமைத்தும் வைக்கப்பெறும்.

மூலவரின் உருவங்கள் கல், சுதை மற்றும் பளிங்குக் கற்களால் அமைக்கப்பட்டிருக்கும். தீர்த்தங்கரர் திசைகளையே ஆடையாக அணிந்தவர்கள்[1]. தீர்த்தங்கரர் உருவங்களுக்கு ஆடைகள் காட்டப் பெறாமல் அமைக்கப்படும். இதனால் மூலவர் அணியாத அழகர் என்று சிறப்புப் பெயருடன் போற்றப்படுகிறார்.

மூலவர் அர்த்த தாமரை ஆசனத்தில் (பத்மாசன்– தாமரை மீது இருக்கை) அமர்ந்த நிலையில் இருக்குமாறும் கைகளை மடித்து கால் மடிமீது வைத்தும், அவ்வாறு மடித்த கையின் உள்ளங்கைகள் மேல் நோக்கியபடியும், வலது கைக்குக் கீழே இடது கையை (மேலும் கீழும்) யும் பாதியளவு கண்களைத் திறந்தும் ஆழ்ந்த நிலையில் தியானத்துடன் கூடிய தோற்றத்துடன் அமைக்கப்பட்டிருக்கும். இத்தீர்த்தங்கரர் அகன்ற மார்பில் திருமறு[2] அமைக்கப்பட்டிருக்கும். அகன்ற வட்டமான முகம், நீண்டு தொங்கும் காதுகளும், தலையில் சுருண்டிருக்கும் முடிகளோடும் தீர்த்தங்கரர் உருவம் அமைக்கப்பட்டிருக்கும்.

---

1 திக் – திசைகள், அம்பரம் – ஆடை (வஸ்திரம் திகம்பரர்.)

2 ஸ்ரீவத்ஸம் (ஸ்ரீவத்சம்) ஸ்ரீ மறு என்றும் கூறப்படுகிறது. தமிழ்நாட்டில் காணப்படும் தீர்த்தங்கரர்களின் உருவங்களில் வலது மார்பின் மீது முக்கோண வடிவிலும், வட இந்திய தீர்த்தங்கரர்களின் உருவங்கில் நான்கு இதழ்களை நடு மார்பிலும் காட்டப்பட்டிருக்கும்.

சில கோயில்களில் மூலவர் எவ்வித அலங்காரமும் இல்லாமல் அமைக்கப்பட்டிருக்கும்.[1]

தீர்த்தங்கரர் உருவத்தைச் சுற்றி பிரபாவளி, தேவர்கள் அல்லது இயட்சன், இயட்சி, சாமரதாரி கவரி வீசுவதும், தலையின் மேல்புறம் முக்குடையும் அதற்குமேல் பூம்பிண்டியும் அதன் இருபுறமும் மலர் பொழியும் தேவர்களும் காட்டப்பட்ட அமைப்பிலும் அமைக்கப்பட்டிருப்பது தனிச்சிறப்பு மிக்கதாகும்.

பார்சுவநாதர் கோயில்களில் மூலவர் நின்றவாறும் இரு கைகள் பக்கவாட்டில் தொங்கும் படியாகவும் உள்ளங்கைகள் உள் நோக்கியிரக்குமாறும் அமைக்கப்பட்டிருக்கும்.

கருவறை மூலவரை (மூர்த்தியை) தீர்த்தங்கரர் அமைப்பைக் கொண்டு மூன்று வகையாகக் கூறுவர்.

அவை.

1. தனித்துள்ள மூலவர்

2. எண்வகை சிறப்புடன் உள்ள மூலவர்

3. பிரபாவளியுடன் உள்ள மூலவர்

என்றும் வகைப்படுத்தி உள்ளனர்.

மேலும், தீர்த்தங்கரர் உருவங்களைத் தனித்தும் இணைத்தும் கூட்டியும், சேர்த்தும் படிமங்களை அமைத்து உள்ளனர். இவ்வாறு அமைக்கப்படும்போது எண்ணின் அடிப்படையில் அமைத்து கோயில்களில் வைத்துள்ளனர். அவைகளைச் சுருக்கமாகக் காணலாம்.

ஒரு தீர்த்தங்கரர் உருவம்

மூலவராகவும், பூசையிலும் ஒரே தீர்த்தங்கரர் உருவத்தை அமைத்து வைத்துள்ளனர். இவ்வாறு அமைத்துக்கொள்ளும் போது ஊர் அமைப்பு, மக்களின் விருப்பம், புராணக் கருத்தின்

---

1 கள்ளப்புலியூர் – பார்சுவநாதர் மூலவர் நின்ற நிலையில் அமைக்கப்பட்டுள்ளது. பாறை சிற்பங்கள் நின்றவாறே அமைக்கப் பட்டுள்ளது.

அடிப்படையில் ஒரே தீர்த்தங்கரரை அமைத்துக் கொள்கின்றனர். இவ்வாறு அமைப்பதில் பார்சுவநாதர் உருவமே அதிகமாக அமைக்கப்படுகிறது.

இரு தீர்த்தங்கரர் உருவம்

முதலாம் தீர்த்தங்கரர் அருக தேவர் உருவத்தையும், 24 ஆவது தீர்த்தங்கரர் மகாவீரர் உருவத்தையும் ஒரே படிமத்தில் வைத்து உருவாக்குவது.

1. கள்ளப்புலியூர் ஜைனக்கோயில் மூலவர் நின்ற நிலையில் அமைக்கப்பட்டுள்ளது. பாறை சிற்பங்களும் நின்றவாறே அமைக்கப்பட்டுள்ளது.

இதனை "துவி மூர்த்தி" (துவி–இரண்டு) என்பர். இவ்வாறு இரு தீர்த்தங்கரர் (முதலும் கடைசியும் ஆன தீர்த்தங்கரர்) படிமத்தை வைத்த வணங்குவதன் மூலம் 24 தீர்த்தங்கரரையும் வணங்குவதற்கு ஒப்பாகும் என்று கருதுகின்றனர்.

மூன்று தீர்த்தங்கரர் உருவங்கள்

மூன்று தீர்த்தங்கரர் உருவங்களை வைத்து உள்ள ஓர் உருவத்தையும் காணலாம். இப் படிம உருவத்தைப் பலவேறு உருவங்களைக் கொண்டு அமைப்பர்.

சாந்திநாதர், குந்தநாதர், அரநாதர் ஆகிய மூவரை ஒரு பீடத்தில் வைத்து வழிபடுகின்றனர். இப்படி உருவத்தை "காமதேவ, சக்கரவர்த்தித் தீர்த்தங்கர வைபவ மூர்த்தி" என்று அழைக்கின்றனர்.[1]

சில இடங்களில் அருகதேவரை நடுவிலும், இவரக்கு வலது புறத்தில் அவர் மகன் பாகுபலி, இடது பக்கத்தில் மற்றொரு மகன் பரத சக்கரவர்த்தியும் இருக்கும்படியும் அமைக்கப்பட்ட

1 இம்மூவரும் சக்கரவர்த்திகள், பேரழகு கொண்டவர்கள், தீர்த்தங்கரர் இம்மூவரும் இச்சிறப்புப் பெற்றனர்.

படிமத்தை வைத்துள்ளனர். இப்படிமத்தைப் ''பரதேசுவர பாகுபலி ஆதிசுவரப் பிரம்பம்'' என்பர்.

மேல்சித்தாமூரில் மலைநாதர் கோயிலில் பாகுபலியும் அவருக்கு இருபக்கமும் அவரின் இரு சகோதரிகளையும் அமைத்து உள்ள சிற்பத்தைக் காணலாம்.[1]

நான்கு தீர்த்தங்கரர் உருவங்கள்

நான்கு தீர்த்தங்கரர் உருவங்களை இருக்கச்செய்து வழிபடும் முறையாக முன்பு இருந்ததை அறிய முடிகிறது. இந்த முறை தற்போது நான்கு வகையாக உள்ளன.

ஒரு கனசெவ்வக வடிவத்தில் நான்கு பக்கமும் ஒரே தீர்த்தங்கரரை அமைப்பது. இதனைச் சௌமுகி என்றும் சதுர்முகன் என்றும் அழைப்பர்.

இரண்டாவது வகையில், முதல் தீர்த்தங்கரர் மற்றும் 22,23,24 ஆவது தீர்த்தங்கரர்களை ஒருசேரவைத்து வணங் குவது என்பது.

மூன்றாவது அருகர், சித்தர், சாதுக்கள், தீர்த்தங்கரர்(கேவலி) ஆகியோரால் அருளப்பட்ட அறத்தினை வைத்து வழிபடுவது.

அடுத்தது, மானஸ்தம்பத்தின் விமானத்தின் நான்கு பக்கங்களிலம் தீர்த்தங்கரர் உருவங்களைச் செதுக்கி வைத்திருப்பது.

செஞ்சி, மேல்மலையனூர் வட்டப் பகுதியிலுள்ள ஜைனக் கோயில் மானஸ்தம்பங்களில் உள்ள விமானங்களில் இத்தகைய அமைப்பினைக் காணலாம். இதனைச் சௌமுகி வகை–யினதாகவும் கருதப்படுகிறது. இதனைச் சர்வோதபத்ரம் என்றும் கூறப்படுகிறது.

---

1 பாகுபலி சுவாமி கடுந்தவம் இருந்தபோது அவரது உடலை காட்டுக்கொடிகள் மூடிக் கொண்டன. பிராம்மி, சுந்தரி என்ற பாகுபலி சகோதரிகள் கொடிகளை விலக்கி, பாகுபலி சுவாமியைக் கண்டு மகிழ்ந்தனர். இதனைத்தான் இச்சிற்பம் சுட்டுகிறது.

அய்ந்து தீர்த்தங்கரர் உருவங்கள்

அதாவது, 24 தீர்த்தங்கரர் அய்ந்து தீர்த்தங்கரர்கள் திருமணம் செய்து கொண்டு பின்னர் இல்லறத்தைத் துறந்து விட்டு துறவறத்தை மேற்கொண்டு கேவல ஞானத்தைப் பெற்றார்கள். இவர்கள் வாசுபூஜ்யர், மல்லிநாதர், நேமிநாதர், பார்சுவநாதர், வர்த்தமான மகாவீரர் என்போர். இவர்கள் உருவங்களை ஒருசேர உருவாக்கி வழிபடுகின்றனர்.

ஆறு தீர்த்தங்கரர் உருவங்கள்

தென்னாட்டில் இத்தகைய உருவங்கள் இல்லை. இதற்கான காரணங்கள் தெரியவில்லை. ஆனால், வட நாட்டு ஜைனக் கோயில்களில் ஷட் தீர்த்தங்கரர் படம் அதிகமாக காணப் படுகின்றன.

ஒன்பது தீர்த்தங்கரர் உருவங்கள்

சதுரமான அல்லது வட்டமான தகடு ஒன்றில் மேலே மூன்று நடுவில் மூன்று , கீழே மூன்று என ஒன்பது தீர்த்தங்கரர் உருவங்களை அமைத்திருப்பர். இவ்வுருவ படிமத்தை வழிபடுவதால் கோள்களால் இயற்கையாக ஏற்படும் துன்பங்கள் விலகும் என்று நம்புகின்றனர்.

ஒன்பது கோள்கள்	**ஒன்பது தீர்த்தங்கரர்கள்**
சூரியன்	– பத்மப்பிரப தீர்த்தங்கரர் (6)
சந்திரன்	– சந்திரப்பிரப தீர்த்தங்கரர் (8)
செவ்வாய்	– வாசு பூஜ்ய தீர்த்தங்கரர் (12)
புதன் (பிரகஸ்பதி)	– மல்லி தீர்த்தங்கரர் (19)
குரு	– மகாவீரர் தீர்த்தங்கரர் (24)
சுக்கிரன்	– புஷ்பதந்த தீர்த்தங்கரர்
சனி	– முனிசவ்ரத் தீர்த்தங்கரர் (20)
இராகு	– நேமி தீர்த்தங்கரர் (21)
கேது	– பார்சுவநாத தீர்த்தங்கரர் (23)

14 தீர்த்தங்கரர்கள் உருவம்

ஒன்று முதல் 14 ஆவது தீர்த்தங்கரர் வரையிலான தீர்த்தங்கரர் உருவங்களை ஒரே படிமத்தில் அமைத்து வழிபடுகின்றனர். இவ்வுருவத்ததை அனந்த விரத நோன்பு காலத்தில் வழிபடுகின்றனர். இவ்வுருவம் இரண்டு வகையாக அமைத்துக்கொள்கின்றனர். இந்த வகையில் தீர்த்தங்கரர் உருவங்கள் ஒரே அளவில் அமைந்திருக்கும் ஒரு பெரிய பிரபாவளிக்குள் 14 தீர்த்தங்கரரை அமைந்திருப்பது சிறப்பானது. இரண்டாவது வகையில் நடுவில் அனந்தநாத தீர்த்தங்கரர் அல்லது பார்சுவநாதர் அல்லது ஆதிநாத தீர்த்தங்கரரைப் பெரிய அளவில் அமைத்து, இவரைச் சுற்றி மேலே கண்ட வகையில் 13 தீர்த்தங்கரரையும், அவர்களுக்குரிய இயட்சன் இயட்சியையும் செதுக்கியிருப்பர்.

16 தீர்த்தங்கரர் உருவம் அல்லது மகாமேரு

16 தீர்த்தங்கரர் உருவம் அல்லது மகாமேரு எனும் செப்புத்திருமேனி செஞ்சி, மேல்மலையனூர் வட்டப் பகுதிகளில் உள்ள அனைத்து ஜைனக் கோயில்களிலும் காணப்படுகிறது.

இவ்வுருவம் சதுரமான அடி பீடத்தின் மீது உருளையான (சற்று உயரமாக தூண் போன்று கீழே அகன்று நுனி குறுகியும் இருக்கும்) அமைப்பில் நான்கு அடுக்குகளில் தீர்த்தங்கரர் (ஓர் அடுக்கில் நான்கு திசைக்கும் நான்கு தீர்த்தங்கரர்) உருவங்களை அமைத்திருப்பர். இந்த 16 தீர்த்தங்கரர் உருவங்களின் இரு புறமும் தேவர்கள் சாமரம் வீசுவது போன்றும் அமைக்கப் பட்டிருப்பது குறிப்பிடத்தக்கது. உலகின் மத்தியப் பகுதியில் ஐந்து பெரிய மேரு மலைகள்[1] இருப்பதாகச் ஜைன இலக்கியங்கள் கூறுகின்றன. இந்த மலையின் ஒவ்வொன்றிலும் 16 ஜைனக் கோயில்கள் அமைக்கப்பட்டுள்ளன என்றும் கூறப்பட்டுள்ள கருத்தைக் கொண்டு வடிவமைக்கப்பட்டது இந்த உருவம்

---

1 மகாமேரு மலைகள் 5 –மகாமேரு, மேரு, மந்திர மேரு, சுதர்சன மேரு, வித்யுன்மாலிமேரு என்பன.

எனலாம்.இம்மலை ஒவ்வொன்றிலும் நான்கு நந்தவனங்கள்[1] உள்ளன என்பதும் குறிப்பிடத்தக்கது.

எனவே, பதினாறு ஜைனக்கோயில் ஒவ்வொன்றிலும் ஐந்து மேருகளும் என 80 (16x5=80) ஜைன உருவங்கள் அமைத்துள்ளனர்.

மேல்சித்தாமூர் கோயில் தூணில் 80 ஜைன தீர்த்தங்கரர் கொண்ட பஞ்சமேரு அமைக்கப்பட்டுள்ளது.

20 தீர்த்தங்கரர் உருவங்கள்

உலகில் ஏழுவகையான புண்ணிய இடங்கள் உள்ளன எனவும், இவற்றின் மையப்பகுதியில் நான்காவது இடமானது விதேக புண்ணிய இடம் (விதேக ஷேத்திரம்) உள்ளது எனவும் கூறப்பட்டுள்ளது.

இவ்விடத்தில் குறைந்தது 20 முதல் 196 தீர்த்தங்கரர்கள் இருந்துகொண்டே இருப்பர். அதாவது, 20 தீர்த்தங்கரர்கள் இருந்துகொண்டே இருப்பதால் இவர்களை 'சாசுவத தீர்த்தங்கரர்கள்' என்று குறிப்பிடுகின்றனர். இங்கு, ஜீவன் தகுதிக்குத் தக்கவாறு இருந்து மோட்சம் அடைகிறது என்ற நம்பிக்கையால் தங்கள் ஜீவனும் மோட்சம் பெற வேண்டி இவ்வுருவத்தை வணங்கி வழிபடுகின்றனர்.

24 தீர்த்தங்கரர் உருவங்கள்

வருக தேவர் முதல் மகாவீரர் தீர்த்தங்கரர் வரையிலான 24 தீர்த்தங்கரர்களை ஒரே படிமத்தில் அமைத்திருப்பர். இத்தகைய அமைப்பைச் சதுர்விம் சதி தீர்த்தங்கரர் உருவம் என்பர்.

24 தீர்த்தங்கரர்களை இரண்டு வரிசையில் (12+12) அமைத்திருப்பர். இவ்வகை அமைப்பு செஞ்சி திருநாதர் குன்றில் காணப்படுகிறது. ஒரே அளவில் தீர்த்தங்கரர்களை

1 நான்கு நந்தவனங்கள் பத்ராசாலவனம், நந்தவனம், சௌமசைனம், பாண்டுகவனம் என்பன.

நான்கு நான்காக ஆறு வரிசையிலும் அமைத்திருக்கும் படிம உருவத்தை இப்பகுதி ஜைனக் கோயில்களில் காணமுடிகிறது.

அடுத்து நடுவில் ஒரு தீர்த்தங்கரரை அமைத்து அவரைச் சுற்றி ஏனைய 23 தீர்த்தங்கரர்களை அமைத்திருப்பர். இவ்வகை அமைப்பை மேல்சித்தாமூர் பார்சுவநாதர் கோயிலில், பார்சுவநாதர் தீர்த்தங்கரரை மூலவராகக் கொண்டு இவரைச் சுற்றிலும் ஏனைய 23 தீர்த்தங்கரர்களை அமைத்து வழிபட்டு வருவது குறிப்பிடத்தக்கது.

25 தீர்த்தங்கரர் உருவங்கள்

24 தீர்த்தங்கரர் உருவங்களோடு ஆகம ஆச்சாரியரான கணதர வடிவத்ததை இணைத்து 25 உருவங்ளாக அமைத்து வழிபடுகின்றனர்.

எந்த தீர்த்தங்கரரை மையமாகக் கொண்டு அமைக்கப் படுகிறதோ அங்கு அந்த தீர்த்தங்கரரின் கணதர வடிவத்தைக் கொண்டு அந்த தீர்த்தங்கரர் கணதரர் என்றே பெயர் குறிக்கப்படுகிறார்கள்.

52 தீர்த்தங்கரர் உருவங்கள்

மூன்று உலகங்களுக்கு நடுவில் இருக்கும் நாவலந்தீவு என்னும் ஜம்புத் தீவிற்கு எட்டாவது தீவாக இருப்பது நந்தீசுர த்வீபாகும். இந்த நந்தீசுவரத் த்வீப வழிபாடே 52 தீர்த்தங்கரர் உருவ வழிபாடாகும்.

இத்தீவில் நான்கு திசைகளில் அமைந்த அஞ்சன மலைகள் நான்கு உள்ளன. ஒவ்வொரு மலையின் நான்கு பக்கங்களிலும் பதினாறு குளங்கள் உள்ளன. இக்குளங்களுக்கு இடையே அமைந்த ததிமுக மலைகள் 16 உம் 16 குளங்களுக்கம் இடையில் அமைந்துள்ள 64 சோலைகளின் இடைவெளியில் 32 (இவை இதிகரமலை) மலைகளும் உள்ளன. ஆக, இந்த 52

மலைகள்[1] மீதும் அமைக்கப்பட ஜைன தீர்த்தங்கரர் கோயில்கள் நான்கு திசைகளையும் நோக்கி அமைக்கப்பட்டன என்பது குறிப்பிடத்தக்கவை.

கிழக்கில் சௌதர்மேந்திரன், தெற்கில் சமரேந்திரன், மேற்கில் ஈசான இந்திரன், வடக்கில் மாகேந்திரனும் இம்மலைகளைப் பூசை செய்து வழிபடுவதாகவும் ஜைன இலக்கியங்கள் கூறுகின்றன.

ஆடி, கார்த்திகை, பங்குனி ஆகிய மாதங்களில் வரும் வளர்பிறை அட்டமி முதல் பௌர்ணமி முடிய எட்டு நாள்களில் தேவர்கள் இம்மலையில் உள்ள கோயில்களில் நோன்பு இருப்பதாக நம்பப்படுகிறது.

63 தீர்த்தங்கரர் உருவங்கள்

ஜைன சமய அற, ஆகம நெறிகளை வகுத்தும், காத்தும்,வளர்த்தும் சிறப்படையச் செய்பவர்களுள் 63 பேர்கள் மட்டும் சிறப்பாகக் கருதப்படுகின்றனர்.

அவர்கள் அருகதேவர் முதல் மகாவீரர் வரையிலான 24 தீர்த்தங்கரர்கள், சக்கரவர்த்திகள் பன்னிருவர்[2], வாஸீ தேவர்கள் ஒன்பதின்மர்[3], பிரதி வாசுதேவர்கள் ஒன்பதின் பதிமர்[4],பல தேவர்கள் ஒன்பதின்மர்[5], ஆகிய 63 பேர்களாவர்.

---

1 அஞ்சன மலை—4, ததிமுக மலைகள்—16, இதிகர மலைகள்—32

2 சக்கரவர்த்திகள் 12 பேர்கள்: 1. பரதன் 2.சகரன் 3.மகவான் 4. சனத்குமாரன் 5.சாந்திநாநர் 6. குந்துநாதர் 7. அரநாதர் 8. சுபௌமன், 9.பத்மநாபன் 10. அரிஷேனன் 11. ஜயசேனன் 12. பிரம்மதத்தன்.

3 வாசுதேவர்கள் 9 பேர்கள்: 1. திரிபிருஷ்டன் 2. த்விபிரஷ்டன் 3. ஸ்வயம்ப 4. புருஷோத்தமன் 5. நரசிம்மன் 6 புண்டரீகன் 7. தத்ததேவன் 8. இலட்சுமணன் 9. கிருஷ்ணன்.

4 பிரதி வாசுதேவர்கள் 9 பேர்கள்: 1. அசுவக்ரீவன் 2. தாகன் 3. மது 4. மதுசூதனன் 5. மதுக்கிரீடவன் 6. நிசும்பன் 7. பலீந்திரன் 8. இராவணன் 9. ஜராசந்தன்.

5 பல தேவர்கள் 9 பேர்கள்: 1.விஜயன் 2. அசலன் 3. தர்மப்பிரபன் 4. சுப்ரபன் 5. சுதர்சனன் 6. நந்திசேசன் 7. நந்தி மித்திரன் 8ய இராமச்சந்திரன் 9. பத்மன்.

இவர்கள் உயிர்கள் நன்மை பெற அறம்பல வகுத்து நல்வழி காட்டியவர்கள் என்பதால் 63 புண்ணியர்கள் (திரிசஷ்டி சலகா புருஷர்கள்) என்றும் ஜைனர்கள் கூறப்படுகின்றனர். இவர்கள் உருவ படிமத்தை வைத்தும் வழிபடுவது புண்ணியப் பேறாகக் கருதுகிறார்கள்.

72 தீர்த்தங்கரர் உருவங்கள்

ஜைன சமயத்ததை அருகதேவர் முதல் மகாவீரர் வரை–யிலான 24 தீர்த்தங்கரர்களுக்கு முன்பு காலங்களில் 24 தீர்த்தங்கரர்கள் தோன்றி அறம் பல வளர்த்தார்கள் என்றும், மகாவீரர் தீர்த்தங்கரருக்குப் பிறகு எதிர்வரும் காலங்களில் மேலும் 24 தீர்த்தங்கரர்கள் தோன்றிச் ஜைன சமயத்ததை வளர்க்க இருக்கிறார்கள் என்றும், ஆகக் கடந்த, நிகழ்கின்ற, வருகின்ற ஆகிய மூன்று காலத்திலும் உள்ள 72 தீர்த்தங்கரர்களை வணங்குகிறார்கள். இவர்கள் படிமங்களைப் பெரும் பாலான ஜைனக் கோயில்களில் காணமுடிகிறது. (72 ஜைன தீர்த்தங்கரர் பெயர்பட்டியல் தனித்து கூறப்பட்டுள்ளது)

80 தீர்த்தங்கரர் உருவங்கள்

ஐந்து மேரு மலைகளில் ஒவ்வொரு மலையிலும் 16 ஜைனக்கோயில்கள் வீதம் மொத்தம் 80 ஜைனக் கோயில்களைக் குறிக்கும். (இவற்றில் 80 தீர்த்தங்கரர்கள் எனவும் கொள்ளலாம்) இப்படிமம் எட்டு வரிசையில் வரிசைக்கு பத்து பத்தாக உருவங்களை அமைத்திருப்பர். இவ்வுருவ அமைப்பை மேல் சித்தாமூர் கோயில் தூண்களில் காண முடிகிறது.

458 தீர்த்தங்கரர் உருவங்கள்

மனிதர்கள் அமைக்காமல் தானே தோன்றியவை ஜைனக் கோயில்கள் 458 என ஜைன நூல்கள் கூறுகின்றன. இக்கோ–யில்கள் பற்றிக் கீழே காண்போம்.

1.	5 மகா மேருகளில், மலைக்குப் பதினாறு என	–80	கோயில்கள்
2.	வட்சார மலை, கஜதந்தபர்வதங்கள் மீது	–100	,,
3.	மானுசோத்திர மலையின் மீது	– 4	,,
4.	உத்தம போக பூமியில் சோலையில் உள்ள	– 10	,,
5.	விஜயார்த்த மலைகள் மீது	– 170	,,
6.	எட்டு திசைகளிலும் உள்ள குலபர்வதத்தின் மீது	–30	,,
7.	குண்டலவர த்வீபத்தில் உள்ள	– 4	,,
8.	ரூசகவர த்வீபத்தில் உள்ள	– 4	,,
9.	இட்சுவாகார மலையின் மீது	– 4	,,
10.	நந்தீசுவரத் த்வீபத்தில் உள்ள	– 52	,,
	மொத்தம்	458	,,

இந்த 458 ஜைனக் கோயில்களை அகிருத்திம ஜைனக் கோயில்கள் என்று ஜைன நூல்கள் குறிப்பிடுகின்றன.

1008 தீர்த்தங்கரர் உருவங்கள்

அருகதேவரின் 1008 குணங்களை நினைவுறுத்தும் உருவமாக இப்படிமம் கருதப்படுகிறது. 1008 உருவங்கள் அடிப்பகுதி சதுரமாகவும்– பிரமிடு அமைப்பில் பக்கத்திற்கு 252 உருவங்கள் வீதம் நான்கு பக்கம் உருவங்களை அமைத்திருப்பர்.

இந்த 1008 தீர்த்தங்கரர் உருவ அமைப்புக் கொண்ட படிமம் மேல்சித்தாமூர் ஜைனக் கோயிலில் வெண்கலத்தால் செய்யப்பட்டு வழிபாட்டிற்கு வைக்கப்பட்டுள்ளது. இதன் உச்சியில் முக்குடையும் காட்டப்பட்டுள்ளது. அது சகஸ்ர கூடம் என சிறப்புடன் குறிப்பிடப்படுகின்றது.

தீர்த்தங்கரர் உருவ அமைப்பு

இருபத்து நான்கு தீர்த்தங்கரர்கள் உருவ அமைப்பு எல்லாம் ஒன்றாகவே இருக்கும். ஆனால் இவர்களை அறிந்து கொள்ள அவர்களுக்குரிய இலாஞ்சனம் கொண்டு இந்த தீர்த்தங்கரர் என்று அறிந்து கொள்ள முடிகிறது. (தீர்த்தங்கரர் பட்டியலைக் காண்க) இலாஞ்சனத்ததைக் குறி என்றும் அடையாளம் என்றும் கூறுகின்றனர்.

மேலும் முதல் தீர்த்தங்கரர் அருக தேவருக்குத் தலையில் சுருள்முடிகள் காட்டப்பட்டிருக்கும். காளைச் சின்னம் இவருக்கு.

பார்சுவநாதர் தலைக்கு மேலே பாம்பு (நிழல் தருவது போலவும் என்று கூறப்படுகிறது) அமைக்கப்பட்டிருக்கும் பார்சுவநாதருக்குப் பாம்பே அடையாளச் சின்னம் ஆகும். (இலாஞ்சனம்)

மற்றைய தீர்த்தங்கரர் உருவங்களுக்கு இது போன்ற சிறப்பை அமைப்பதில்லை.

மூலவராகத் தீர்த்தங்கரரை அமைக்கும் போது எண்வகை சிறப்புகள் அமையுமாறு அமைக்கின்றனர். இதனை வடமொழியில் அஷ்டமகாபிராதி ஹார்யம் என்றும் கூறுகின்றனர். அவை,

1. இரத்தினமான சிங்காதனம் 2.வெண்சாமரம் 3.ஒளிவட்டம் (பிரபை பிரகா மண்டம் அல்லது மண்டம்) 4. முக்குடை 5. அசோகமரம் (மலர்ப்பந்தல் (அ) பூம்பிண்டி) 6 மலர் மழை 7. தேவதுந்ததுபி 8 திவ்யத்வனி என்பன எண்வகை சிறப்பான அமைப்புகளைச் சுருக்கமாகக் காண்போம்.

1. தீர்த்தங்கரர் இரத்தினமயமான சிங்காசனத்தில் இருப்பதாகவும், இச்சிங்காசனத்தை 3,5,7 எனச் சிங்கங்கள் தாங்குவது போலவும் அமைக்கப்பட்டிருக்கம்.

2. தேவர்கள் இறைவனின் மீதான பத்தியால் இரு

தேவர்கள் நின்று கவரி[1] வீசுவது போல அமைத்திருப்பர். தேவரைக் காட்டாமல் சாமரம் (கவரி) மட்டும் காட்டப்பட்டிருக்கும். இவர்களைச் சாமரதாரிகள் என்றும் கூறுகின்றனர்.

3. உயிர்கள் தீர்த்தங்கரருக்கு (இறைவனுக்கு) முன்பாகச் செல்லும் போது அவற்றின் முக்கால நிகழ்ச்சிகளும் இறைவனின் ஒளிவட்டத்தில் தெரியும் என்று கூறுகின்றனர்.

4. முக்குடை மூன்று அடுக்கு வட்டக் குடைகளைக் கொண்டது[2]. கீழிருந்து மேலாக அமைக்கப்பட் டிருக்கும் கீழே இருப்பது பெரியதாகவும், நடுவில் இருப்பது இதை விடச் சிறியதாகவும், மேலே இருப்பது நடுவில் இருப்பதைவிடச் சிறியதாகவும் உச்சியில் ஒரு நீர்க்குடம் (கலசம்) இருக்கும்.

5. அசோகமரம்

இதை வளைந்த கிளைகளைக் கொண்ட மரமாகக் காட்டி யிருப்பர். இலைகளையும், மலர்களையும், கிளைகளில் கிளி, புறா ஆகிய பறவைகளையும் காட்டியிருப்பர்.

6. தேவர்கள் இறைவனுக்குக் கற்பக மலர்களைச் சொரிவதாகவும் அதனை அடையாளமிட்டும் கூறுகின்றனர்.

7. இறைவனின் அறச்சிந்தனை (உபதேசம்) யைச் கேட்கும் தேவர்கள் மகிழ்ச்சி அடையும்போது துந்துபி எனும் இசைக்கருவியைக் கொண்டு இசைப்பர். இவ்விசைக் கருவியை அதிகமாகக் காட்டுவதில்லை. ஆனாலும் சில உருங்களில் தேவர்கள் ஊதுவது போலக் காட்டப்பட்டிருக்கும்.

8. இறைவனின் தொண்டை, உதடு, தாடை, கன்னம் முதலியன அசையாமல் இருக்கும் போது த்வ்யதொனி

---

1 கவரியை ஜைனர்கள் அனைத்து இன்பங்களுக்கான (சுக போகங்கள்) அடையாளக் குறியாகக் கருதுகின்றனர்.

2 முக்குடைக்கு– சந்திராதித்யம், சகலபாசனம், நித்திய விநோதம் என்று பெயர் கூறுவர்.

(ஒலி)

பிறப்பதாகச் ஜைன மகாபுராணம், ஆதிபுராணம் விளக்குகிறது. இவை 718 மொழிகளில் விளக்கப் படுவதாகவும், இத் த்வனியைக் கேட்பவருக்கு சொர்க்கம் கிடைக்கும் என்றும் நம்புகின்றனர். இந்த திவ்யத் தொனி(த்வனி)யைச் சரஸ்வதி என்ற பெண் தெய்வமாக வணங்குகின்றனர். சரஸ்வதியை ஜினவாணி என்றும் கூறுவர்.

தீர்த்தங்கரர் அமர்ந்திருக்கும் மண்டபத்தைச் சமவ சரண மண்டபம் என்பர். இறைவன் அமர்ந்த அறத்தினைப் போதிப்பதற்காகத் தேவேந்திரன் அமைத்துக் கொடுத்த மண்டபமே சமவபரண மண்டபம் என்பர். இம்மண்டபம் ஒப்பில்லா அழகையும், சிறப்பையும் கொண்டது என்றும் கருதுகின்றனர்.

பெண் தெய்வங்களின் உருவங்கள்

தீர்த்தங்கரர்களான இறைவர்கள் கேவல ஞானம் பெற்ற பிறகு அவர்களிடமிருந்து தோன்றிய திவ்யத்தொனியை, மனிதர்கள் புரிந்து கொண்டு பயன்படும் வகையில் கணதரர்கள் வாயிலாக அதனை நூலாக ஆக்கியவர்கள் ஆசார்யர்களே என்று கூறுப்படுகிறது.

திவ்யதொனி என்பது பெண் உருமாக அமைத்து அவரை ஜினவாணி என்றும் ஆகம ஸ்வரூபி எனவும் அழைத்தனர். இவரையே சரஸ்வதி[1] என்றும் அழைக்கின்றனர். ஜைன ஆகமங்களைச் "சுருதி" என்றும் கூறுவர். எனவே, சரஸ்வதி, ஸ்ருத தேவி எனவும் குறிப்பிடப்படுகிறார். மேலும் சரஸ்வதி "ஜின ஐச்வரையா" என்றும் அழைக்கப்படுவது குறிப்பிடத்தக்கது.

காலப்போக்கில் சரஸ்வதியே கலைகள் வளரக் காரணம் என்றும் கருதப்படுகிறது.

முதல் தீர்த்தங்கரர் ஆதிபகவன் என்பவரே முதன் முதலாக தம் பெண் மக்களுக்கு (பிரம்மி, சுந்தரி) எழுத்ததையும் <u>எண்களையும்</u> கற்றுக் கொடுத்தார் எனவும். இப்பெண்கள்

1 **சரஸ்– என்பது நீர் நிலைக்கு வழங்கும் பெயர்.**

மூலமாகவே ஆறு தொழில்கள் (விவசாயம், எழுத்து, கலைகள் (வித்தைகள்), வரைவு, சிற்பம், வாணிபம்) வளர்ந்தன என்று ஜைன புராணங்கள் கூறுகின்றன. இவை தொகுக்கப்பட்டு ஆகம நூல்களாக உள்ளன என்பது இங்கு குறிப்பிடத்தக்கது.

கலைகள் பிறகு 16 வகைகளாக வளர்ந்தன. இப்பதினாறு கலைகளையும் பெண் வடிவமாக அமைத்து, இவர்களை வித்யா தேவியர் என்றும், சோடசவித்யா என்றும் குறிப்பிடுகின்றனர்.

இவர்களுக்குத் தலைவி மகாசரஸ்வதி தேவி ஆகும். மகாசரஜ்வதியையும் 16 வித்யா தேவியர்களையும் இணைத்து "சமஸ்த வித்யா தேவியருடனான மகாசரஸ்வதி" என்ற படிமத்தை அமைத்துச் ஜைனர்கள் வணங்குகின்றனர்.

செஞ்சி, மேல்மலையனூர் வட்டப் பகுதி ஜைனக் கோ–யில்களில் சரஸ்வதி படிமம் வைத்து வழிபாடு செய்யப்படுகிறது. மேல்சித்தாமூர் பார்சுவநாதர் கோயிலில் உள்ள தூணில் வித்யா தேவியர் உருவச் சிற்பங்களைக் காண முடிகிறது.

சரஸ்வதியைக் கார்த்திகை மாதத்தில் வழிபடுகின்றனர். இவ்வழி பாட்டினைச் "சுருதி பஞ்சமி" அல்லது "ஞான பஞ் சமி" என்றும் கூறுகின்றனர்.[1]

பதினாறு வித்யா தேவியர்கள்

இவர்களைப் பற்றிய பட்டியலைக் காண்க:

1. ரோஹிணி

தாமரை மீது வீற்றிருக்கும் இவள், கலைகள் மூலம் ஆன்மாவுக்குப் பலத்தையும் இன்பத்தையும் கொடுப்பவளாகக் கருதப்படுகிறாள்.

2. பரஞ்ஞப்தி

குதிரை வாகனமுடைய இவள்,அறிவை எப்போதும் விழிப்போடு இருக்கச் செய்பவளாகக் கருதுகிறார்கள்.

1 கார்த்திகை மாதம் சுக்கில பஞ்சமியன்று வழிபடுவதால் இவ்வாறு அழைக்கப்பட்டது.

3. வஜ்ர ஸ்ருங்கலா

இவள் ஆடை ஏதும் இல்லாமல் வைரங்களால் ஆன சங்கிலிகளையே (மாலையணி) அணிந்திருப்பதால் இப்பெயர் உண்டாயிற்று என்பர்.

இவள் வைராக்கிய சிந்தனை, நல்ல ஒழுக்கங்களை அருளும் சக்தியுடையவள் என்பது குறிப்பிடத்தக்கது.

4. வஜ்ராங் குசா

இவள் வைரத்தார் ஆன அங்குசங்களைப்பெற்று பலன்களை அடக்கும் சக்தியையும், சிந்தனையையும் தருபவளாகவும் கூறப்படுகிறாள். மலர் வாகனத்தை உடையவள்.

5. அப்ராதிகாரா (அ) ஜம்புநாதா

இவள் மயில் வாகனத்தை உடையவள் என்றும் கருட வாகனம் உடையவள் என்றும் ஜைன நூல்கள் கூறுகின்றன.

6. புருஷதத்தா

இவள் மயில் வாகனத்தை உடையவள் என்றும் எருமை வாகனத்தை உடையவள் என்றும் கூறப்பட்டுள்ளது.

7. காளி

இவளுக்கு மான், தாமரை வாகனம் என்று கூறப்பட்டுள்ளது. விரைந்து இயங்கும் ஆற்றலை அளிக்கும் சக்தி தெய்வமாகக் கருதப்படுகிறாள்.

8. மகா காளி

மனிதனை வாகனமாகக் கொண்டுள்ளதாகக் கூறப்படும் இவள் வாழ்வில் உயிர்கள் வாழவும், கலைகளுக்கு விளக்கமாகவும் உள்ளவள் என்றும் கூறப்படுகிறது.

9. காந்தாரி

ஆமை வாகனத்தை உடையவள், ஆமை வடிவிலான ஆசனத்தில் இருந்து மந்திரம் உச்சரித்து வந்தால் பலன் அளிக்கும் சக்தியை இவள் அளிப்பதாகக் கூறுகின்றனர்.

10. கௌரி

இவள் முதலை வாகனத்தை உடையவள். நீர் குறித்த கலைகளைப்பற்றிய ஆற்றலைக் கொடுப்பவளாகக் கருதப்படுகிறாள்.

11. மகாஜ் வாலா

இவளை ஜ்வாலாமாலினி என்றும் கூறுவர். இவள் ஆண் காட்டுப்பன்றியை வாகனமாகப் பெற்று, வெற்றியைப் பெற உதவுபவளாகக் கருதுகின்றனர்.

12. மானவி

இவளை நீல சரஸ்வதி என்றும் கூறுவர். பன்றி இவளது வாகனம். செல்வத்தை உடையவள். யோக சாத்திரங்களைக் கொடுக்கும் தெய்வமாகக் கூறுகின்றனர்.

13. வைரோடி

இவள் சிங்க வாகனத்தை உடையவள். பாம்பு முத்திரையை உடையவள். யோக சாத்திரங்களைக் கொடுக்கும் தெய்வமாகக் கூறுகின்றனர்.

14. அச்யுப்தா

குதிரை வாகனத்தை உடைய இவள், உறுதி, செல்வம் தரும் தெய்வமாகக் கருதுகின்றனர்.

15. மானசி

இவள் பாம்பு வாகனத்தை உடையவள் என்றும் அன்ன வாகனத்தை உடையவள் என்றும் கூறுகின்றர்.

16. மகாமானசி

சிங்க வாகனத்தை உடையவள் என்றும் அன்ன வாகனத்தை உடையவள் என்றும் கலப்பையைக் கொண்டிருக்கும் தெய்வம் என்றும் கருதுகின்றனர்.

சாசன தேவதைகள் அல்லது இயட்சி தெய்வங்கள்

தீர்த்தங்கரர் கூறும் அறவழிகளை கணதரர்கள் ஆச்சார்யர்கள் மேற்கொண்டு பயணம் செய்யும்போது, அவ்வழியில் உண்டாகும் துன்பங்களைப் போக்கி நல்வழிக் காட்டி துணைநிற்கும் தேவதைகளே சாசன தேவதைகள் என்று கூறப்படுகிறது.

24 தீர்த்தங்கரர்கள் இவ்வுலகில் வாழ்ந்த காலத்தில் அவர்களுக்குத் தொண்டுகள் செய்து வந்தவர்கள் இயட்சன் இயட்சிகள் ஆவர். இவர்களை, தீர்த்தங்கரரின் வலப்பக்கம் இயட்சனும், இடப்பக்கம் இயட்சியரையும் அமைத்துள்ளனர் என்பது குறிப்பிடத்தக்கது.

இயட்சன், இயட்சியர் கணவன் மனைவி என்று போற்றப்படுகின்றனர். இவர்களுக்குரிய வாகனம், நிறம், வடிவம் பற்றி அறிய பட்டியலைக் காண்க.

இயட்சியரைப் பொதுவாக ஜைன நூல்கள் மங்கை, நாச்சி, சுந்தரி, இயக்கி, பகவதி, அம்பிகை, அம்மன் என்றும் கூறுகின்றனர்.

ஜைனர்கள் இயட்சியர்களைப் பெரிதும் வணங்குகின்றனர். இரட்டை மாவிளக்கு, தூபம், ஊறனவைத்த கடலை இவற்றை வைத்து வணங்குகின்றனர்.

இயட்சன், இயட்சியரை வணங்குவதால் நல்ல வாழ்க்கைத் துணை (ஆணுக்கு பெண்ணும், பெண்ணுக்கு ஆணும்) அறிவும் ஆற்றலும் உள்ள குழந்தைகள் வளமான வாழ்வும் பெறமுடியும் என்றும் நம்புகின்றனர்.

யட்சன் யட்சி வழிபாட்டின் முடிவில் கணவனை உடைய பெண்களுக்கு மஞ்சள், குங்குமம், முதிர்ந்த தேங்காய் முதலியன கொடுத்து மகிழ்கின்றனர்.

மேல்சித்தாமூர் பார்சுவநாதர் கோயிலின் அலங்கார மண்டபத்திலுள்ள தூண்களில் 24 இயட்சன், இயட்சியர் உருவங்கள் பொறித்த சிற்பங்களைக் காண முடிகிறது.

பரிவார தேவதைகளின் உருவங்கள்

துவார பாலகர்கள்

கோயிலின் மூலவர் அறைக்கு முன்பாக இருபக்கமும் துவார பாலர்கள் உருவம் இருக்கும். பெரும்பாலும் கற் சிலையாக இவர்களை அமைப்பர். இவர்கள் கோயிலுக்கு வருபவர்களை வரவேற்பதாகக் கருதப்படுகிறது. இவர்களை ஜெயன், விஜயன் என்றும் கூறுவர். ஆனால், ஜைன நூல்களில் சோமன், இயமன், வருணன், குபேரன் என்று பெயர்கள் குறிப்பிடப்பட்டுள்ளன.

பஞ்ச குமாரர்கள்

வாஸ்த குமாரர், பவணகுமாரர், மேககுமாரர், அக்னி குமாரர், அம்ருத குமாரர் என்ற ஐவரையே பஞ்ச குமாரர்கள் என்று கூறுவர். இவர்களைப் பொதுவாக கோயில் தனி உருவமாக அமைப்பது மிகவும் அபூர்வம். ஆனால், சில சமயம் தீர்த்தங்கரர் உருவம் அமைக்கும்போது அசோகமரத்தின் மீது (பூம்பிண்டி) இவர்கள் உருவங்ளை அமைப்பதுண்டு. அப்போது பவண குமாரரைத்தேர் அல்லது குதிரை மீதம், மேககுமாரரை யானை மீதும், அக்னி குமாரரை ஆட்டின் மீதும், அம்ருத குமாரரைப் பசுவின் மீதும், வாஸ்து குமாரரைத் தனியாகவும் அமைத்திருப்பர். இவர்களுக்குக் கோயிலிலும் வீட்டிலும் தினமும் பூசை செய்வர். இவர்கள் உலகத்தைத் தூய்மையாக வைத்திருக்கும் பணியில் இருப்பதாகவும் கூறப்படுகிறது.

ஆறு குலப்பெண்கள் வழிபாடு

ஆதிபகவன் உயிர்கள் வாழ ஆறுதொழில்களை உருவாக்கினார். இவை, பின்னர் விரிவடைந்து பல தொழில்களாக வளர்ச்சியடைந்தன. இந்த ஆறு மூலத்தொழில்களைச் செய்வோர் ஆறு குலங்களாகவும் இந்த குலங்களுக்கான தேவதைகளை ஆறு குலதேவியர் (தேவதைகள்) என்றும் கூறுவர்.[1] பொதுவாக இவர்களை மந்திரத்தாலேயே வழிபாடு செய்கின்றனர். இவ்வாறு தேவியரும் ஜின மாதாவுக்குப் பணிகளைச் செய்கின்றனர் என்றும் நம்பப்படுகிறது.

1 ஆறுகுலப் பெண்கள்: ஸ்ரீ, ஹரீ, த்ருதி, கீர்த்தி, புத்தி, இலட்சுமி ஆகியோர்

எட்டுத்திசை பாலர்கள்

இவர்கள் எட்டுத்திசைகளிலும் இருந்து உலகின் செயல்களைக் கண்காணித்து வருவதாகக் கருதப்படுகிறது. இவர்கள் லோகபாலகர் (உலகக் குமாரர்கள்) என்றும் அழைக்கப்படுகின்றனர.

இவர்கள்:

தெற்கில் – இயமன்
வடகிழக்கில் – ஈசானன்
தென் மேற்கில் – நைருதி
கிழக்கில் – இந்திரன்
மேற்கில் – வருணன்
தென்கிழக்கில் – அக்கினி
வடமேற்கில் – வாயு
வடக்கில் – குபேரன்
இருப்பதாகக் கருதப்படுகிறது.

மேலும் வானுலகைச் சோமன் என்பாரும் கீழ் உலகைத் தரணேந்திரன் என்பாரும் காப்பதாகக் கருதப்படுகிறது. எட்டுதிசைப் பாலகர்களைச் சேர்த்து இவர்கள் 10 பேரையும் (தசதிக் பாலகர்) பத்துதிசைப் பாலகர்கள் என்றும் அழைக்கின்றனர்.

எட்டு திக்கு தேவியர்கள்

பகவான் கர்ப்பம் முதல் பிறக்கும் வரை பகவானின் தாய்க்கு அனைத்து உதவிகளையும் செய்வர்கள் எட்டுத்திக்கு தேவியர்கள் ஆவார்கள். இவர்கள் குண்டலமலை தீவில் வாழ்வதாகவும் கூறப்படுகிறது.

இவர்கள், 1. சூலா 2. சூலாவதி 3. மாலநிகா 4. நவமாலிகா 5. திசிரா 6. புஷ்பசூலா 7. கனசித்ரா 8. கனகமாதேவி ஆகியோர்கள் ஆவார்கள்.

ஏழு கன்னியர்கள் உருவங்கள்

ஏழு கன்னியர்கள் வழிபாடு தொன்மையுடையதாகும். ஜைன சமயத்தில் ஏழு கன்னியர்கள் (சப்த மாதர்கள்) வழிபாடு உள்ளது. ஏழுகன்னியர்கள் பிராம்ஹி, மகேசுவரி, கௌமாரி, வைணவி, இந்திராணி (ஐந்திரிணி), வராகி, சாமுண்டி ஆகியோர்களாவர். இவர்களோ மகாலட்சுமியை இணைத்து எட்டு பெண்களாகவும் வழிபாடு செய்கின்றனர்.

மேலும், இவர்களைத் தவிர 24 இயட்சிகளில் சக்ரேசுவரி, ரோகிணி, பிரஞ்ஞப்தி, வச்சிர ஸ்ருங்கலா, காந்தாரி, பத்மாவதி, ஆம்ர கூஷ் மாண்டினி என்பவர்களை ஏழு பெண் தெய்வங்களாக வணங்குகின்றனர்.

நட்சத்திர தேவதைகள்

இவர்கள் பலகோடிகளாகக் குறிக்கப்படுகின்றனர். ஆனாலும் 27 பேர்களின் பெயர்களை வழிபாட்டில் வாழ்த்துகின்றனர். அசுவனி முதல் ரேவதி வரையிலான 27 பேர்கள் நட்சத்திர தேவதைகளாவர்.

இராசியாதிபதி தேவதைகள்

இவர்கள் 12 பேர்கள் ஆவர்.[1] மேல்சித்தாமூர் பார்சுவநாதர் கோயில் முன் மண்டபத்தூண்களில் இவர்கள் உருவங்கள் செதுக்கப்பட்டுள்ளன.

கணதரர்கள்

சமவ சரணத்தில் தீர்த்தங்கரர்கள் அறம் உரைப்பதை உயிர்கள் அறிந்து கொள்ள சௌதர் மேந்திரன் என்பவர் மூலம் கணதர பரமேட்டிகளைக்கெண்டு தீர்த்தங்கரரின் உரைகளை ஆகமங்களாக இயற்ற ஏற்பாடு செய்யப்பட்டது என்று ஜைனர்கள் நம்புகின்றனர்.

---

1 மேஷம், ரிஷபம்,மிதுனம், கடகம், சிம்மம், கன்னி, துலாம், விருச்சிகம், தனுசு, மகரம், கும்பம், மீனம்.

எனவே, தீர்த்தங்கரர்களின் அறவுரைகளை உயிர்களுக்கு விளங்கும் படியாகவும் விரிவாகவும் இயற்றிவைக்கும் கணதரர்களை ஆகம ஆச்சார்யர்கள் என்றும் ஜைனர்கள் கூறுகின்றனர். இக்கணதரர்களுக்குத் தலைமை வகிப்பவர் பிரதமகணதரர் என்றும் பெயர் வழங்கப்படுகிறது.

கணதரருக்குத் தனிவடிவமும் இலாஞ்சனமும் இல்லை. ஆயினும் கோயிலின் இறைவராக உள்ள தீர்த்தங்கரரின் அடிவத்தையே அக்கோயிலின் கணதரர் என்று வழங்கப் படுகிறது.

கணதரர் உருவம் அழகிய பீடத்தின் மேல் கால்களை மடித்து அர்த்த பத்மாசனத்தில் அமர்ந்த நிலையில் உள்ளவாறும். தலையில் சுருண்ட முடியும் இரண்டு கைகளில் வலதுகையில் சுவடியும் இடது கையில் உபதேச முத்திரையும் கொண்டவாறு அமைக்கப்படுகிறது. மேல்சித்தாமூர் பார்சுவநாதர் கோயிலில் கணதரருக்கான தனிக் கருவறை அமைக்கப்பட்டுள்ளது.

ஆகம நூல்கள்

தீர்த்தங்கரர்களின் திவ்யத்தொனியான அருளுரை கணதரர்களால் நூல்களாக ஆக்கப்பட்டவைகளே ஆகமங்கள் என்று கூறப்படுகிறது. இவை வாழ்வு, வாழ வேண்டிய முறை, வாழ்க்கை அறநெறி, வழிமுறைகளை விவரமாக எடுத்துக் கூறுகின்றன.

ஆகமங்களை 32 எனவும் அவற்றை இருபெரும் பிரிவுகளாகப் பகுத்துள்ளது. அவை அங்காகமம், பூர்வாகமம் எனப்படும்.

1. 12 அங்க ஆகமங்கள்

1. ஆசாராங்கம் 2. ஸூத்ரக் ருதாங்கம் 3. ஸ்தாநரங்கம் 4. ஸமவாயாங்கம் 5. வ்யாக்யாப்ரஜஞப்தி அங்கம் 6. ஞாத்ருதர்மக ஸகாததாங்கம் 7. உபாஸகாத்யயனம் 8. அந்தக்ருததஸாங்கம் 9. அனுத்தரோக பாதிக தஸாங்கம் 10. ப்ரஜ்த வ்யாகரணாங்கம், 11. விபாகஸூத்ராங்கம், 12. த்ருஷ்டி(ப்ர)வாதஅங்கம்

2. 5 ப்ரவாதம் ஆகமங்கள்

1. பரிகர்மம், 2. சூத்ரம், 3. ப்ரதமானுயோகம் 4. பூர்வசுதம் 5.சூலிகா

3. 5 வகை பர்கர்மம்

1. வியாக்யா பிரக்ஞுபதி 2. திவீபஸாகர பிரக்ஞுப்தி 3.ஜம்பூத்வீப பிரக்ஞுப்தி 4.சூர்யபிரக்ஞுப்தி 5.சந்த்ரபிஞுப்தி

4. 5 வகை சூலிகா ஆகமங்கள்

1. ஜலகதா 2. ஸ்தலகதா 3. மாயாகதா 4. ஆகாஸகதா 5. ரூபகதா

5. சூத்ரகதம்

6. ப்தமானு யோகம்

7. 14 பூர்வ ஆகமங்கள்

1. உத்பாத பூர்வம்
2. அக்ராயணிய பூர்வம்
3. விக்யானுவாத பூர்வம்
4. அஸ்தி நாஸ்திப்ரவாத பூர்வம்
5. ஞானப்ரவாத பூர்வம்
6. சத்யப்ரவாத பூர்வம்
7. ஆத்மப்ரவாத பூர்வம்
8. கர்மப்ரவாத பூர்வம்
9. ப்ரத்யா க்யாநபூர்வம்
10. வித்யானூவத பூர்வம்
11. கல்யானுவாத பூர்வம்
12. ப்ராணானுவாத பூர்வம்
13. க்ரியாவிஸால பூர்வம்
14. லோக பிந்துசார பூர்வம்

ஆகம நூல்களை வழிபடும் நாளை ஜைனர்கள் சுக்கல பஞ் சமி, ஞான பஞ்சமி, சுருத பஞ்சமி என்று குறிப்பிடுகின்றனர்.

ஆகமங்கள் தோன்றியதைச் ஜைனர்கள் மரமாக உருவகம் செய்து, இடது பக்கம் கிளைகளாக அங்க ஆகமத்தையும்

வலது பக்கம் கிளைகளாகப் பூர்வாகமத்தையும் குறிக்கும் படியான படிமத்தை அமைத்து வழிபடுகின்றனர். இந்த ஆகம உலோகப்படிமம் (சுருத ஸ்கந்தம்) இல்லாத கோயில்களே இப்பகுதியில் இல்லை எனலாம்.

இந்த ஆகம உலோமப்படிமத்தின் உச்சியில் பூர்ண கலசம் (ஆகமங்களின் முடிவாகவும், நிறைந்த நிலையையும் உணர்த்துவன என்பர்) அமைந்திருக்கும் இவற்றைப் பல்வேறு வகையில் அமைத்திருப்பர்.

மேல்சித்தாமூர் கோயிலில் பார்சுவநாதர் மூலவரின் உருவத்தின் பின்புறம் ஆகமப்படிமத்தை அமைத்து உள்ள ஆகமப் படிம உருவத்தைக் காணமுடிகிறது.

அறவாழி (தர்மச் சக்கரம்)

தீர்த்தங்கரர்களின் அருளுரை தொடர்ந்து நிகழ்ந்து கொண்டிருப்பதாகவும் அதன் நினைவாகச் சக்கர அமைப்பை உருவாக்கி இருக்கிறார்கள். இச்சக்கரம் 24 ஆரக்கால்களைக் கொண்டுள்ளது. இவ்வமைப்பு 24 தீர்த்தங்கரர்களாகக் கருத்துக் கொள்ளப்பட்டுவருகிறது. இச்சக்கரத்தின் மையத்தில் உள்ள அறுங்கோணங்கள் , ஆறு தொழில்களையும், ஆறு வகை உயிர்களையும் குறிப்பதாகக் கூறுகின்றனர்.

எனவே, அறவாழியை அறத்தின் வடிவமாகவும் இயட்சன், இயட்சிகளும் ஏந்தும் வீரத்தின் வடிவமாகவும் கூறுகின்றனர்.

பூதங்கள்[1] அறவாழியைத் தாங்கி நிற்பது போலவும் அமைக்கப்பட்டுள்ளது.

சர்வாண இயட்சன் தன் தலைக்குமேல் உள்ள பெரிய அறவாழியைத் தன் இருகைகளால் தாங்கிப் பிடித்துள்ளது போன்ற படிமத்தை மேல்சித்தாமூரில் காணமுடிகிறது.

கோயில்களில் பூசையின் போது பயன்படுத்தப்படும் மணியிலும், கோயிலின் முன் பகுதியிலும் சதுரமேடை அமைத்து அதன்மீது தூணை அமைத்து அதில் அறவாழியை அமைத்திருப்பதையும் காணமுடிகிறது.

---

1 பூத(ம்) என்பதற்கு மகிழ்ச்சி வளமை, செல்வம், இன்பம் என்று ஜைன நூல்கள் பொருள் கூறுகின்றன.

திரிசூலம்

நற்காட்சி, நல்ஞானம், நல்லொழுக்கம் ஆகிய மூன்றையும் நினைவுறுத்துவதாகத் திரிசூலம் அமைப்பை அமைத்திருப்பதாக அறியமுடிகிறது. சூலத்திற்கு மேல் சந்திர பிறையும், அதன் மேல் வட்டமான அமைப்பு இருக்கும். இவை வீடுபேற்றையும் ஞானம் பெற்ற ஆன்மாவையும் நினைவுறுத்துகின்றன எனத் தெரிகிறது.

நவக்கிரகங்கள் (ஜோதிஷ்க தேவர்கள்)

ஜைனக் கோயில்கள் தென்கிழக்கு திசையில் நவக்கிரக மேடை அமைக்கப்படுவது மரபாக உள்ளது. நவக்கிரக உருவங்களைக்[1] கல்லால் ஆன சிற்பங்களாகவே இப்பகுதியில் காணமுடிகிறது. இவர்கள் உருவ அமைப்பைக் கொண்டு இவர்கள் யார் என்பது அறியமுடிகிறது.

பிரம்ம தேவர்

ஜைன சமய நூல்கள் 7 கன்னியர்களோடு பிரம்மாவையும் இணைத்து வழிபட வேண்டும் என்று கூறுகிறது. செஞ்சி, மேல்மலையனூர் பகுதி ஜைனக் கோயில்களில் பிரம்மதேவர் உருவங்கள் கட்டாயமாக வைக்கப்பட்டுள்ளன. பிரம்ம தேவர் அழகையும், செல்வத்தையும் தரும் தெய்வமாகக் கூறப்படுகிறது.

இவர் ஐயன், ஐயனார், பிரம்மதேவன், பிரம்ம சாத்தான், சாத்தையா என்று பல பெயர்களால் குறிப்பிடப்படுகிறார். இவரது வாகனம் யானையாகும். பில்லி, சூன்யம், ஏவல் முதலான மந்திர தந்திர செய்கைகளிலிருந்து காப்பாற்ற பிரம்மதேவர் வழிபாடு அவசியம் என்று கருதுகின்றனர். இவருக்குப் புட்கலை, பூரணி என்ற இரு துணைவியரையும் இணைத்து வழிபாடு செய்கின்றனர்.

---

1 **சூரியன், சந்திரன், அங்காரகன், புதன், குரு, சுக்கிரன், சனி,இராகு, கேது ஆவார்.**

சேத்திர பாலகர்

இவரைச் சேத்திர பைரவர் என்றும் கூறுவர். இவர் ஊரின் நான்கு திக்கையும் காத்து வருவதாகவும் நம்புகின்றனர். 24 தீர்த்தங்கரருக்கும் (ஒருவருக்கு 4 பேர்) மொத்தம் 96 பைரவர்கள் பட்டியலைக் காண்க. போயில் பூசையின் போது பஞ்ச பைரவர் (விஜயபத்ர) வீரபத்ர, மணிபத்ர, பைரவ, அபராஜித்) களுக்கும் வழிபாடு செய்யப்படுகிறது. கோயிலின் வடகிழக்கில் மேற்கு (அ) தெற்கு நோக்கித தனி சந்நிதி அமைக்கப்பட்டிருக்கும்.

சக்ர வழிபாடு

ஜைனக் கோயில்களில் பலவகையான சக்ர (செப்புத்தகடு) உருவங்களைக் காண முடிகிறது. இவற்றில் சித்தர் சக்கரம் கணதரவளையம், இயட்சக்சக்கரம், ஸ்தாபன சக்கரம் என்ற சில முக்கிய சக்கரங்களைக் காண முடிகிறது. இவற்றிற்குச் சிறப்பான வழிபாடும் பூசையும் உண்டு. மேலும், சக்கர வடிவிற் இயட்சன் இயட்சியர்களும் வணங்கப்படுகின்றனர். கணதர வளையம் எனும் சக்கரம் ஜைனர்களால் அதிகமாக வணங்கப்படுகிறது.

சித்த லோகம்

ஒரு தகட்டில் நின்றவாறு அல்லது அமர்ந்தவாறாக உருவங்களைச் செதுக்கி அமைக்கப்பட்டிருப்பது சித்த பரமேட்டி வடிவம். இவர்கள் மோட்சம் என்ற புனிதத்தைப் பெற்றவர்கள். (மோட்சம்–சித்தம்)

எனவே, இவர்கள் உருவத் தகட்டைச் சித்த லோகம் என்று அழைக்கப்படுகிறது.

ஸ்வஸ்திக் சின்னத்தின் மீது பிறையோடு போன்ற அமைப்பு சித்த உலகத்தையும் அதன் மீது உள்ள புள்ளி அமைப்பு சித்த பரமேட்டிகளைச் குறிப்பதாகவும் அறியலாம்.

செஞ்சி, மேல்மலையனூர் வட்டங்களில் ஜைனர் தொண்டு

தமிழக வரலாற்றில் ஜைனர்களின் தொண்டு சிறப்பான இடத்தைப பெற்றுள்ளது.

ஜைனர்களின் இலக்கியங்களை, இலக்கணங்களை விட்டுத் தமிழ் வரலாற்றை அறிய இயலாது. அது போன்றே ஜைனர் வரலாற்றை நீக்கித் தமிழக வரலாற்றை உணர முடியாது. தமிழகத்தின் ஜைன சமயம் மலைக்குன்றில், பாறைகளில் தன் பதிவுகளை அமைத்துக் கொடுத்து ஏனைய சமய வளர்ச்சிக்கு வழிகாட்டியாகவும் இருந்துள்ளது.

செஞ்சி, மேல்மலையனூர் வட்டப் பகுதியில் கோயில் கட்ட டக்லை, சிற்பக்கலை, குடைவரை ஆகியவற்றின் மூலம் பொ.ஆ.மு.வுக்கு முன்பிருந்து வரலாற்றை ஜைனம் அமைதியாக அறிவித்துக்கொண்டிருக்கிறது.

இயற்கையாக அமைந்த மலைப் பகுதிகளில் அதனைக் கோயிலாக மாற்றி– குடைவரை அல்லது குகைக் கோயில் என்ற முறையைக் பொ.ஆ. 7 ஆம் நூற்றாண்டுக்கு முன்பிருந்து பல்லவர்களால் தோற்றுவிக்கப்பட்டதாக அறிகிறோம்.

செஞ்சி, மேல்மலையனூர் வட்டப் பகுதியில் உள்ள குடைவரை இடங்களான சிங்கவரம்[1], தளவானூர், மேலச்சேரி

1 சிங்கவரம் குடவரையில்– மாகிஷாமர்த்தினி உருவச்சிலை பல்லவர் காலத்து உள்ளது. ஜைனத்தில் உள்ள பெண் தெய்வ இயட்சி ஜ்வாலமாலானியை எருமை வாகனத்தை உடையவள் என்றும், கைகளில் வஜ்ரம் திரிசூலம், பாசம், வில் முதலிய ஆயுதங்களை உடையவள் என்றும் ஜைன இலக்கியம் பிரதிஷ்டா சாரோத்தரம் கூறுகிறது.

என்பன முக்கிய இடங்களாகத் திகழ்கின்றன. இவை சைவ, வைணவ இடங்களாக இருப்பது குறிப்பிடத்தக்கது.

பறையன்பட்டு, திருநாதர்குன்று, நெனனூர்பட்டி, தொண்டூர் கல்வெட்டுகள் பொ.ஆ.மு.வுக்கு முன்பு இப்பகுதியில் ஜைனம் பரவியிருந்ததையும், மேல்கூடலூர், ஊரணித்தாங்கல், அவலூர்ப்பேட்டை, பறையன்பட்டு, தொண்டூர், கஞ் சியூர் ஆகியப் மலைப் பகுதியில் உள்ள கற்படுக்கைகள், ஜைனத்துறவிகள் தங்கி இப்பகுதியில் ஜைன அறநெறிகளைப் பரப்பியதையும் அறிகிறோம்.

கோயில் கலை

இப்பகுதியில் ஜைனர் கோயிற்கலை புதுமையே. கோயில் அமைப்பும், விமானமுறையும் இன்னும் ஏனைய உறுப்புகளும் புதுமையானவை.

செஞ்சிப்பகுதியின் பெருமையைச் சேர்க்கும் ஒரு சிறந்த சான்றாக அமைவது ஜைன தெய்வங்களுக்கு அமைக்கப் பட்டுள்ள கோயில் அமைப்பே ஆகும்.

மேல்சித்தாமூர், வளத்தி, அகலூர் ஜைனக் கோயில்கள் ஜைன கோயில் கலைக்கு சிறந்த எடுத்துக்காட்டு. பல கோ-யில்கள் பொதுவான கூறுகளை பெற்றிருக்கவில்லை. அவை சாதாரணமாக அமைக்கப்பட்டுள்ளன.

ஜைனக் கோயில்கள் நீண்ட உயரமான மதிற் சுவருக்கு உள் அமைக்கப்பட்டிருக்கிறது.

ஜைனக் கோயிலின் நுழைவாயில் மீது அமைக்கப்பட்டி ருக்கும் இராசகோபுரம் 3,5,7 ஆகிய நிலைகளைக் கொண்டி ருக்கும். கோபுர உச்சியில் மூன்று அல்லது அதற்கு மேல் (ஒற்றையில்) கலசங்கள் அமைக்கப்பட்டிருக்கும். கோபுரம் நாசித்தலைகள், சாலை, பஞ்சரம், கூடு ஆகிய உறுப்புகளைக் கொண்டிருக்கும். கோபுரம் பொதுவாக செங்கல்லால் அமைக்கப்பட்டிருக்கிறது. கோபுரம் கிழக்கு நோக்கி அமைக் கப்பட்டுள்ளது.

இராசகோபுரத்தை ஒட்டி கோயிலைச் சுற்றிலும் அமைக்கப்பட்டுள்ள மதில் சுவரைப் பொன்னெயில் வட்டம் தூலிசாலம் என்ற பெயரோடு குறிப்பிடுகின்றனர். மதிற்சுவர் அடிப்பகுதி கருங்கல்லாலும், மேற்பகுதி செங்கற்களாலும் அமைக்கப்பட்டிருக்கிறது. வளத்தியில் உள்ள ஜைனக்கோயில் மதிற் சுவரில் தீர்த்தங்கரர் உருவங்கள் அமைக்கப்பட்டிருப்பது குறிப்பிடத்தக்கது.

வாயிலின் வழியாக உள்ளே சென்றால் கோயிலின் அறிவர் பேருரை மண்டபம் (மன்றம்), வட கிழக்கில் சேத்திர பாலகர் சிறு கருவறையும் அதற்கு அடுத்து சற்று உயரமான இடத்தில் பாண்டுக சிலை மணடபமும்[1] அதற்கடுத்து இயட்ச கோயிலும், சுற்றுப் பாதையின் மூலவரை நோக்கிப் பலி பீடமும், கொடிமரம், மானஸ்தம்பமும் அமைக்கப்பட்டிருக்கும்.

மானஸ்தம்பத்தைத் கடந்து கருவறைக்குச் செல்லும் போது முன் மண்டபமும், அதற்கு அடுத்து உள் மண்டபமும், அதற்கடுத்து மூலவர் அமைக்கப்பட்ட கருவறையும் காணப்படும்.

முன் மண்டபத்தை மகா மண்டபம் என்றும் கூறுவர். மகா மண்டபத்தின் இருபுறமும் துவாரபாலகர் உருவ சிற்பங்கள் அமைக்கப்பட்டிருக்கும். இம்மண்டபத்தின் மையப்பகுதியில் சிறு மேடை, இங்கு உற்சவ மூர்த்திகளும், அபிஷேக மூர்த்திகளின் உருவங்களும் வைக்கப்பட்டிருக்கும். இங்கு முக்குடை என்னும் 365 விளக்குககள் கொண்ட விளக்குச் சட்டங்கள் அமைக்கப்பட்டிருக்கும்.

உள்மண்டபத்தில் ஜைன தீர்த்தங்கரர் உருவ படிமங்கள், விளக்குகள், பூசை பாத்திரங்கள் வைக்கப்பட்டிருக்கும்.

---

1 பாண்டுக சிலை மண்டபம் என்றால் வெண்மையான கல்லாசனம் என்று பொருள். ஜென்மாபிடேகம் என்றும் கூறுவர். தீர்த்தங்கரர் (ஜீனபகவான்) பிறந்ததும் இங்கு அமர்த்தி, சௌதர் மந்திரனும், ஈசான இந்திரனம் ஆயிரம் குடம் பாற்கடல் நீரைக்கொண்டு நீராட்டுவர் என்பது நம்பிக்கை. இதன் நினைவாக அமைக்கப்பட்டதே பண்டுக சிலை மண்டபம்.

ஜைனக் கோயில் கலைக்குக் கருவறை மீதான கோபுரம் (அ) விமானம் சிறந்த அமைப்பை உடையது.

கருவறை சதுரம் அல்லது வட்டவடிவமாக அமைக்கப் பட்டிருக்கும். இதன் மீது ஒன்று அல்லது மூன்று மாடங்களை (தளம்)க் கொண்டு விமானம் அமைக்ககப்படுவது வழக்கமாக உள்ளது. இதன் உச்சியில் ஒரு கலசம் அமைக்கப்பட்டிக்கும்.

விமானம் கூடு, பஞ்சரம், கிரீவம்,சிகரம்,கலசம் ஆகிய உறுப்புகளை உடையதாக இருக்கும். கிரீவ கோட்டத்திலும் பஞ்சரம் மற்றும் சாலைகளில் தீர்த்தங்கரர், இயட்சன், இயட்சி உருவங்கள் வைக்கப்பட்டிருக்கும்.

மேலும் சிங்கம் அல்லது காளை ஆகிய உருவச் சிற்பங்களும் வைக்கப்பட்டிருக்கும். கலசம், சுதை அல்லது செம்பால் அமைக்கப்படுவதும் உண்டு.

ஜைனக் கோயிலின் அமைப்பை இங்கு காண்போம்.

1. இராஜ கோபுரம் 2. பலிபீடம் 3. மானஸ்தம்பம், 4. முன்மண்டபம் 5. துவாரபாலகர் 6. சங்கநிதி 7. பத்மநிதி 8. ஆகம நூல்கள் 9. உற்சவ மூர்த்திகள் 10. பிரம்மதேவர் 11. முக்குடைச்சட்டம் 12. அபிஷேகத்திருமேனி 13. இயட்சிகருவறை 14. உள்மண்டபம் 15. மூலவர் 16. பத்மாவதி 17. நவக்கிரனம் 18. சேத்திர பாலகர் 19. பாண்டுக சிலை மண்டபம் ஆகிய உறுப்புகளைக் கொண்டிருக்கும்.

பாறைச் சிற்பங்கள்

பாறைகளில் ஜைனத்தீர்த்தங்கரர் உருவங்களும், ஜைனத் தின் புனிதச்சின்னங்களும் செதுக்கப்பட்டு புதிய கலைப் பாணியாக வளர்க்கப்பட்டிருக்கிறது.

இத்தகைய பாறைச்சிற்பங்கள் திருநாதர் குன்று, மேல் கூடலூர், தொண்டூர், வளத்தி, ஆனத்தூர் ஆகிய ஊர்களில் ஜைனத்தீர்த்தங்கரர்களின் புடைப்புச்சிற்பங்களை அறிமுகப் படுத்தி உள்ளனர். தாயனூர், கள்ளப்புலியூர், ஊராணத்தாங்கல்

ஊர்ப்பாறைகளிலும் மலைக்குன்றிலும் ஜைன பாதங்களும், புனிதச்சின்னங்களும் செதுக்கப் பட்டுள்ளன.

மரக்கோணம், சீயப்பூண்டி ஆகிய ஊர்களில் தீர்த்தங்கரர் உருவச் சிலைகளைக் காணலாம். கோயில் தூண்களில் இயட்சன், இயட்சி தீர்த்தங்கரர் மற்றும் வேறு வேறு உருவங்கள் செதுக்கப்பட்டிருப்பது குறிப்பிடத்தக்கது. ஜைன சமய நூல்கள், தீர்த்தங்கரர், இயட்சன், இயட்சி ஆகியோரின் உருவ அமைப்பைப் பற்றிக் கூறுகிறன.

செஞ்சி, திருநாதர் குன்றில் 24 தீர்த்தங்கரர் உருவங்கள் இரண்டு வரிசையில் (12+12) உட்கார்ந்த நிலையில் செதுக்கப்பட்டிருப்பது செஞ்சிப்பகுதி ஜைனச் சிற்பக்கலைக்கு முக்கிய சான்றாக உள்ளது. இவ்வகை அமைப்பு முறை ''சதுர் விம்சதி'' என்று கூறப்படுகிறது. இவ்வமைப்பு முறை இப்பகுதி கலை வலவாற்றுக்குச் சிறப்பிடமாக அமைந்திருந்ததைக் காட்டுகிறது.

பாதங்கள் வழிபாடு

ஜைன மதத் துறவிகளின் தவத்தின் மேன்மையைக் கருதி மலைப்பகுதிகளில் அவர்களின் நினைவாகப் பாதங்கள் செதுக்கப்பட்டுள்ளன. இவற்றை ஜைனர்கள் ஒரு குறிப்பிட்ட விழாநாளில் வழிபடுகின்றனர். இவை ஜைனர்களின்திருவடி வணக்க முறைக்கு எடுத்துக்காட்டாக அமைந்துள்ளன. ஜைன இலக்கியங்கள், சிலப்பதிகாரம், சீவகசிந்தாமணி, திருக்குறள் ஆகிய நூல்களில் ஜைனத்துறவிகளின் திருவடிகளைச் சிறப்பித்துக் கூறியுள்ளன.

கள்ளப்புலியூர், தாயனூர் ஆகிய ஊரகளின் வயல் பகுதிகளில் உள்ள திருவடிகளைச் ஜைனர்கள் வழிபடுகின்றனர். ஊரணித் தாங்கல் ஜைனப்படுக்கைக்கருகில்நிர்மலசாகர் தமிழ்நாட்டுச் ஜைனர் இடங்களைப் பார்க்கும் பயணத்தின் போது அவரின் நினைவாகப் பாதங்கள் செதுக்கப்பட்டிருப்பது இங்குக் குறிப்பிடத்தக்கது.

செஞ்சி, மேல்மலையனூர் வட்டப் பகுதியில் உள்ள ஜைனர்கள் தெலுங்கு வருடப்பிறப்பன்று திண்டிவனம்

வட்டத்தில் உள்ள விழுக்கம் ஊரில் உள்ள குணசாகர் பாதங்களுக்குப் பூசை செய்து விழா எடுக்கின்றனர்.[1]

கோயிலும் மண்டபமும்

செஞ்சிப் பகுதியில் உள்ள ஜைனக்கோயில் அமைப்பைக் கொண்டு இவை பொ.ஆ. 9–10 ஆம் நூற்றாண்டு முதல் வரலாற்றை உணர்த்துவனவாக அமைந்துள்ளன.

மேல்மலையனூர் ஜைனக்கோயில் ஜைன கட்டடக்கலை, சிற்பக்கலைக்கும் எடுத்துக்காட்டாக அமைந்துள்ளது.

கோயில் மண்டபங்கள், கோயில் விமானம் முதலியன சோழர், பாண்டியர், விஜய நகர அரசர்கள் காலத்து வரலாற்றுக்குச் சான்றுகளாக அமைந்துள்ளன.

கோயில் மண்டபத்தூண்களில் உள்ள தீர்த்தங்கரர், இயட்சன், இயட்சி இன்னும் மற்றைய தெய்வங்களின் உருவங்கள் ஜைன சமயத்தின் வரலாற்றை உணர்த்துவனவாக உள்ளன. மேலும் ஜைனக் குறியீடுகள் ஜைன சமயத்தின் கொள்கையை உணரச்செய்கின்றன.

மடமும் ஓவியமும்

மேல்மலையனூர் வட்டம், தாயனூரில் ஜைன மடம் இருந்ததாகத் தெரிகிறது. அதற்கான சான்றுகள் தற்போது இல்லை.

மேல்சித்தாமூர் கோயிலுக்கு எதிரில் ஜைனமடம் இருக்கிறது. இம்மடம் பொ.ஆ. 16 ஆம் நூற்றாண்டின் தொடக்கத்தில் நிறுவப்பட்டதாகத் தெரிகிறது. இம்மடத்தை வீரசேனாச்சாரியார் என்பவர் நிறுனவியதாகத் தெரிகிறது. இப்பகுதி ஜைன மக்கள் இம்மடத்துத் துறவியராகவும் இருந்துள்ளனர்.

---

1 காண்க: விழப்பம் தரும் விழுக்கம் திருவடி அனந்தபுரம் கோ. கிருட்டினமூர்த்தி முக்குடை– நவம்பர் டிசம்பர் –1984

இம்மடத்தில் வீரசேனாச்சாரியார் மடத்தை நிறுவியவர் பற்றிய வரலாறு ஓவியமாக தீட்டப்பட்டுள்ளது. பெரும்பகுதி ஓவியங்கள் புதிய கட்டுமானத்தாலும், வெள்ளையடித்ததாலும் சிதைந்தும் மறைந்தும் அழிந்தும் உள்ளன.

இம்மடம் பல்லவர், சோழர், விஜயநகர அரசர் காலத்துக்கலைப் பாணியைக் கொண்டுள்ளது.

தற்போது செஞ்சி, மேல்மலையனூர் பகுதியில் உள்ள ஜைனர்களின் கோயிலைப் புதுப்பிக்கும் போது புதுமை–நவீன கருத்தில் கவனம் செலுத்துகின்றனர். கன்னலம், மேல்மலையனூர், சக்கராபுரம், ஏதா நெமிலி ஆகிய ஊர்களில் ஜைனக்கோயில்கள் புதிய அமைப்பில் பல மாற்றங்களோடு வளர்ந்து வருகிறது. இவை பழமையில் புதுமையைக் காணும் ஆர்வத்தோடு உருவாகி வருகின்றன.

இலக்கியங்கள்

செஞ்சி, மேல்மலையனூர் வட்டப் பகுதியில் ஜைனம் தொடர்பான இலக்கியங்களின் வளர்ச்சியின் அளவும் போக்கும் குறைவே. ஆனால், தற்கால ஜைன இலக்கிய வளர்ச்சிக்குச் செஞ்சிப்பகுதி ஜைனர்களின் பங்கும் பெரிதும் துணை புரிந்தது என்பது குறிப்பிடத்தக்கது.

‘திருநாதர் குன்று பதிகம்‘ என்ற நூல் திருநாதர் குன்றைப் பற்றியதும், அங்குள்ள ஜைனத் தீர்த்தங்கரர்களின் பெருமையைப் பற்றியதும் ஆகும் என்பது உணர முடிகிறது. ஆனால், அந்நூல் மறைந்துபோன இலக்கிய வரிசையில் குறிப்பிடத்தக்கதாக உள்ளது.

அனந்த விசயர் பாடிய நறுங்கொண்டை அப்பாண்டை நாதர் உலாவில் செஞ்சி, மேல்மலையனூர் வட்டப் பகுதி கோயில்கள் பற்றியும் குறிப்பிடப்பட்டுள்ளது.

‘சிற்றாமூர்பத்து’ சிற்றாமூர்த் தருமதேவி ஊசல் என்ற பாடல்கள் சிற்றாமூரில் உள்ள தருமத்தேவி இயட்சியைப் பற்றியும் புகழ்ந்து பாடப்பட்டவை. இவை சிற்றாமூர் பற்றியும் அறிந்துகொள்ள உதவுகின்றன.

தற்போது செஞ்சி மேல்மலையனூர் வட்டப் பகுதியில் உள்ளவர்கள் தங்களுக்குள் இலக்கிய நற்பணிமன்றங்களை அமைத்துக் கொண்டு ஜைனக்கொள்கையை வளர்த்து வருகிறார்கள்.

மேல்சித்தாமூர் மடம், ஜைன அறங்களை வளர்த்து வருவதோடு, ஜைன இலக்கியங்கள் தோன்றவும் வளரவும் உதவி வருகிறது. கல்வி, மருத்துவம், நிதி உதவி ஆகியவற்றின் மூலம் ஏனைய மக்களுக்கும் உதவிகளைச் செய்து வருகிறது.

பொருளாதாரம், நவீன வளர்ச்சி, கல்வி வளர்ச்சி ஆகியவற்றின் காரணமாக இப்பகுதி ஜைனர்கள் பெருநகரங்களை நோக்கிச்சென்று வாழ்விடத்தை அமைத்துக் கொள்கின்றனர். அதே சமயம் சிலர் வைராக்கிய உணர்வால் தங்கள் ஊரிலேயே இருந்து ஜைனத்திற்குத் தொண்டாற்றிக் கொண்டிருக்கும்போக்கு வியப்பைத் தருகிறது. பெரு நகரத்தை நோக்கிய குடிபெயர்ப்பால் இப்பகுதியில் உள்ள ஜைனக் கோயில்கள் பராமரிப்பின்றி உள்ளன என்பது குறிப்பிடத்தக்கதாகும். இப்பொழுது புத்தாக்கம் பெற்று வருகிறது.

சமயக்கொள்கை

செஞ்சி மேல்மலையனூர் வட்டப் பகுதியில் பொ.ஆ.மு.வுக்கு முன்பே ஜைனம் பரவியிருந்ததை அறிவதன் மூலம் இங்கு மனித வாழ்வுக்கான சிந்தனைகள் வளர்ந்துள்ளன என்பதை நாம் உணரலாம். இப்பகுதியில் உள்ள ஜைன கோயில்கள், இருப்பிடங்கள், ஜைன சான்றுகள் ஆகியவற்றின் மூலம் இப்பகுதியில் ஜைனம் பொ.ஆ.மு. வுக்கு முன்பிருந்தே ஜைன சமயக்கொள்கைகளின்பால் ஈர்க்கப்பட்டு, சமயம் வளர்ச்சி பெற்றிருந்ததை அறியலாம்.

இப்பகுதி ஜைனர்கள் சமயத்துவமான ஒன்பது பொருள்களின் மீது நம்பிக்கை உடையவர்களாக இருக்கிறார்கள்.[1] இந்நம்பிக்கையை வளர்த்தும் வருகிறார்கள். இதனால் இப்பகுதி மக்களின்பால் சமய தத்துவக் கருத்துக்கள் வளர்ந்து வருகின்றன என்பது குறிப்பிடத்தக்கது.

---

1 உயிர், உயிரல்லது, புண்ணியம், பாவம், ஊற்று, செறிப்பு, உதிர்ப்பு, கட்டு, வீடு என்பன இதனை நவபதார் த்தம் என்றும் கூறுவர்.

இப்பகுதி ஜைனர்களன்றி ஏனைய சமய மக்களின் சமயச் சடங்குகள், சமய விழாக்களைக் காணும்போது அவை ஜைன சமயத் தத்துவப்பொருள்களாகிய ஒன்பதின் அடிப்படையானவற்றின் மீதான தாக்கத்தை உணர்த்துகின்றன.

இப்பகுதி மக்கள் தங்கள் சமயத்தின் மீது பிடிப்பும் பற்றும் உடையவர்களாக இருந்திருக்க வேண்டும். காலமாற்றத்தால் மக்கள் பல சமய வளர்ச்சிக் காரணமாக இருந்திருக்கிறார்கள். ஆயினும், அவர்களின் தெய்வ வழிபாட்டில் ஜைன சமயத்தின் தாக்கம் அமைந்துள்ளதை அறியலாம்.

ஐயனார் வழிபாடு ஜைன சமயத்தின் முக்கிய வழிபாடு. இப்பகுதியில் ஐயனார் வழிபாடு இல்லாத ஊர்களே இல்லை. தற்போது ஐயனார் வழிபாடுகள் மாற்றங்களைக் கொண்டுள்ளது.

ஐயனார் கோயில் பகுதிகளில், அங்கு அமைக்கப்படும் துணைத் தெய்வங்களில் பல மாற்றங்கள் அடைந்துள்ளன. ஐயனார் வழிபாடு வேதங்களில் கூறப்படவில்லை.

ஜைன சமயம் வளர்ச்சி குன்றிய காலத்தில் இவ்வழிபாடு வேறு சமயத்தின் தாக்கத்தைக் கொண்டு வளர்ந்து வந்திருப்பதைக்கொண்டு அறியலாம்.

ஜைன சமயத்தின் இயட்சன், இயட்சி வழிபாடு இப்பகுதியில் புதிய வழிபாட்டு முறையைப் பல நூற்றாண்டுகளுக்கு முன்பே தோற்றுவித்திருப்பது அறிய முடிகிறது.[1]

அறநெறிகள்

ஜைனத் தொண்டின் தலையாயது மக்களிடம் அறநெறி களை வளர்த்ததே ஆகும். இல்லறம், துறவறம் என்று இரண்டாக வாழ்க்கையைப் பிரித்துக் கூறுகிறது. இவ்விரு பிரிவிலும் உள்ளவர்கள் கடைப்பிடிக்க வேண்டிய ஒழுக்க நெறிகளைத் தெளிவாக உணர்த்துகிறது.

---

1 காண்க: செஞ்சி – மேல்மலையனூர் ஜைனக்கோயில் அனந்தபுரம் கோ. கிருட்டினமூர்த்தி முக்குடை பிப்ரவரி, மார்ச்சு, ஏப்ரல் 1986

மக்கள் இல்லறத்தையும், துறவறத்தையும் மேற்கொண்டனர். இல்லறத்தைச் சாவக (சிராவக) தர்மம் என்றும், துறவறத்தை யதி தர்மம் என்றும் கூறப்படுகிறது.

பிறவியை நீக்கி வீடுபேறு அடைவதற்கு உலகத்தை (உலக இன்பத்தை)த் துறப்பது துறவறம் என்கிறது. துறவிகள் 28 ஒழுக்கங்களைக் கடைப்பிடிக்க வேண்டுமென்று வலியுறுத்து கிறது. இதனை மூலக்குணம் என்று கூறுகிறது.

மாவிரதங்கள்	– 5
சமிதி	– 5
ஐம்பொறி அடக்கம்	– 5
ஆவஸ்யகம்	– 6
லோசம்	– 1
திகம்பரம்	– 1
நீராடாமை	– 1
பல் தேய்க்காமை	– 1
தரையிற் படுத்தல்	– 1
நின்று உண்ணல்	– 1
ஒரே வேளை உண்ணல்	– 1

இத்தகைய ஒழுக்கங்களைக் கடுமையாகக் கடைப் பிடிப்பதன் மூலம் மானிடப்பிறவிகள் வீடுபேறு அடைய முடியும் என்று வலியுறுத்துவதே ஜைனத்தின் சிறப்பாகக் கருதப்படுகிறது. இத்தகைய கடுமையான துறவறத்தை மேற்கொண்ட துறவிகளைப் பற்றிச் செஞ்சி மேல்மலையனூர் வட்டப்பகுதியில் காணப்படும் கல்வெட்டுகள் மூலம் அறிய முடிகிறது.

மேலும், மேல்மலையனூர் வட்ட ஜைனர்கள் தற்போது துறவறம் மேற்கொண்டு ஜைன அறநெறிகளை காத்து வருகின்றனர் என்பது குறிப்பிடத்தக்கது. இத்தகைய தொண்டில் அகலூர், கள்ளப்புலியூர் துறவிகளைக் கொடுத்துப் பெருமை அடைகிறது.

இல்லறத்தாருக்கும் ஜைனம் பத்து முக்கிய ஒழுக்கங்களைக் கூறுகிறது.

அவை,

கொல்லாமை
பொய்யாமை
கள்ளாமை
பிறன்மனை விரும்பாமை
பொருள் வரைதல்
கள் உண்ணாமை
ஊன் உண்ணாமை
தேன் உண்ணாமை
இரவு உண்ணாமை
ஆசாரியர், பெரியோர், சான்றோரை வணங்குதல்

இவற்றின் முதல் ஐந்து 'அணு விரதம்' என்று கூறப்படுகிறது. இவைகளை இப்பகுதி ஜைனர்கள் தவறாது கடைப்பிடித்து வருகிறார்கள் என்பது குறிப்பிடத்தக்கது.

இன்றைய பொருளாதாரம், கல்வி, வேலைவாய்ப்புகள் முதலியன இவர்களைப் பாதிக்கிறது எனினும் இல்லற ஒழுக்கங்களுக்கு மாறுபட்டு வாழ விருப்பமின்றி உள்ளனர்.

செஞ்சி, மேல்மலையனூர் வட்டங்களில் ஜைனப் பகுதிகள்

செஞ்சி வட்டத்தில் பெரும்பாலான ஊர்களில் ஜைனர் குடியிருப்பு இல்லையென்றாலும் ஜைனத்தொடர்பு இருந்தது என்பது அறிய முடிகிறது.

சில ஊர்களில் ஜைனர் குடியிருப்பு இருக்கிறது. ஆனால் ஜைனத்தொடர்புடைய கோயில்கள் இல்லை. சிண்டிப்பட்டு, பொன்னகர், வடதரம் ஆகிய ஊர்களில் ஜைனர் குடியிருப்பு இருந்தும் கோயில் முதலான சான்றுகள் இல்லாமல் காணப்படுகின்றன.

மறக்கோணம், கஞ்சியூர் ஆகிய ஊர்களும் ஜைனச் சான்றுகள் உள்ளன. குடியிருப்பு ஏதுமில்லை என்பது குறிப்பிடத்தக்கது.

செஞ்சி வட்டத்திற்கு அருகில் திண்டிவனம், விழுப்புரம், திருக்கோயிலூர், திருவண்ணாமலை, வந்தவாசி ஆகிய வட்டங்களின் எல்லைப்பகுதியில் ஊர்கள் பல ஜைனத் தொடர்புடையன என்பது உணரமுடிகிறது.

மேல்மலையனூர் வட்டம் அவலூர்ப்பேட்டைக்குச் சுமார் 10 கி.மீ. தொலைவில் வழுதலங்குணம் (திருவண்ணாமலை வட்டம்) என்னும் ஊர் உள்ளது. இவ்வூர் மலைப் பகுதியில் கற்படுக்கைகளும் கல்வெட்டும், தீர்த்தங்கரர் புடைப்புச்சிற்பமும் உள்ளன.[1] மலையின் முகப்பில் உள்ள

---

1 காண்க: வழுதலங்குணம் ஜைனப் கற்படுக்கைகள், அனந்தபுரம் கோ. கிருட்டினமூர்த்தி – முக்குடை ஜூன் – 85.

புடைப்புச் சிற்பம் ஆதிநாதர் உருவம் என்று உணரப்படுகிறது. இவ்வுருவத்தின் கீழ் உள்ள கல்வெட்டு,

'மெந்தாரையூரில் விருக்கு(ம்) பள்ளி
கண்ட மருதுபிரசுரை தெவர்ரை கல்
விட்டு கா(க்)க காரையிட்டு புதுகிநெந்'

என்று கூறுகிறது. இக்கல்வெட்டின் மூலம் இங்குள்ள சிற்பம் அழிந்துபோகாமல் இருக்க காரைப் பூசி பாதுகாக்க ஏற்பாடு செய்யப்பட்டது அறியமுடிகிறது. இக்கல்வெட்டின் அமைப்பைக்கொண்டு இப்பகுதியில் பொ.ஆ.8–9–ஆம் நூற்றாண்டு முன்பிருந்து ஜைனம் நிலவியிருந்ததை அறியலாம்.

செஞ்சிக்குத் தெற்கே (சுமார் 20 கி.மீ.) விழுப்புரம் வட்டம் மாத்தூர் திருக்கை மலையில் ஜைனச் சான்றுகள் உள்ளன. ஆனால் இப்பகுதியில் ஜைனர் குடியிருப்பு இல்லை.

கிழக்கில் திண்டிவனம் உள்ளது. ஜைனர் குடியிருப்புக்குச் சான்றுகள் உள்ளன.

இங்கு பொ.ஆ. 12ஆம் நூற்றாண்டுக்கு முன்பு வரையிலான ஜைனச் சான்றுகளைக் காணலாம். செஞ்சி–திண்டிவனம் நெடுஞ் சாலையின் (திண்டிவனம் வட்டம்) விழுக்கம்,இளங்காடு ஊர்கள் அமைந்துள்ளன. இங்கு ஆதிநாதருக்குக் கோயில் உள்ளது. குடியிருப்பும் உள்ளன.

செஞ்சிப்பகுதியில் வாழும் ஜைனர்கள் தெலுங்கு வருடப்பிறப்பன்று, இவ்வூரில் நடைபெறும் விழாவில் பெரும் அளவில் கலந்துகொள்கின்றார்கள். இவ்விழாவின்போது ஊருக்கு வடக்கே உள்ள குளத்துக்கரையில் உள்ள குணசாகர் பாதத்திற்குச் சிறப்பான பூசையும் வழிபாடும் செய்கின்றனர்.[1]

செஞ்சிக்கு வடக்கில் விடால், சீயமங்கலம் ஜைன சான்றுக்கு முக்கிய இடமாக அமைந்துள்ளன.

வெடால் (வேடல்) மலையில் பல்லவர், சோழர் காலத்தைச் சேர்ந்த கல்வெட்டுகள் உள்ளன.

---

1 அனந்தபுரம் கோ. கிருட்டிணமூர்த்தி – விழுப்பம் தரும் விழுக்கம் – திருவடி – முக்குடை – நவம்பர் – டிசம்பர் 1984

இங்கு பெண்களுக்கான பள்ளி இருந்ததை இக்கல் வெட்டுகளின் மூலம் அறியலாம். இப்பள்ளி முதலாம் ஆதித்தன் காலத்திலேயே (பொ.ஆ. 885–ல்) இருந்தது என்பது அறிய முடிகிறது. கனகவீர குரத்தியாரும் அவரைப் பின்பற்றிய 500 பெண் மாணாக்கியரும் மற்றொரு பிரிவில் பெண் மாணாக்கியரும் இருந்ததையும், இவ்விரு பிரிவினருக்கும் பிணக்குகள் ஏற்பட்டதையும் அறிய உதவும் கல்வெட்டும் காணப்படுகிறது. எனவே, இங்கு, பொ.ஆ. 8–ஆம் நூற்றாண்டுக்கு முன்பே இங்கு ஜைனர் இருந்ததை உணர முடிகிறது.

அடுத்து, சீயமங்கலம், பல்லவ மன்னன் மகேந்திரவர்மனின் குடைவரை இங்குள்ளது. மேலும், இங்கு ஜைனப் பள்ளி இருந்துள்ளது. ஜைன தீர்த்தங்கரர் உருவங்கள் செதுக்கப்பட்டுள்ளன.

மேல்மலையனூர் வட்டத்தை சூழ்ந்துள்ள பகுதிகளில் ஜைனத்தின் தாக்கமும், பாதிப்பும் ஏற்படுத்தியுள்ளது. இதன் காரணமாக ஓர் உறவும், தொடர்பும் நிலைத்துள்ளன.

இப்பகுதி ஜைனர்கள், அனைத்துப்பகுதி மக்களோடும் இணைந்து வாழ்வது ஜைனர்களின் மேன்மைக்கு மேலும் உதவியாய் உள்ளது.

ஜைனச் சான்றுகளுள்ள முக்கிய ஊர்கள்[1]

செஞ்சி வட்டம்

1. மேல் சித்தாமூர்
(தமிழ்நாட்டில் ஜைன சமயத்தின் தலைமையிடம்)
2. செஞ்சி சக்கராபுரம்
3. செஞ்சி கிருஷ்ணாபுரம்
4. திருநாதர் குன்று
5. தொண்டூர்
6. அகலூர்
7. கள்ளப்புலியூர்
8. வீரணாமூர்
9. மேல் அத்திப்பாக்கம்
10. ஏதாநெமிலி
11. நெகனூர்பட்டி
12. ஆனத்தூர்
13. பெரும்புகை
14. ஊரணித்தாங்கல்
15. மேல்கூடலூர்
16. தளவானூர்
17. கீழ் வைலாமூர்

---

1 இவ்வூர்ப் பெயர்களில் பல ஜைன இடங்களாகத் தற்போது இல்லை. ஆயினும் சில சான்றுகளைக்கொண்டு தொடர்புடையதாக அறியப்பட்டுள்ளது. ஜைன வரலாற்றுச் சான்றுகளுக்குத் துணைநிற்பதாலும் இங்கு ஊர்ப்பெயர்கள் சேர்த்துக் கொள்ளப்பட்டுள்ளன.

18. கஞ்கியூர்

19. வரிக்கல்

20. சோமசமுத்திரம்

21. சோழங்குணம்

22. கன்னிமார் குன்று

மேல் மலையனூர் வட்டம்

1. தொரப்பாடி
2. சீயப்புண்டி
3. தாயனூர்
4. மேல்மலையனூர்
5. வளத்தி
6. எய்யில்
7. அவலூர்பேட்டை
8. பறையன்பட்டு
9. அண்ணமங்கலம்
10. கன்னலம்
11. மறக்கோணம்

செஞ்சி வட்ட ஊர்கள்

மேல் சித்தாமூர்

செஞ்சி திண்டிவனம் பேருந்து சாலையில் வல்லத்திற்கு வடக்கே சுமார் 2 கி.மீ. தொலைவில் மேல்சித்தாமூர் உள்ளது.

இவ்வூர் ஜைன மதத்தின் (சமயம்) தலைமை இடமாகத் திகழ்கிறது. இங்கு மலைநாதர் கோயில், பார்சுவநாதர் கோயில் என இரு கோயில்கள் உள்ளன.

மலைநாதர் கோயில், மல்லிநாதர் கோயில் எனவும் வழங்கப்படுகிறது.

செஞ்சி வட்ட வரைபடம்

பல்லவர் ஆட்சியின்போது தொண்டை மண்டலத்திலும் சோழர் ஆட்சியின்போது ஜெயங்கொண்ட சோழமண்டலத்திலும் இவ்வூர் அடங்கியிருந்தது. மேலும் சம்புவராயர், பாண்டியர், விஜயநகர அரசர்கள் ஆட்சியின்போது பல வரலாற்றுச் சிறப்புகளைப் பெற்றதை கோயில் கல்வெட்டுகளைக் கொண்டு அறியலாம்.

மலைநாதர் கோயில் பொ.ஆ. 9–ஆம் நூற்றாண்டு முதலும் பார்சுவநாதர் கோயில் பொ.ஆ. 16–ஆம் நூற்றாண்டு முதலும் இருந்துள்ளதை இக்கோயில் கல்வெட்டுகளால் அறியலாம்.[1]

மலைநாதர் கோயில் வடக்கு நோக்கி அமைக்கப்பட்டுள்ளது. இக்கோயில் கருவறை, முக மண்டபமும் அதற்கு அடுத்து மேற்கில் ஒரு மண்டபமும் கொண்டுள்ளது.

கருவறை பகுதியில் இருந்த பாறையின் முன்புறம், பாகுபலி, பார்சுவநாதர், ஆதிநாதர், நேமிநாதர், தருமதேவி ஆகிய தீர்த்தங்கரர் உருவங்கள் செதுக்கப்பட்டுள்ளன.

பாறையின் பின்பகுதியை வெட்டிச் சரிசெய்து சுவர் எழுப்பப்பட்டிருக்கின்றது இக்கோயில் மண்டபத் தூண்களில் வைணவ மதத்தைச் சார்ந்த அனுமன், நாமக்குறி உட்படப் பல சின்னங்கள் செதுக்கப்பட்டிருப்பது குறிப்பிடத்தக்கது.

பார்சுவநாதர் கோயில் கருவறை, அர்த்தமண்டபம், முக மண்டபம், மகாமண்டபம் தருமதேவிக்கான தனி கருவறை ஆகியவை கொண்ட அமைப்புடன் திகழ்கிறது.

இக்கோயிலுக்கு வடக்கில் நந்தவனம் உள்ளது. கிழக்கில் பிரம்மதேவர், கணதரர்.[2] சரசுவதி, பத்மாவதி, சுவால மாலினி ஆகியோருக்குத் தனிக்கருவறை அமைக்கப்பட்டுள்ளன. கருவறைக்கு முன்புள்ள மண்டப விதானத்தில் ஓவியம் தீட்டப்பட்டுள்ளது. இங்குள்ள தூண்களில் விஷ்ணு அவதார உருவங்கள், (இராமன், கண்ணன் ஆகிய உருவங்கள்) செதுக்கப்பட்டுள்ளன.

---

1 கோயில் சிற்பங்கள், சிலைகள் முந்தைய ஆண்டுகள் பற்றிய அறிய முடிகிறது.

2 கணதரர் – தீர்த்தங்கரர்களின் ஒலி வடிவில் உள்ள கருத்தை மக்களுக்கு விளங்கும்படி உரைப்பவர்கள் (மொழிபெயர்ப்பாளர் போல)

பார்சுவநாதர்

மேல்சித்தாமூர் பார்சுவநாதர் கோயில்

ஒரு தூணில் இருவாய்ப் பறவை உள்ள கொடியை[1] – வீரன் ஒருவன் எடுத்துச்செல்வது வியப்பாக இருக்கிறது.

இந்த இருவாய்ப் பறவை தன் வாயில் இரண்டு யானைகளையும், தன் காலில் இரண்டு யானைகளையும் தூக்கிச்செல்வது போலச் செதுக்கப்பட்டுள்ளது.

இக்கோயிலுக்குக் கிழக்கில் நேமிநாதர் கோயிலும் (கருவறை) அடுத்துச் சித்ரகூட மண்டபமும் உள்ளது. அடுத்து மகாவீரர் தீர்த்தங்கரருக்கான கருவறை, அலங்கார மண்டபமும் உள்ளன.

இக்கோயிலுக்கு மானஸ்தம்பம், பலிபீடம், கொடிமரம் ஆகியவை உள்ளன.

பார்சுவநாதர் கருவறையும் மண்டபமும் உயரமான அமைப்பைக் கொண்டுள்ளது.

பார்சுவநாதர் கோயில் கோபுரம் 7 அடுக்கு மாடங்களைக் கொண்டுள்ளது. கோபுரத்தின் கோட்டங்களில் தீர்த்தங்கரர் உருவமும், இயட்சி உருவங்களும் அமைக்கப்பட்டுள்ளன. கோபுரத்தின் உச்சியில் 7 கலசங்களையும் காணலாம்.[2]

கோபுரத்திற்கு வடக்கே தேர் அமைப்புடன்கூடிய (தேர் வடிவ) மண்டபத்தைக் காணலாம். அடித்தளத்துடன் கூடிய மாடம் போன்ற அமைப்புடன் இம்மண்டபம் கட்டப் பட்டுள்ளது.

இம்மண்டபம் தனிச்சிறந்த அமைப்பைக்கொண்டு திகழ் கிறது. இம்மண்டபத்தின் மேற்பகுதி எண்கோண வடிவமுள்ள சிகரத்துடனும் அதன்மீது கலசமும் அமைக்கப்பட்டிருப்பது தனிச்சிறப்பானது.

மேல்சித்தாமூர் மலைநாதர் கோயிலில் கோமதீசுவர், பார்சுவநாதர், ஆதிநாதர், நேமிநாதர், தருமதேவி ஆகிய ஜைன தெய்வங்களின் சிற்பங்கள் உள்ளன. இவை பாறைச்சிற்ப வகையினதாக அமைந்துள்ளன.

1 கொடி உயரம் 115 செ.மீ.
கொடி துணி 24 செ.மீ. நீளம்

2 பொ.ஆ. 1865– ஆம் ஆண்டில் அபிநவ ஆதிசேன பட்டாரகரால் மக்கள் உதவியோடு கட்டப்பெற்றது. சித்தாமூர் வரலாறு. ஏ. ஏகாம்பரநாதன் பக். 22

நேமிநாதர் தியான கோலத்துடன் கம்பீரமாக அமைதியான முகத்தோற்றத்துடன் அமைக்கப்பட்டுள்ளார். சிற்ப நுட்பங் களுக்கு எடுத்துக்காட்டாக நேமிநாதர் உருவம் திகழ்கிறது. இடபுறமுள்ள தர்மதேவியின் சிற்பம் திரிபங்க நிலையில் அமைக்கப்பட்டிருப்பது அழகானது.

மேலும் ஆதிநாதர், பார்சுவநாதர், பாகுபலி, சங்கநிதி, பத்மநிதி ஆகியோரின் உருவச்சிற்பங்கள் அழகாகவும் தொன் மையடையதாகவும் இருக்கின்றன.

அடுத்து, பார்சுவநாதர் கோயிலும் அழகான சிற்பங்களைக் காணலாம்.

மூலவராகத் திகழும் பார்சுவநாதர் அமர்ந்த நிலையில் பரந்த உடலமைப்பு அமைதியான கருணைத்தோற்றமுடைய முகம் (தெற்கில் நின்று பார்த்தால் நகைப்பு புன்சிரிப்பு, வடக்கிலிருந்து பார்த்தால் மௌனம், அமைதி நேராகப் பார்த்தால் தவநிலையில் இருப்பது போலக் காணலாம்.)

சுருள்முடி, நீண்ட காது, கூரிய மூக்கு, தலைக்குமேல் ஐந்து தலை நாகம் நிழல் தரவும், அதற்குமேல் முக்குடையும், சுற்றியும் ஒளிதரும் பிரபையும் பிரபையின் உச்சியில் சிங்க உருவமும் அமைக்கப்பட்டிருப்பது நேர்த்தியானது.

எதிரில் மற்றொரு பார்சுவநாத உருவம் சிற்பம் உள்ளது. அன்றாட பூசையும் ஆராதனையும் இச்சிலைக்கு மட்டுமே. மேலும் இங்கு நேமிநாதர் தருமதேவி, பாகுபலி ஆகியோர் உருவமும் அமைக்கப்பட்டுள்ளன.

இவை, தவிர பல தெய்வங்களின் உருவமும் இயட்சன் இயட்சி, மேரு, நந்தீசுவரம், திரிகால தீர்த்தங்கரர்கள் (72 ஜைன பிம்பங்கள்) ஸ்ருத ஸ்கந்தம் முதலான செப்பு உருவங்கள் வைக்கப்பட்டுள்ளன. இக்கோயில் மூலவருக்கு தினமும் வழிபாடும் பூசையும் ஆராதனையும் நடைபெறுகின்றன. இக்கோயிலுக்கு ஆண்டுதோறும் சித்திரை மாதத்தில் பிரம்மோற்சவம் எனும் பெருவிழாவைப் பத்து நாள்களுக்கு நடத்துகின்றனர். இவ்விழாவின்போது பல ஆயிரம் ஜைன மக்களோடு ஏனைய மக்களும் கலந்து கொள்கிறார்கள்.

இக்கோயிலில் சோழர், பாண்டியர், விஜயநகர அரசர்களின் கல்வெட்டுகள் பல வரலாற்றுச் சான்றுகளை உணர்த்துகின்றன. இவை பொ.ஆ. 10ஆம் நூற்றாண்டிலிருந்து அண்மைக்காலம் வரையிலான செய்திகளை அறியச் செய்கின்றன.

சோழர் காலத்தில் ஜெயங்கொண்ட சோழமண்டலத்துப் பல்குன்றக் கோட்டத்து சிங்கபுர நாட்டு சிங்கபுரம், சிம்மபுரம், சிங்கபுரி எனவும் இவ்வூர் வழங்கப்பட்டது.

மேலும் இக்கோயிலைப் பற்றியும். இக்கோயில் தீர்த்தங் கரர், இயட்சன், இயட்சியைப் பற்றியும் ஜைன இலக்கியங்கள் மூலம் அறிந்துகொள்ள முடிகிறது.

அப்பாண்டை நாதர் உலா, தோத்திரத் திரட்டு, (சிற்றாமூர் பத்தும் சித்தாமூர் தரும்தேவி ஊஞ்சலும்) கலியாண வாழ்த்து ஆகிய நூல்கள் குறிப்பிடத் தகுந்தவை.

இவை தவிர இக்கோயிலில் ஓலைச்சுவடிகள் வைத்துப் பாதுகாக்கப்பட்டு வருகின்றன.

கோயிலுக்குத் தெற்கில் இக்கோயிலுக்கு உரிய மடம் ஒன்று உள்ளது. சோழர்காலத்தில் கல்வெட்டு கூறும் 'ஒத்துரைக்கும் மண்டபம்' இம்மடமாகவே இருக்க வேண்டும். மெக்கன்சியின் குறிப்பின் மூலம் இம்மடத்தைப் பற்றி அறிந்துகொள்ள முடிகிறது. இக்குறிப்பின் மூலம் மேலும் பல வரலாற்று நிகழ்ச்சிகளையும், சுவையான தகவல்களையும் அறியலாம்.

(காண்க சித்தாமூர் வரலாறு – ஏ. ஏகாம்பரநாதன்)

இம்மடம் ஜினகஞ்சி மடம் என்றும் குறிப்பிடப்படுகிறது.

இம்மடத்தினை உப்புவேலூரைச் சேர்ந்த வீர சேனச்ச ாரியார் தோற்றுவித்ததாகத் தெரிய வருகிறது. இவரே முதல் மடாதிபதியாகவும் கருதப்பட்டு வருகின்றார். இவரைத் தொடர்ந்துவந்த மடாதிபதிகளைப் பற்றித் தெளிவாக அறிந்து கொள்ள முடியவில்லை.

பொ.ஆ. 1816–ஆம் ஆண்டில் த்ரை வித்யா சக்கரவர்த்தி எனும் முனிபத்ரதேவாச்சாரியார் மடாதிபதியாக இருந்தபோது கர்னல் மெக்கன்சி இம்மடத்திற்கு வந்து மடாதிபதியைச் சந்தித்துள்ளார் என்பது அறிய முடிகிறது.

பொ.ஆ. 1865–இல் அபிநவ ஆதிசேன பட்டாரகர் மடாதி பதியாக இருந்தபோது கோபுரம் கட்டப்பட்டுள்ளது.

வீரணாமூரைச் சேர்ந்த சின்னக் குழந்தைசுவாமி, விமல நாத சுவாமி, அப்பாவு சுவாமி (1915–ல் இக்கோயிலின் மடாதிபதியாக இருந்துள்ளனர்.

அகலூரைச் சேர்ந்த சக்கரவர்த்தி சுவாமி, இவர் மகனார் சமுத்திர விஜயன் சுவாமி, எறும்பூரைச் சேர்ந்த (வடஆர்க்காடு) சந்திரகீர்த்தி சாஸ்திரி, தச்சூரைச் சேர்ந்த ஸ்ரீபாலவர்ணி சுவாமி, வளத்தி சக்கரவர்த்தி சுவாமிகளும் மடாதிபதியாக இருந்துள்ளனர்.

பின்னர் ஸ்ரீலட்சுமிசேன பட்டாரக ஸ்வாமியார் – ஷீல்லகர் ஸ்ரீசோமகீர்த்தி அடிகளார் மடாதிபதியாக இருந்தார். தற்போது ஸ்ரீலட்சமிசே பட்டாரக ஸ்வாமிகள் இளை பட்டாரக சுவாமிகளாக உள்ளார். மேல்மலையனூர் அப்பண்டைராஜ் மடாதிபதியாக உள்ளார்.

மடாதிபதியாகப் பொறுப்பேற்கும் துறவியார்க்கு ஸ்வஸ்திஸ்ரீ லட்சுமிசேன பட்டாரக பட்டாச்சார்யவர் சுவாமிகள் எனும் பட்டப்பெயர் வழங்கப்படும். இவர் தமிழ்நாட்டில் உள்ள எல்லா ஜைனக் கோயிலுக்கும், ஜைன மக்களுக்கும் தலைவராக இருப்பார் இவரை 'சர்வ ஜினாலய பரிபாலகர்' என்று ஜைன மக்களால் அன்போடும் மரியாதையோடும் அழைக்கப் படுகிறார்.

இம்மடம் ஜைன சமயத்திற்கு மட்டுமின்றி கல்வி, மருத்துவம் ஆகியவற்றிலும் கவனம் செலுத்தி வருகிறது. நல்ல பல தொண்டுகளையும் இம்மடம் செய்து வந்துள்ளது; செய்தும் வருகிறது. மேலும் பஞ்சம், வறட்சி காலங்களில் மக்களுக்கு உதவிகளைச் செய்து வருகிறது.

விக்கிரமசோழனின் 18ஆம் ஆட்சியாண்டின் (பொ.ஆ. 1136) போது சித்தாமூர் சிங்கநாதர் கோயிலுக்கு 80 ஊர்களிலிருந்து மூன்று மாநிலம் வீதம் தானங்களாக வழங்கப்பட்டதை இக்கோயிலில் இருந்த ஒரு கல்வெட்டு மூலம் அறியலாம்.[1]

1 தென்னிந்தியக் கோயில் சாசனங்கள் – பாகம் 1. எண். 26

இம்மடத்தில் புராணம், தர்க்கம், ஆசாரவிதி, பிராகிருதம், கதைகள் முதலான பல சுவடிகள் இருந்ததை அறியலாம். தற்போது சிலவகைச் சுவடிகளே உள்ளன.

மேல்சித்தாமூருக்கு கிழக்கில் தனியார் நிலத்தில் ஜைன தீர்த்தங்கரர் சிற்பம் கிடைக்கப்பெற்றது.

செஞ்சி சக்கராபுரம்

செஞ்சி எனும் ஊர் தற்போது சக்கராபுரம், பீரங்கி மேடு, கிருஷ்ணாபுரம் மற்றும் சிறுகடம்பூர் ஆகிய பகுதிகள் அடங்கியதாகும்.

செஞ்சி வட்டாட்சியர் அலுவலகத்திற்குத் தென்பகுதியே சக்கராபுரம் எனப்படுகிறது.

செஞ்சியில் ஜைன மக்கள் அதிகமாக வாழ்கிறார்கள். சுமார் 35 குடும்பங்கள் உள்ளன. ஜைனர்களின் புனிதச் சின்னமான தர்மசக்கரத்தின் நினைவாகச் சக்கராபுரம் ஏற்பட்டது என்பர் இப்பகுதி முழுதும் ஜைன மக்கள் வாழ்ந்திருந்தனர் என்றும் கூறுகின்றனர். சக்கராபுரத்தின் மையப்பகுதியில் உள்ள குளம் சக்கரகுளம் என்று அழைக்கப்படுகிறது. இக்குளத்திற்குக் கிழக்கே அனந்தநாதர் தீர்த்தங்கரருக்குக் கோயில் உள்ளது. தற்போது இக்கோயில் ஜைன மக்களின் பெருமுயற்சியால் முற்றிலும் புதுப்பிக்கப்பட்டுள்ளது.

இக்கோயிலில் உள்ள 14ஆவது தீர்த்தங்கரர் சிலையில் உயரம் 65 செ.மீ., அகலமும் 42 செ.மீ. தீர்த்தங்கரர் அமைக்கப்பட்டுள்ள பீடம் செவ்வக அமைப்பைக் கொண்டது. நீளம் 106 செ.மீ. அகலம் 51 செ.மீ. கொண்ட இப்பீடத்தின் கிழக்குப் பகுதியில் C.S. அனந்தராஜ் நயினார் (இவர் அமைத்துக்கொடுத்தது) என்று செதுக்கப்பட்டுள்ளது.

இக்கோயிலில் பார்சுவநாதர், பார்சுவநாதரின் இயட்சன் தரணேந்திரன், இயட்சி பத்மாவதி, சரஸ்வதி நவக்கிரகங்கள் மற்றும் பல தெய்வப் படிமங்களில் செப்புமேனிகள் உள்ளன.

அனந்தநாதர்

சக்கராபுரம் அனந்தநாதர் கோயில்

பார்சுவநாதர் தீர்த்தங்கரரின் சிலைகள் இரண்டு இக்கோ–யிலில் உள்ளன. இவற்றை 1956–ஆம் ஆண்டு சக்கராபுரம் அப்பாவு நயினார் என்பவரும் ச. புஷ்பநாத நயினார் என்பவரும் வழங்கி உள்ளனர்.

அதேபோல இயட்சன் உருவமேனியைக் சக்ராபுரம் ஹே விளம்பி வருடம் வைகாசி மாதம் 9ஆம் நாள் (22–5–22) சு. ஜீவரத்தனம்மாள் தர்மம் செய்துள்ளார்.

பத்மாவதி உருவமேனியை 'துரப்பாடி கு. துரைசாமி நயினார் சக்ராபுரம் கோவிலுக்குச் செய்துவைத்த ஸ்ரீதர்மம், தேவிதர்மம் வாயறு ஆனி மாதம்' எனப் பொறித்து அளித் துள்ளார்.

சரஸ்வதி திருமேனியைச் சக்ராபுரம் கெ. பத்மாவதி என்பாரும், அ.வ. அனந்தப்ப நயினார் (2.4.1966) என்பவரும் தர்மம் செய்துள்ளனர்.

மற்றொரு இயட்சன் திருமேனியைச் சக்ராபுரம் அ.வ. அனந்தப்ப நயினார், ஜெயகாந்தி அம்மாள் தர்மமாக அளித்துள்ளனர்.

நவக்கிரகத்தை அ.வ. அனந்த நயினார் தானமாக அளித் துள்ளார்.

தை மாதத்தில் திருநாதர் குன்றில் உள்ள தீர்த்தங்கரர் உருவங்களும் (மலை)ப் பூசை செய்துவிட்டு இக்கோயிலுக்கு வந்து சிறப்பாக விழா எடுக்கிறார்கள்.

சுமார் 400 ஆண்டுகளுக்கு முன்பு இக்கோயில் இடி பாடுகளோடு இருந்ததாகவும் கூறுகின்றனர்.

பீரங்கி மேடு சக்ராபுரத்திற்கு மேற்கில் உள்ளது. இங்கு முன்பு ஜைனர் குடும்பங்கள் இருந்ததாகவும் தற்போது ஒருவர்கூட இல்லை என்றும் தெரிய வருகிறது.

செஞ்சி கிருஷ்ணாபுரம்

செஞ்சி பேருந்து நிலையத்திற்கு வடக்கு, வடமேற்குப்பகுதி கிருஷ்ணாபுரம் ஆகும். கிருஷ்ணகிரி கோட்டையின் கிழக்குப் பகுதியில் உள்ள நிலத்தில் ஜைனக்கோயில் பழுதான நிலையில்

உள்ளது. இங்குச் சுமார் 100 ஆண்டுகளுக்கு முன்பு வரை விழாவும், வழிபாடும் நடைபெற்றதாம். தற்போது இல்லை. இப்பகுதி மக்கள் ஜைனக்கோயில் என்றே இக்கோயிலைக் குறிப்பிடுகின்றனர். இக்கோயிலின் கருவறைக்கு முன்பாக கதையால் ஆன துவாரபாலகர் உருவ அமைப்பு கலைப்பாடு கொண்டதாக உள்ளது.

அர்த்தமண்டபத்து முகப்பில் 365 மாடங்கள் கொண்ட அமைப்பு உள்ளது. இது ஜைனர்களின் அன்றாட வழிபாட்டை எடுத்துரைக்கிறது.

சிதைந்திருந்த இக் கோயில் பொ.ஆ.பி. 10 – 11 ஆம் நூற்றாடில் அமைக்கப்பட்டிருக்க வேண்டும். 2009 இல் ஆச்சார்யஸ்ரீ 108 ஸ்ரீதேவ நந்தி மகராஜ் அவர்கள் தமிழ்நாட்டிற்கு வருகை புரிந்த போது இக் கோயிலைப் புதுபிக்கக் கேட்டுக் கொண்டார். அதன் பிறகு ஸ்ரீ 108 ஸ்ரீ விஷ்வேஷ் சாகர் மகராஜ் அவர்களின் வழிகாட்டுதலின்படி ஸ்ரீ 108 முனீஸ்வர தீர்த்தங்கரர் ஜீனாலயம் குழு அமைத்து, புதியதாக ஜைனக் கோயில் அமைக்கப்பட்டுள்ளது.

விக்கிரம சோழனின் 18 ஆம் ஆட்சியாண்டில் கடம்பூர் ஊரிலிருந்து மூன்று மாநிலம், மேல்சித்தாமூர் ஜைனக் கோயிலுக்குக் கொடையளிக்கப்பட்டது என்பதை கல்வெட்டால் தெரிய வருகிறது.

இக்கோயிலுக்குச் சுற்றுச்சுவரும் இருந்ததற்கான அறிகுறி கள் இடிபாடுகள் மூலம் அறிய முடிகிறது. கோயிலை ஒட்டித் தெற்கில் தூண்களைக்கொண்டு அமைக்கப்பட்ட மண்டபம் உள்ளது. இம்மண்டபத்தின் தெற்குச்சுவரின் மூன்று மாடங்கள் அமைக்கப்பட்டுள்ளன. இவற்றின் நடுவில் தீர்த்தங்கரர் உருவமும், இருபக்கமும் இயட்சன், இயட்சி உருவமும் வைக்கப்பட்டிருக்கலாம் என்றும் கருதுகின்றனர்.

சிறுகடம்பூர் பகுதியில் ஜைனர் குடும்பங்கள் இல்லை. ஆயினும் இப்பகுதியில்தான் திருநாதர் குன்றும் தற்போதுள்ள முனீஸ்வர தீர்த்தங்கரர் கோயிலும் ஜைனர்களின் வழிபாட்டில் உள்ளன.

திருநாதர் குன்று

செஞ்சியின் வடக்கு, வடமேற்குப் பகுதியே 'சிறுகடம்பூர்' என்று வழங்கப்படுகின்றது.

பல்லவருக்குக் கடம்பர் என்ற பெயரும் உண்டு. இதனால் சிறுகடம்பூர் என்ற பெயர் வழங்கிற்று என்பர். கடம்பு (கடம்பம்) மரத்தின் அடிப்படையாகப் பெயர் பெற்றிருக்கலாம்.

கடம்[1] என்பதற்குப் பல பொருள்கள் கூறப்படுகின்றன. அவற்றுள் அருநெறி, ஒருமந்திரம், கடமை, காடு, மலைப்பக்கம் என்ற பெயர்களை ஒப்புநோக்கப் பெயர் பொருத்தம் விளங்கும். முன்பு இப்பகுதி காடாக இருந்த தாகவும், மலைப்பக்கமாக ஊர் தற்போதும், முன்பும் அமைந்திருந்தது என்றும் அறிய முடிகிறது. மேலும் ஜைனச் சான்றுகளைக் கொண்டு அருநெறியுடையோர் இங்குத் தங்கியிருந்தனர் என்பதாலும் இப்பெயர் வழங்கப்பட்டிருக்கலாம்.

இவ்வூர் கிருஷ்ணகிரி கோட்டை உள்ள மலைப்பகுதிக்குக் கிழக்கில் உள்ளது. மேலும், ஜைன சமயத்திற்கு முக்கிய சான்றுகளைத் தெரிவிக்கும் திருநாதர் குன்றுக்கு கிழக்குப் பகுதியில் அமைந்திருக்கும் இடமாகவும் இவ்வூர் இருக்கிறது.

சிறுகடம்பூருக்கு வடமேற்கில் சுமார் 1 கி.மீ. தொலைவில் உள்ள குன்று திருநாதர் குன்று என்று குறிப்பிடப்படுகிறது. இக்குன்றில் 24 தீர்த்தங்கரர்களின் உருவங்கள் செதுக்கப் பட்டுள்ளன.

செஞ்சிப் பகுதியில் 24 தீர்த்தங்கரர் உருவங்கள் செதுக்கப் பட்ட ஒரே இடம் திருநாதர் குன்று ஆகும். மதுரை மாவட்டத்திலுள்ள கழுகு மலையில் இத்தகைய சிற்பங்களைக் காணமுடிகிறது.

திருநாதர் குன்றின் கீழ்ப்பகுதி (வடக்கு)லிருந்து மேலே செல்லும்போது மற்றொரு பாறையில் அமர்ந்த நிலையில் அருகதேவரின் அழகிய உருவம் (உயரம் 185 மீ.) செதுக்கப் பட்டுள்ளதைக் காணலாம். இவ்வுருவத்திற்கு மேல் முக் குடையும் செதுக்கப்பட்டிருப்பது அழகுக்கு அழகு செய்

---

1 **அபிதான சிந்தாமணி**

திருநாதர் குன்று 24 தீர்த்தங்கரர்கள் சிற்பங்கள்

திருநாதர் குன்றும் வடக்குப் படிகளும்

கிறது. இப்பாறை உடைந்திருப்பதால் உருவம் சிதைந்து காணப்படுகிறது.[1]

24 தீர்த்தங்கரர் சிற்பமுள்ள குன்றின் வடக்குப்பகுதியில் செதுக்கப்பட்டுள்ள தீர்த்தங்கரரின் சிற்பத்தில் தீர்த்தங்கரரை அறிந்துகொள்ள உதவும். இலாஞ்சனை இல்லாமையால் யார் என்று தெரிந்துகொள்ள முடியவில்லை.

நின்ற 'நிலையில் வடிவமைக்கப்பட்ட இச்சிற்ப உருவத்திற்கு, தலையின் பின்புறம், அரைவட்ட வடிவப்பிரபையும் அதற்குமேல் முக்கடையும் அழகுறச் செதுக்கப்பட்டிருக்கிறது. அமைதியான முகத்தோற்றமும், நெடிய உடலமைப்பும் கொண்ட இவ்வுருவம் பாகுபலி அல்லது பார்சுவநாதரின் உருவமாக இருக்கலாம் என இப்பகுதி வாழ் ஜைனர்கள் கருதுகின்றனர்.

திருநாதர் குன்று தமிழ்நாட்டு வரலாற்றுக்கும் ஜைன வரலாற்றுக்கும் முக்கிய சான்றை வெளிப்படுத்துகிறது.

இக்குன்றில் இரண்டு கல்வெட்டுகள்[2] காணப்படுகின்றன.

ஒரு கல்வெட்டு, 'சந்திரநந்தி ஆசிரியர்' என்ற ஜைன துறவியொருவர் 57 நாள்கள் உண்ணாநோன்பு இருந்து வீடுபேறு பெற்ற செய்தியைத் தெரிவிக்கிறது. இக்கல்வெட்டு வட்டெழுத்து வடிவத்தைக் கொண்டுள்ளது.[3]

சந்திரநந்தி ஆசிரியர் வடக்கிருந்து உயிர் நீத்தார் என்ற செய்தியால் ஜைனர் வடக்கிருந்து உயிர் துறக்கும் நோன்புடையவர் என்பதை உணரலாம்.

இக்கல்வெட்டு பொ.ஆ. 4–5ஆம் நூற்றாண்டைச் சேர்ந்தது என்பவர்.[4] ஆனாலும் பொ.ஆ. 5–6ஆம் நூற்றாண்டைச் சேர்ந்தது என்றும் கூறுகின்றனர்.[5]

1 ஆய்வு நாள் 15.1.1989, 1.1.1992

2 திருநாதர் குன்று கல்வெட்டைப் படித்து வெளிப்படுத்தியவர் திரு. கோபிநாத்ராவ். இவர் திருவனந்தபுரம் சமஸ்தானத்து கல்வெட்டுத் துறைத்தலைவராக இருந்தவர்.

3 இக்கல்வெட்டு வட்டெழுத்தால் ஆனது. பிராமி வரிவடிவம் கொண்டிருக்கிறது.

4 SII Vol X VII 262

5 ஜைனரின் தமிழிலக்க ணநன்கொடை – க.ப. அறவாணன் – தொண்டைநாட்டுச் ஜைனக்கோயில்கள் ஏ. ஏகாம்பரநாதன் பக்.74.

குன்றின் உச்சிக்குச் செல்லும்போது முதல் கல்வெட்டு உள்ள இடத்திற்கு அடுத்து வட்டெழுத்து வடிவம் கொண்ட மற்றொரு கல்வெட்டைக் காண முடிகிறது.

இக்கல்வெட்டு இளைய ப(ட்)டாரர் என்ற பெயர் கொண்ட ஜைனத்துறவி 30 நாள்கள் உண்ணாநோன்பிருந்து உயிர் நீத்துள்ளார் என்ற செய்தியைத் தெரிவிக்கிறது.

உலக இன்பங்களைத் துறந்து (வெறுத்து) வீடுபேற்றினை அடைய வேண்டித் தவமிருந்து வாழ்வதை 'யதி தர்மம்' என்று ஜைனம் கூறுகிறது.

இக்கல்வெட்டுகளில் ந.ன. எழுத்துகளின் வடிவங்களை நன்கு அறிய முடிகிறது.

திருநாதர் குன்று கல்வெட்டு மூலம் இப்பகுதியில் பொ.ஆ. 4ஆம் நூற்றாண்டக்குமுன்பே திகம்பர ஜைனர்கள் வாழ்ந்திருக்கின்றனர் என்பதை நன்கு அறியலாம்.

24 தீர்த்தங்கரார் சிற்பங்கள் உள்ள குன்றுக்கு வடக்கில் உள்ள குன்றின் மேற்பகுதியில் தண்ணீர் வழிந்தோட வாய்க்கால் போன்று வெட்டிவிடப்பட்டுள்ளது.

24 தீர்த்தங்கரார் குன்றின் மேற்கில் தாழ்வான பகுதியில் இயற்கையான குகைத்தளம் உள்ளது. இப்பகுதியில் கற்படுக்கைகள் இருந்திருக்கலாம். மண்மூடி இருப்பதால் அறிய முடியவில்லை.

24 தீர்த்தங்கரார் குன்றுக்கு வடகிழக்கில் உள்ள பாறையில் உரல் போன்ற குழி வெட்டப்பட்டுள்ளது.[1]

திருநாதர் குன்றுக்கு வடக்கு நிலப்பகுதியில் பழங்காலப் பானை ஓடுகள் காணப்படுவதால் இம்மலை சூழ்ந்த பகுதியில் இக்கல்வெட்டுக் காலங்களுகு;கு முன்பும், பின்பும் மக்கள் வாழ்ந்திருக்க வேண்டும்.

இக்குன்றுக்குத் தெற்கில் சிறுகடம்பூர் ஏரி இருக்கிறது.

இம்மலையில் சக்கராபுரம், கிருஷ்ணாபுரம் ஊரைச் சேர்ந்த ஜைனர்கள் தைமாதம் காணும்பொங்கலன்றும் அல்லது வேறு

---

1 விட்டம் 10 செ.மீ. ஆழம் 8 செ.மீ.

நாளிலும் இம்மலை 24 தீர்த்தங்கரருக்குச் சிறப்புப்பூசை செய்து வழிபாடு செய்கின்றனர்.

இப்பகுதியில் சுமார் 10–15 ஜைனக்குடும்பங்கள் உள்ளன. சிறுகடம்பூரின் நீறு பூசிய நைனார்களும் வாழ்கின்றனர். இவர்கள் சமீபகாலங்களில் குடியேறியவர்கள் என்று தெரிகிறது.

தொண்டூர்

தொண்டூர் மலைக்குகைப் பகுதியில் கண்டுபிடிக்கப் பட்டுள்ள கல்வெட்டு, ஜைன வரலாற்றுக்கும் செஞ்சிப்பகுதி வரலாற்றுக்கும் முக்கிய சான்றுகளை அளிக்கிறது.

செஞ்சிக்கு வடகிழக்கில் சுமார் 22 கி.மீ. தொலைவில் தொண்டூர் அமைந்துள்ளது.

தொண்டூர் (ஒலக்கூர்) மலைக்குக் கிழக்குப்பகுதியில் கல்வெட்டு உள்ளது. இம்மலையில் இயற்கையாக அமைந்துள்ள இரண்டு குகைகள் இணைந்த பகுதியில்தான் இக்கல்வெட்டு காணப்படுகிறது.[1]

தொண்டூரிலிருந்து தெற்கே சுமார் 1½ கி.மீ. தொலைவில் பஞ்சனார்படி எனும் மலைக்குன்று உள்ளது.

படுக்கைப் பாறைகள்

இயற்கையாய் அமைந்த இக்குகைத் தளத்தில் மூன்று ஜைனப் கற்படுக்கைகள் உள்ளன. இப்படுக்கைகள் கிழக்கு மேற்காக அமைக்கப்பட்டுள்ளன. இப்படுக்கைகளுக்கு மேற்பகுதியில் தலையணைப்போன்று அமைக்கப்பட்டுள்ளது. இது 150 செ.மீ. நீள அகலங்களைக் கொண்டுள்ளது.

மேலும், மலையின் தென்பகுதியில் (நடுப்பகுதியில்) வடக்குத் தெற்காகவும் ஐந்து கற்படுக்கைகள் உள்ளன. வடக்குத்தெற்காக 166 செ.மீ. கிழக்கு மேற்காக 122 செ.மீ. அளவிலும் இப்படுக்கைகள் உள்ளன. மேலும், வடக்கில் இரு கற்படுக்கைகளும், கிழக்கில் ஓர் இருக்கையும் உள்ளன.

---

1 தமிழ்நாடு தொல்பொருள் துறையின் பதிவுஅலுவலர் திரு. மா. சந்திரமூர்த்தி கண்டறிந்தார். – தினமணி – 20.10.91

பஞ்சனாப்பாடி மலையில் உள்ள கற்படுக்கைகள்

பஞ்சனாப்பாடி மலை

இப்படுக்கைக்குமேல் பகுதியிலும் கற்படுக்கைகள் தேய்ந்த நிலையில் இருக்கின்றன. இவை வடக்குத் தெற்கில் 150 செ.மீ. கிழக்கு மேற்காக 165 செ.மீ. அளவுடையன. இப்பகுதியில் உள்ள கற்படுக்கைகளில் சிறுசிறு குழிகளைப் பின்னர் விளையாட்டுக்காகச் செதுக்கியிருப்பர் போலும்.

இங்குள்ள பாசுவநாதர் சிற்பத்தை இவ்வூரினர் அழகுப்படுத்துவதாக பழ மையை சிதைத்துள்ளனர்.

இம்மலைக்குத் தென்கிழக்கில் உள்ள வயல் பகுதிகளில் பல கல்திட்டுகளும் உள்ளன.

பார்சுவநாதர் சிற்பம்

கல்வெட்டுப்பகுதிக்கு வடக்கே உள்ள குகைத்தளத்தில் தெற்கு நோக்கியவாறு பார்சுவநாதர் தீர்த்தங்கரர் உருவம் செதுக்கப்பட்டுள்ளது. பார்சுவநாதர் உருவம் தாமரை மலர் பீடத்தில் அமைதியான நிலையில் அமர்ந்துள்ள தோற்றம் மனதைக் கவரும் வகையில் உருவாக்கப்பட்டுள்ளது. பார்சுவநாதர் தலைக்கு மேல் ஐந்து தலை நாகமும் நாகத்திற்கு மேல் முக்குடையும் மேலும் மேலும் அழகுக்கு அழகு சேர்த்து மனதை நெகிழச் செய்கின்றன.

பிராமி எழுத்துகள்

இம்மலையின் உச்சிப்பகுதியில் உள்ள கற்படுக்கைகளுக்குக் கீழ்ப்பகுதியில் இரண்டு வரியிலான, பிராமி எழுத்துக்களாலான கல்வெட்டைக் காணலாம்.

பிராமி கல்வெட்டு:

‘ஸங்காயிபன் ஏவ அகஸ ஊரறம்

மோசி செயித அதிடானம்’

ஸங்காயிபன் என்ற துறவியின் கட்டளைப்படி அகஸ ஊர் சேர்ந்த அறம்மோசி என்பார் செய்த உறைவிடம் என்று பொருள் கொள்ளலாம்.

இதனை,

‘இளங்காயிபன் ஏவ

அகழ் ஊரறம்

[இ] ளங்காயிபன் ஏவ அகழ்ஊரறம்

மோசி செயித அதிடானம்

தொண்டூர் குகையில் உள்ள தமிழ்க் கல்வெட்டு

பாறையில் செதுக்கப்பட்டுள்ள
பார்சுவநாதர் தொன்மை புடைப்புச்சிற்பம்

மோசி செய்த அதிடானம்'

என்று திரு.கொடுமுடி. சண்முகம் அவர்கள் படித்துள்ளார்.

ஸங்காயிபன்

இக்கல்வெட்டின் மூலம், தொண்டூர் மலைக்கு துறவிகள் வர இருப்பதை எங்கோ இருந்த ஸங்காயிபன் என்ற துறவியார். புதிதாக வரும் துறவிகள் தங்க உறைவிடம் அமைக்க ஏற்பாடு செய்துள்ளார் என்பதை அறிய முடிகிறது.

தீர்த்தங்கரர் உருவம் அமைக்கப்படுவதற்கு முன்பாகப் கற்படுக்கையும் இருக்கையும் செதுக்கப்பட்டிருக்க வேண்டும்.

ஸங்காயிபன் என்ற துறவியார் மூலம் இப்பகுதிக்கு துறவிகள் வந்து தங்கி அறக் கருத்துக்களைப் பரவச் செய்திருக்கின்றனர்.

தமிழ்நாட்டில் மதுரை மாவட்டத்தில் கிடைத்துள்ள கல்வெட்டுகளில் ஆதன் காஸபன், அரட்ட காஸிபன், உபாசகன் என்றும்,

திருச்சி மாவட்டம் அய்யர் மலை, புகலூர் கல்வெட்டில்,

வேஸன், செங்காஸன் என்றும்,

திருநெல்வேலி மாவட்டம் மறுகால்தலை (சீவலப்பேரி) யில் உள்ள கல்வெட்டில் வெண்காஸிபன் முதலான பெயர்கள் உள்ளன.

இவற்றோடு தொண்டூர் கல்வெட்டில் காணப்படும் ஸங்கா–யிபன் என்ற துறவியைப் பற்றி ஒப்புநோக்கும்போது நன்கு விளங்குகிறது. (தனிப்பட்டியல் காண்க).

இப்பெயர் ஒரே துறவியைக் குறிப்பதாகவும் இருக்கலாம்; அல்லது வெவ்வேறு துறுவிகளைக் குறிப்பதாகவும் இருக்கலாம் என்பர்.[1]

துறவிகளுக்குப் கற்படுக்கைகளை மலைக்குகைகளில் வெட்டிக் கொடுக்கப்பட்டதைக் பொ.ஆ.மு. 3–ஆம் நூற்றாண்டு முதல் பொ.ஆ. 5, 6–ஆம் நூற்றாண்டு வரை இருந்ததைப் பல சான்றுகளால் அறிய முடிகிறது.

1 தொண்டை நாட்டுச் ஜைனக் கோயில்கள் – டாக்டர் ஏ. ஏகாம்பரநாதன் – பக்.14

இப்படுக்கைகளை அரசர், வணிகர், இல்லறத்தார் ஆகியோர் அமைத்துக் கொடுத்துள்ளனர்.

தொண்டூர் கல்வெட்டில் ஸங்காயிபன் என்ற துறவி யாருடைய வேண்டுகோளின்படி கற்படுக்கைகள் அமைக்கப் பட்டுள்ளது என்பது ஆராயத்தக்கது.

படுக்கைகள் யாருக்காக?

ஜைன ஆகமங்களில் தேர்ந்த, ஒழுக்கங்களில் சிறந்த, தத்துவங்களை நன்கு அறிந்த துறவிகள் இல்லறத்தாருக்கு வழிகாட்டுதலுக்காகவும், அவர்களின் வாழ்க்கை சிறக்கவும், இன்பம்பெறச் செய்யவும், தகுந்த கருத்துக்களைத் தெளிய வைப்பர். அவர்களுக்காக அப்படுக்கைகள் அமைக்கப்பட்டுள்ளன எனலாம்.

ஜைன சமயம் தனது கருத்துக்களை வளர்க்க சங்கங்களை அமைத்து வளர்த்து வந்துள்ளது.

கற்றுத்தேறிய ஜைனத் துறவிகள் பல்வேறு இடங்களுக்குச் சென்று தங்கி ஜைன கருத்துக்களை விளக்கித் தெளிய வைத்துள்ளனர்.

இத்தகைய ஜைன சங்கத்தில் கற்றுத்தேறிய சில துறவிகள் தொண்டூரில் தங்க வேண்டியே ஸங்காயிபன் என்ற துறவியார் கட்டளைப் பிறப்பித்துள்ளார் என்பது கல்வெட்டின் முதல் செய்தியாக இருக்கிறது.

இதற்கு முன்பு ஸங்காயிபன் என்ற பெயர் இம்மாவட்டத்தில் கிடைத்துள்ள கல்வெட்டுகளில் காணப்படவில்லை. தொண்டூர் கல்வெட்டில் ஸங்காயிபன் என்ற பெயர் அறியப்படுவதன் மூலம் ஏனைய கல்வெட்டுகளோடு தொடர்புடையதை அறிந்து பெருமிதம் கொள்ள முடிகிறது.

'ஏவ' என்பது ஸங்காயிபன் என்ற துறவி இம்மாவட்டத்தை அல்லாது வேறு இடத்திலிருந்தபோது அங்கு வந்த அகஸ ஊரைச் சேர்ந்தவரிடம் படுக்கையை அமைத்துக் கொடுக்குமாறு கேட்டுக்கொண்டதாக உணரலாம்.

ஏவல் என்பதன் சுருக்கமே 'ஏவ' என்பது.

ஏவல் என்பது முன்னிற்பானை ஏவும் கட்டளைப்பொருள் தரும் முற்றுவினை. இது முன்னிலையிடத்தது என்று நன்னூலில் பொருள் கூறப்படுகிறது.

அகலூர் – அகஸலூர்

அகஸ (அகலூர்) ஊரைச் சேர்ந்த மோசி என்பவர் ஸங்காயிபன் என்ற துறவியாரைச் சந்தித்தபோது (தன் முன்னிருந்தாரிடம் படுக்கை அமைக்க வேண்டிக்) கட்டளையிட்டுள்ளார்.

மக்கள் வழிபாடு குறித்தும், மருத்துவம் குறித்தும், பலவகை நலன்களைக் குறித்தும் துறவிகளின் வேண்டுகோளின்படி இன்றும் பலர் கொடையளிப்பதை இங்கு ஒப்புநோக்கலாம்.

> ஜைனர்கள் உணவு, அடைக்கலம், மருந்து, கல்வி எனும் நான்கு தானங்களைச் செய்வதைப் பேரறமாகக் கொண்டிருக்கின்றனர். இதனை அன்னதானம், அபயதானம், ஔடதானம், சாத்திர தானம் என்றும் கூறுவர்.
>
> தொண்டூர் மலையில் துறவிகள் வந்து தங்கி அறநெறிகளை வளர்க்க அடைக்கலமாகப் படுக்கைகள் அமைக்கப்பட்டது என்பது தெளிவாகிறது.

அகஸ (அகச–அகல) என்பது செஞ்சி வட்டத்தில் உள்ள அகலூர் என்பதாகக் கருதப்படுகிறது. அகலூர் தற்போது ஜைனக் குடியிருப்பாக உள்ளது.

சங்க காலத்திற்கு முன்பே ஜைன மதத்திற்கும் பிற மதத்திற்கும் பலவகையில் பிணக்குகள் ஏற்பட்டு வந்துள்ளன. இதனால், ஜைனர்கள் தங்கள் இடங்களை மாற்றி அமைத்துக்கொண்டனர். பிற மதத்தினருக்கு அஞ்சித் தங்கள் இருப்பிடத்தை மாற்றிக்கொண்டபோது ஜைனத் துறவிகள் புதிதாக வந்த இடத்திலுள்ள மலை, குன்று, குகைத்தளங்களில் தங்கினர். இப்படி அகன்று (இடம் விட்டு இடம்) வந்து தங்கிப் புதிய இருப்பிடத்தை அமைத்துக்கொண்ட ஓர் ஊராக அகலூர் (அகஸ ஊர்) இருந்திருக்க வேண்டும். முன்பு இருந்த ஊரின் சுருக்கமாக இப்பெயர் இருக்கலாம்.

மேலும், வேத மதத்தினர் ஜைனத்தை ஒடுக்க நினைத்தபோது ஜைனர்கள் ஊரைவிட்டு அகன்று விடாமல் இருக்கவும் அஞ்

சாமல் வாழத்தக்க பாதுகாப்பையும் அளித்ததன் நினைவாகவும் இப்யெர் ஏற்பட்டிருக்கலாம்.

இரண்டாயிரம் ஆண்டுகளுக்கு முன்பிருந்து குடிபெயர்ப்பு (இடமாற்றம்) பல காரணங்களால் ஏற்பட்டிருக்கிறது. மதம், போர், பஞ்சம், வெள்ளம், அரசு மாற்றம் போன்வற்றால் மக்கள் பெருமளவு இடம்பெயர்ந்தனர் என்பதை வரலாற்றுச் சான்றுகளால் நாம் அறியலாம்.

கல்வெட்டில் குறிக்கப்படும் அகஸ ஊர் இத்தகையதோர் ஊராக இருக்கலாம். அகஸ ஊர் என்பதே அகலூராகத் தற்போது வழங்கப்படுகுஜீறது என்பர்.

அகஸ்தியப்பர், அகஸ்தியப்ப நயினார் என்ற பெயர்கள் ஜைனர்களையும் குறிக்கின்றன.

அகஸ்தியர் –அகத்தியர்

அகஸ் – அகல (அகவர் – அகலர்)

என மாறுபட்டிருக்க வேண்டும்.

அகவல் – அழைத்தல்

அகவர் – அழைத்துப் பாடுவோர்

தன் குலத்தோர் அனைவரையும் அழைத்துப் பாடுகின்றவர்கள் அகவர் எனப்பட்டனர்.

அகஸர்–அகவர்–அகவர் என்பதன் வடமொழிப் பெயராக இருக்கலாம்.

ஜைனத் துறவிகளை அழைத்துப் பாதுகாப்பு கொடுக்கப் பட்டதால் அகஸ் ஊர் என்று பெயர் ஏற்பட்டிருக்கலாம்.

கல்வெட்டு இருக்கும் ஊர் தொண்டூர் என்பது தொண்டு என்பதன் காரணமாக இப்பெயர் வழங்கப்பட்டிருக்கலாம்.

தொன்மம் – தொன்மை – தொண்டு – தொண்டூர் – தொண்டையார் என்பதோடு ஒப்பிட்டுப் பார்க்கலாம்.

தொண்டியோர் என்ற சொல் பிற்காலத்தில் சோழர்களின் ஒரு (குலப்)பெயராக வழங்கி வந்துள்ளது.

தொண்டன் – அடியான் (ஆண் பெயர்)
தொண்டிச்சி – அடியாள் (பெண் பெயர்)
தொண்டு – அடிமை – பழமை
தொண்டு செய்தல் – பணி செய்தல்

அதிகாரத்தின் காரணமாக வேலை செய்பவர் அடிமை. அன்பின் காரணமாக விரும்பித் தானே பணி செய்தல் தொண்டு ஆகும்.

தொண்டி – தொண்டை – தொண்டையோர் என்பன சங்க காலத்தில் நிலவிய பெயர்கள் ஆகும்.

தொண்டு – தொண்டி – தொண்டை – தொண்டையோர் – தொண்டூர்.

ஜைனத் துறவிகள் பெருமை மிக்கவர்கள். அன்புள்ளம் கொண்டவர்கள், அனைத்து உயிர்களிடத்தும் இரக்கம் உடையவர்கள், தீங்கு செய்யாத எண்ணமும் செயலும் கொண்டவர்கள் உயர்ந்தோர். இவற்றால், பின்னர் தேவர், தீர்த்தங்கரர் (எனப்பட்டனர்). இத்தகையோர்க்கு வேண்டிய உதவிகளை (பணிகளை)யும் செய்வோர், உயிர்களிடத்து அன்பும் கொண்டோர் மிகுந்து வாழ்ந்த காரணத்தால் இவ்வூருக்குத் தொண்டூர் என வழங்கப்பட்டிருக்கலாம்.

தொண்டூர் – மிகத்தொன்மையான ஊர் என்பதும் கருதத் தக்கது.

இராசராசன் காலத்துப் பெயர்

சோழ அரசன் முதலாம் இராசாராசனின் 3–ஆம் ஆட்சி யாண்டில் தொண்டூர் என்று இவ்வூர் அழைக்கப்பட்டு வந்துள்ளது. இவ்வூரில் இருந்த ஜைன கோயிலைத் தொண்டூர் பள்ளி என்றும் குறிக்கப்பட்டுள்ளது என்பதை இவ்வூர் கல்வெட்டான்றால் அறிய முடிகிறது.

எனவே, இராசராச சோழன் காலத்துக்கு முன்பு இவ்வூர், திருத்தொண்டு செய்வோருக்குத் தானம் அளிக்கப்பட்டிருக்கலாம் அல்லது தொண்டு (அறம்பல செய்வோர்) செய்யும்

இல்லறத்தார் மிகுந்து வாழ்ந்ததன் காரணத்தாலும் இப்பெயர் ஏற்பட்டிருக்கலாம்.

அறம் மோசி

கல்வெட்டில் அறம்மோசி என்ற பெயர் காணப்படுகின்றது.

இந்த அறம் மோசி என்பார்தான் இத்தொண்டூர் மலையில் படுக்கையை அமைத்துக் கொடுத்துள்ளார்.

சங்க இலக்கியத்தில் மோசி என்று பெயர் கொண்டவர்களைக் காணமுடிகிறது:

மோசிகரையனார்	*(அகம் 260)*
மோசிக் கண்ணத்தார்	*(நற்றிணை 124)*
மோசிக்கீரனார்	*(நற்றிணை 342,*
	குறுந்தொகை 59
	அகநானூறு 392
	புறநானூறு 50, 154,
	155, 156, 186)
மோசிகீரன்	*(குறுந்தொகை 84)*
மோசி கொற்றன்	*(குறுந்தொகை 377)*
மோசி சாத்தனார்	*(புறம. 272)*

இப்பெயரின் பொருளும் நாம் அறியத்தக்கது.

மோசகம்	– துறவு
மோசகன்	– துறவி
மோசநி	– பாதரட்சை
மோசநம்	– துறத்தல்

என்பதால், மோசி என்பது துறவியைக் குறிக்கும் பெயராகக் கொள்ளலாம்.

மோசி என்பது சங்க காலத்தில் ஓர் ஊரின் பெயராகவும் மாந்தருக்கு வழங்கிய பெயராகவும் இருந்துள்ளது.

மோசி என்ற பெயர் ஜைன தொடர்பாகத் தொண்டூர் கல்வெட்டின் முதலாவதாக அறிய முடிகிறது. எனவே, அறம் மோசி – தர்மம் செய்யும் துறவி (அல்லது) தர்மம் செய்வோர் வாழும் ஊரினர் என்பதாகப் பொருள் ஏற்படுகிறது.

ஆகவே, துறவிகள் வாழ்ந்த ஊரினராக அறம் மோசி இருந்துள்ளது.

அறம் என்பதை இல்லறம், துறவறம் என இருவகைப்படுத்திக் கூறுவர்.

'இல்லறம் என்பது கொடுத்தலும், அளித்தலும் கோடலும், இன்மையும், ஒழுக்கம் புணர்தல், புணர்ந்தோர் பேணல்' எனப் பொருள்படும் என்றும்.

துறவறம் என்பது அடக்கமும், தூய்மையும் தவமும், அறவினையோம்பலும், மறவினை மறுத்தலும் முதலியனவாகும் என்றும் வீரசோழியம் எனும் இலக்கண நூல் விளக்கம் கூறுகிறது.

இவ்விரு அறமுறைகட்கும் ஜைன முக்கியத்துவம் கொடுத்து வருகிறது.

இல்லறத்தில் இருப்பாருக்குத் துறவிகளும், துறவிகளுக்கு இல்லறத்தாரும் உதவியாக இருந்துள்ளனர். இப்போதும் இவ்விரு நிலையினறையும் ஜைன சமயத்தில் பிரிக்க முடியாது. இணைந்து தங்கள் சமூகத்திற்கும் பெரும்பாங்காற்றி வருகின்றனர்.

ஜைனம் பொ.ஆ.மு. வுக்கு முன்பே இந்தியா முழுவதும் பரவி வளர்ந்து இந்தியாவிற்கு அடுத்த நாடுகளிலும் பரவி-யிருக்கிறது.

சங்ககாலத்தில் மோசி என்ற சொல் ஊரைக் குறிக்கும் சொல்லாகப் பயன்படுத்தப்பட்டது என்பர். ஆனாலும் இவ்வூரின் இருப்பிடத்தை அறியமுடியவில்லை. மோசி என்ற பெயரில் தமிழ்நாட்டில் பல ஊர்கள் உள்ளன.

திருப்புவனம் வட்டத்தில் மோசிப்பட்டி என்றும், பரமக்குடி வட்டத்தில் மோசுகுடி என்றும் இரண்டு ஊர்கள் இன்றும் உள்ளன.

மோசிகரையனார், மோசி கீரனார், மோசிகொற்றன் ஆகியோர் கடைச் சங்ககாலத்துப் புலவர்கள் என்று அறிய முடிகிறது. இவர்கள் ஓர் ஊரினரா, வேறு வேறு ஊரினரா என்பதையும் அறிய முடியவில்லை.

மோசி – மோச்சி என்ற ஒருவகை 'இனத்தவராக கருதப்படுகின்றனர். மோச்சி என்பதே தமிழ்நாட்டின் மோசி என வழங்கப்பட்டிருக்க வேண்டும்.

மோச்சி என்ற இனத்தினர் தற்போது மாராட்டிய மொழி பேசுகிறார்கள். இவர்கள் தற்பொழுது எழுதுபொருள், பென்சில், பேனா முதலியன செய்யும் தொழிலில் அதிகம் ஈடுபட்டுள்ளனர்.

சங்ககாலத்தில் புலவர்கள் தங்கள் பெயரை ஊரின் பெயரோடு இணைத்துக் கூறிக்கொண்டனர்.

மோசி என்பது ஓர் ஊர் என்பர். மோசி என்ற ஊரைச் சேர்ந்த ஒருவரே தொண்டூர் மலையில் ஜைனத்துறவிகளுக்குப் படுக்கையை அமைத்துக் கொடுத்திருக்கிறார். மோசி என்ற ஊரைப் பற்றிக் கூறுவதே தொண்டூர் கல்வெட்டின் சிறப்பாகும்.

ஆகவே, மோசி என்ற ஊர் தொண்டூர் மலைக்கு அருகில் இருந்திருக்க வேண்டும். செஞ்சி வட்டத்தில் இப்பொழுது மோசி என வழங்கும் ஊர் எதுவும் இல்லை. ஆனாலும் மேல்சித்தாமூர், மேலச்சேரி[1] என்ற ஊர்கள் உள்ளன. இவற்றோடு ஒப்புநோக்குதல் பொருத்தமாக அமையலாம். இவ்வூர்கள் தற்போதும் ஜைனர்களின் வாழ்விடமாகவும் உள்ளது.

கல்வெட்டில் கூறப்படும் அறம் மோசி என்பார் ஜைனத்தின்பால் பற்றும் ஈடுபாடும் கொண்டவராக இருந்திருக்க வேண்டும். மேலும் ஜைன ஒழுக்கங்களைக் கடைப்பிடித்து ஒழுகும் பண்பாளராகவும் இருந்துள்ளார்.

1 மேலச்சேரியில் ஜைனர் குடியிருப்பு தற்போது குறைவு முன்பு பெரும்பான்மையினராக இருந்துள்ளனர்.

இல்லறத்துத் துறவிகளும் ஜைனர்களும், கொல்லாமை பொய்யாமை, கள்ளாமை, பிறன்மனை நோக்காமை, பொருள் வரைதல், கள், ஊன், தேன், இரவு உண்ணாமை முதலிய ஒழுக்களைக் கடைப்பிடித்து வாழ்வதை அறமாகக் கொண்டுள்ளனர்.

"கொல்லாமை, பொய்யாமை, கள்ளாமை, காமத்தை
ஒல்லாமை, ஒண்பொருளை வரைதலோ டிவை பிறவும்
பொல்லாத புனைசு தேன்கள் இருளுண்ணா
நிலைமையொடு
நல்லாரைப் பணிவதும் நாமுறையே பயனுரைப்பாம்'
என்று திருக்கலம்பலகம் கூறுகிறது.

'பெரிய கொலை பொய் களவ பிறர் மனையிலொழுவல்
பொருள் வரைதல் மத்தம் மது புனை கணலின் நீங்கல்
பெரிய திசை கண்டமிரு போகம் வரைந்தாடல்
மரீ இய சிக்கை நான்குமிவை மனையத்தார் சீலம்"

என்று கூறுகிறது மேருமந்திரப்புராணம் (பந்திரமித்திரன் அறங்கொள்ளச் சுருக்கம் – 133)

இல்லறத்தார் ஒழுக (கடைபிடிக்க) வேண்டிய அறங்களைப்பற்றிக் கூறுவது இக்கல்வெட்டோடு ஒப்புநோக்கத்தக்கதாகும்.

இல்லற ஒழுக்கத்தில் சிறந்து விளங்கிய மோசி எனும் ஊரைச் சேர்ந்தவர் என்பதால் கல்வெட்டில் பெயர் குறிப்பிடாது சுருக்கமாக அறம் மோசி என்று குறிப்பிடப்பட்டுள்ளது என்பது தெளிவு.

அரக்கோணத்திற்கு (வட ஆர்க்காடு அப்பேத்கர் மாவட்டம்) அருகில் உள்ள மோரூர் என்பதே மோசி என்னும் புலவரின் ஊராகிய மோசியூர் எனக் கூறலாம் என்பர். தற்பொழுது திருவள்ளூர் மாவட்டத்தில் உள்ளது.

'மோச பாடி ஆயும்' என்ற புறநானூற்று (158–14) வரியால் மோசி என்ற புலவர் 'ஆய்' என்னும் மன்னனைப் பாடினார் என்று விளங்குகிறது.

இதில் 'ஆய்' என்று சொல் ஒரு குடியைச் சுட்டுகிறது. என்றாலும் அக்குடியில் இருந்த சிறந்த வள்ளல் தன்மையோடு விளங்கிய ஒருவனையே சிறப்பித்துப் பேசப்படுகிறது.

ஆய் அண்டிரன், ஆய் எயினன் என்று குறிப்பிடுவதோடு மோசி என்ற பெயரும் முதலில் குடியைக் குறித்து வழங்கப்பட்டாலும் சங்ககாலத்தில் குடியின் சிறப்பால் இடத்திற்கு வழங்கப்பட்டு உயர்வால் மனிதரையும் சுட்டப்பட்டது என்பது தெளிவாகிறது.

எனவே, மோசி என்பது கல்வெட்டில் ஊரின் பெயராகக் குறிப்பிடப்பட்டது என்பதைவிடப் பெயராகவே அது நிலைத்திருந்தது எனலாம்.

ஆய் வள்ளலைப் பாடிய மோசியைப் பற்றிக் குறிப்பிடும்போது 'திருந்து மொழி மோசி' என்று பெருஞ்சித்தனார் சிறப்பித்துக் குறிப்பிடுவது எண்ணத்தக்கது.

மோசி என்று சங்க காலத்தில் (அதற்கு முன்பும்) வழங்கிய பெயர். ஓர் இடத்தின் பெயராகவும் வழங்கப்பட்டு வந்திருக்க வேண்டும் என்று துணியலாம்.

அடுத்து,

அதிடானம் என்பது.

ஜைனத் துறவிகள் தங்கியிருக்க, மலைகளில் இயற்கையாக அமைந்த குகைத் தளங்களில் வழுவழுப்பான படுக்கையும், இருக்கையும், தலையணை போன்ற அமைப்பையும் செய்து (வெட்டிக்)கொடுத்தனர் இதனை அரசர் வணிகர் மற்றும் இல்லறத்தாரும், கொடுத்துள்ளனர் என்பதைக் கல்வெட்டுகளின் மூலம் அறிய முடிகிறது.

இவ்வாறு துறவிகள் தங்கியிருக்கப் படுக்கைகள், இருக்கைகள் கொண்ட மலைக்குகைகளைத் தான் 'பாழிகள்', 'பஞ்சபாண்டவர் படுக்கைகள்' என்றும் குறிப்பிடப்படுகின்றன.

இத்தகைய பாழிகளில் தங்கியிருந்த துறவிகள் இலக்கியம், மருத்துவம், சாத்திரம், வானவியல் முதலியன பற்றியும் தத்துவங்களையும், ஒழுக்கங்களையும், மக்களுக்கு உணர்த்தி மக்களை நல்வழிப்படுத்தினர். துறவிகளோடு துறவை மேற்கொண்ட மாணவர்களும், பாழிகளில் தங்கியிருந்தனர் என்பதற்குச் சான்றுகள் உள்ளன.

துறவிகள் தங்கியிருந்த இடம் பிறகு பள்ளி என்றும், பின்னர் ஜைனக்கோயிலையும் குறிக்கப் பயன்படுத்தப்பட்டதை அறிகிறோம்.

'பரங்குன்று ஒருவகம்பப் பாரம் பள்ளி
அருங்குன்றம் பேராந்தை ஆனை – இருங்குன்றம்
என்றெட்டு வெற்பும் எடுத்தியம்ப வல்லார்க்குச்
சென்றட்டுமோ பிறவித் தீங்கு'

என்ற பெருந்தொகைப்பாடல் துறவிகள் மலைக்குன்று களில் வாழ்ந்ததைத் தெரிவிக்கிறது.

துறவிகள் தத்துவங்களையும் ஒழுக்கங்களையும் கடைப்பிடித்த இல்லறத்தாருக்கு உதவியாய் வாழ்ந்தனர். இல்லற வாழ்க்கையில் இருப்பாருக்கு ஒழுக்கங்களையும் நல்லறங்களையும் கூறி அவர்களை நல்வழியில் உயர்த்தினர் என்பதால் துறவிகள் இருந்த மலைக்குன்றுகளைக் பொ.ஆ.மு. வுக்கு முன்பும் பொ.ஆ. முதல் 3ஆம் நூற்றாண்டு வரையிலும் அதிட்டம் என்று அழைக்கப்பட்டன.

அதிஸ்டானம் என்ற வடசொல்லின் திரிபே அதிட்டானம் ஆகும்.

அதிட்டானம் என்ற சொல், அதிட் அனம் (சித்தன்ன வாசல்) அதிடானம் (தொண்டூர்) என்றும் குறிக்கப்பட்டுள்ளன.

தொண்டூர் ஜைனக் கல்வெட்டின் காலம்

தமிழ்நாட்டில் கிடைத்துள்ள பொ.ஆ.மு. இரண்டாம் நூற்றாண்டுக்கு முந்தைய ஜைனக் கல்வெட்டுகள் யாவும் அப்போது நிலவிய ஜைனத்தின் நிலையைத் தெரிவிக்கின்றன.

கள்ளக்குறிச்சி மாவட்டத்தில் ஜம்பை, (திருக்கோயிலூர் வட்டம்) பறையன்பட்டு, திருநாதர்க்குன்று (செஞ்சி வட்டம்) கல்வெட்டுகள் பொ.ஆ.மு. முதல் நூற்றாண்டு முதல் பொ.ஆ. 5ஆம் நூற்றாண்டு வரையிலான காலத்தைச் சேர்ந்தவை என்று கருதப்படுகிறது.

இப்பொழுது கண்டுள்ள தொண்டூர் கல்வெட்டு பொ.ஆ.மு. முதல் நூற்றாண்டு முதல் பொ.ஆ. முதல் நூற்றாண்டு வரையிலான காலத்தைச் சேர்ந்தது என்பர்.[1]

தமிழ்நாட்டின் பல்வேறு இடங்களில் கிடைத்துள்ள பொ.ஆ.மு. வுக்கு முந்தைய காலத்தைச் சேர்ந்த மாங்குளம் கீழ்வளவு, சித்தன்னவாசல் கல்வெட்டுகள், சங்க இலக்கியத்தில் காணப்படும் மன்னர் பெயரையும் இடப்பெயரைப் பற்றியும் தெரிவிக்கின்றன.

மேலும், பொ.ஆ.மு.வுக்கு முந்தைய காலத்துக் கல்வெட்டுகளில் 'ஸ' என்ற பிராமி எழுத்து பயன்படுத்தப்பட்தை அறிய முடிகிறது.

அழகர் மலை கல்வெட்டில் – காஸபன்

கீழ்வளவு கல்வெட்டில் – உபாஸன்

அய்யர்மலை கல்வெட்டில் – வேஸன்

அடுத்து, அதிடானம் (தொண்டூர்) என்ற பெயர் பொ.ஆ.மு. 2ஆம் நூற்றாண்டுக்கு முந்தைய காலத்துக் கல்வெட்டிலும் காணப்படுவது இங்குக் குறிப்பிடத்தகும்.

சித்தன்னவாசல் கல்வெட்டில் – அதிட் அனம்

அய்யர்மலை கல்வெட்டில் – அதிட் அனம்

புகலூர் கல்வெட்டில் – அதிட்டானம்

புகலூர் கல்வெட்டில் காணப்படும் அதிட்டானம் என்பதின் வடிவமே ஏனைய ஊர்களில் காணப்படுகிறது. இங்கு தொண்டூர் கல்வெட்டில் காணப்படும் அதிடானம் என்பதை (என்பதோடு) ஒப்புநோக்க வேண்டும்.

எனவே, தொண்டூர் கல்வெட்டு பொ.ஆ.மு. 2ஆம் நூற்றாண்டு முதல் பொ.ஆ.மு. முதலாம் நூற்றாண்டுக் காலத்தைச் சேர்ந்ததாகத் துணியலாம்.

---

1 பார்க்க – தினமலர் 18.10.91. தினமணி 20.11.91
சித்தனவாசல் கல்வெட்டில் – அதிட் அனம்
அய்யர்மலை கல்வெட்டில் – அதிட் அனம்
புகலூர் கல்வெட்டில் – அதிட்டானம்

ஆகவே. பொ.ஆ.மு. 2ஆம் நூற்றாண்டுக்கு முன்பே செஞ்சி வட்டப் பகுதியில் ஜைனமும் வேர் ஊன்றியிருந்தது என்பது உறுதி ஆகிறது.

பொ.ஆ. எட்டாம் நூற்றாண்டைச் சேர்ந்த அகலூர் கல்வெட்டின் மூலம் விஜயாதித்தன் என்ற வாணர் குலச்சிற்றரசன் ஆணைப்படி தொண்டூர் அழிக்கப்பட்டது என்பதை அறிய முடிகிறது.[1] இதற்கான காரணம் எதுவும் கூறப்படவில்லை.

தொண்டூர் சேரிப்பகுதியில் உள்ள பாறையில் சோழர் காலத்தைச்சேர்ந்த இரண்டு கல்வெட்டுகள் செதுக்கப்பட்டுள்ளன. இவற்றால் மலைக்குகையில் இருந்த பள்ளிக்கு 'வழுவா மொழிப்பெரும் பள்ளி' என்ற பெயர் வழங்கப்பட்டிருந்ததை அறிய முடிகிறது.[2]

இவ்வழுவாப் பெரும் பள்ளியைப் பறம்பூரைச்[3] சேர்ந்த வச்சிர சிங்க இளம் பெருமானடிகள் என்னும் துறவியும் அவரது மாணவர்களும் கண்காணித்து வந்தனர் என்றும் தெரிகிறது.

விண்ணகோவரையன் வ(வை)யிரி மலையன் என்பார் (குணநேரி) மங்கலம் என்னும் வழுவாமொழி ஆராந்த மங்கலத்தையும், தொண்டூர் பள்ளியுடையான் வளாகத்திற்கு மேற்குப்பகுதியில் இருந்த அத்தி மொட்டைத் கிணற்றையும், திட்டத்தையும் தெற்கில் இருந்த கிணறு தோட்டத்தையும் தானமாக அளித்துள்ளார்.

இந்த வயிர மலையன், விண்ணகோவரை நாட்டைச் சேர்ந்தவர் ஆவார். இவர் வாணர் குலத்தைச் சேர்ந்தவர்.

மேலும், இவன் விண்ணகோவரை நாட்டு ஏரி, குளங்களைப் பராமரிக்க ஒரு காடி அளவுள்ள நிலத்திலிருந்து கிடைக்கும் நெல்லில் ஒரு நாழி நெல்வீதம் வரியாகக் கிடைக்க ஏற்பாடு செய்துள்ளான்.

---

1 A. R. E. 259/1968-69

2 வழுவாமொழிப் பெரும்பள்ளி என்னும் ஜைனக்கோயில். இவ்வூரில் இருந்ததாகத் தெரிகிறது– மயிலை சீனி. வேங்கடசாமி; ஜைனமும் தமிழும் – பக். 117

3 செய்யாறு வட்டம் திருப்பறம்பூர் (திருப்பனம்பூர்) என்பர்.

இரண்டு கல்வெட்டுகளிலும் “கோப்பரகேசரி” என்ற சோழர்க்குரிய பட்டப்பெயர் மட்டும் குறிக்கப்பட்டிருப்பதால் முதலாம் பராந்தகனின்[1] மூன்றாவது ஆட்சியாண்டில் (பொ.ஆ. 910) இக்கொடை வழங்கப்பட்டிருக்க வேண்டும் என்பது தெளிவாகிறது.

மேலும், இக்கல்வெட்டுகளைக் கொண்டு இக்கல்வெட்டுக் காலத்தில் இவ்வூர் சிங்கபுர நாட்டின் உட்பிரிவாகிய விண்ண கோவரைய நாட்டில் அடங்கிய பகுதி என்பதும் தெரிகிறது.

‘வைரிமலை’ (வயிர மலை) என்பது தொண்டூரை ஒட்டியுள்ள மலைக்குப் பண்டைக்காலத்தில் வழங்கிய பெயராக இருக்க வேண்டும் என்று டாக்டர் திரு. ஏ. ஏகாம்பரநாதன் அவர்கள் கருதுகிறார்.[2]

தொண்டூருக்குப் போகும் வழியில் உள்ள தொண்டூர் சேரிக்குக் கிழக்கில் வயல் பகுதியில் உள்ள சிறிய கல்குன்றில் (விண்ணராஜா பாறை– இப்படி மக்கள் கூறுகின்றனர்) திருமால்[3] படுத்த நிலையில் புடைப்புச் சிற்பம் செதுக்கப்பட்டுள்ளது. திருமால் உருவம் (4.50மீ) கிழக்கு மேற்காகச் செதுக்கப்பட்டுள்ளது. திருமால் மார்புப் பகுதி மட்டும் 62 செ. மீ. நீளமுடையது உள்ளது. கிழக்கில் தலைக்கு மேலே ஐந்து தலைநாகம் படமெடுத்த நிலையில் காட்டப்பட்டுள்ளது. திருமால் சிற்பம் பல்லவர் காலத்தது.

தொண்டூர் பஞ்சனார்பபடி மலையில் இவ்வூர் ஜைன மக்கள் தெலுங்கு வருடப்பிறப்பிற்கு மறுநாள் பூசை செய்து விழா எடுக்கின்றனர்.

இவ்வூரின் சுமார் 15 ஜைனர் குடும்பங்கள் உள்ளன.

தொண்டூரில் மகாவீரர் தீர்த்தங்கரருக்கு உள்ள கோயில் விமானம் இரண்டு மாடங்களைக் கொண்டுள்ளது. விமானத்தில் தீர்த்தங்கரர் உருவங்கள் கதைச்சிற்பங்களாக அழகு செய்கின்றன.

இக்கோயிலுக்கு பலிபீடம் மட்டும் உள்ளது. இதனை 1954இல் கு.சம்பந்திராசு நயினார் தர்மமாகக் கட்டிக் கொடுத்துள்ளார்.

1 தொண்டை நாட்டு ஜைனக் கோயில்கள் ஏ. ஏகாம்பரநாதன் – பக். 66
2 தொண்டை நாட்டு ஜைனக் கோயில்கள் ஏ. ஏகாம்பரநாதன் – பக். 67
3 மக்களால் ரங்கநாதர் என்று கூறப்படுகிறது.

தமிழ்நாட்டில் கண்டுபிடிக்கப்பட்

எண்	கல்வெட்டில் காணப்படும் ஊர்	மாவட்டம்	கல்வெட்டின் காலம்	ஊர் இட
1	அழகர்மலை	மதுரை	பொ.ஆ.மு. 2	கிடாரி பட்டி
2	கொங்கர் புளியன்குளம்	மதுரை	பொ.ஆ. 2	பெரும கோயி மலை
3	திருவாதவூர்	மதுரை	”	உவா மலை
4	மாங்குளம்	மதுரை	”	மீனாட் புரம்
5	சித்தனவாசல்	புதுக் கோட்டை	பொ.ஆ. 1	ஏழடி பாட்ட
6	விக்கிரமங்கலம்	மதுரை	”	உண்ட கல்
7	கருங்காளிக்குடி	மதுரை	பொ.ஆ.மு. 2–1 வரை	ஏழைஉ பஞ்சபா டவர் கு

வடக்கு நிலப்பகுதியில்) சங்க இலக்கியத்தில் கூறப்படும் கல்திட்டைகளையும் (சுமார் 20) காணமுடிகிறது.

ஊருக்கு மேற்கே உள்ள அகலூர் ஏரியில் வேடங்குன்றுக்குச் செல்லும் வழியில் கல்திட்டைகளையும் (சுமார் 20) காணமுடிகிறது.

மேலும், அகலூர் ஆதிநாதர் கோயிலுக்குத் தெற்கில் உள்ள சித்தேரியிலும் இத்தகைய கல்திட்டைகளைக் காணலாம். இங்குள்ள கல்திட்டைகள் 16 முதல் 20 அடி விட்டம் உள்ளவையாக அமைந்துள்ளன.

அகலூரில் பல்லவர்காலத்தைச் சேர்ந்த கல்வெட்டுகள் இரண்டு உள்ளன. ஆதிநாதர் கோயிலுக்குக் கிழக்கில் சற்றுத் தொலைவில் உள்ள பாறையொன்றில் இக்கல்வெட்டுகள் செதுக்கப்பட்டுள்ளன. முதல் கல்வெட்டு பல்லவ மன்னனாகிய இரண்டாம் நந்திவர்மனின் ஆட்சிக்காலத்தில் செதுக்கப்பட்டதாகும். இம்மன்னனின் 50ஆவது ஆட்சியாண்டின் (பொ.ஆ. 781) போது கம்பையனார் என்பவர் அகலூரிலுள்ள ஏரியில் பயிர் செய்யப்பெறும் நிலங்களில் ஒருபட்டி அளவுள்ள நிலத்திற்கு ஒருகாடி அளவு கொண்டு நெல் வீதம் பெற்று இவ்வேரியினைப் பாதுகாக்கவும், பராமரிப்பதற்கும் ஏற்பாடு செய்ததைக் கல்வெட்டு தெரிவிக்கிறது.

ஒருபட்டி அளவுள்ள நிலத்திலிருந்து 3 நாழி நெல்வீதம் பெற்று அகலூர் கோயிலைச் சேர்ந்த ஜைனத் துறவிகளாகிய பட்டாரிகளுக்கு நெல் வழங்க இவ்வூரினர் செய்த செய்கையும் இக்கல்வெட்டு தெரிவிக்கிறது.[1]

இரண்டாவது கல்வெட்டுச் செய்தியைக் கொண்டு இது பொ.ஆ. 8 ஆம் நூற்றாண்டைச் சேர்ந்தது என்பதை அறிய முடிகிறது. இக்கல்வெட்டில் அரசன் பெயர் குறிப்பிடப்படவில்லை. ஆனாலும் முதல் கல்வெட்டில் கூறப்பட்ட கம்பையனார் பற்றி இக்கல்வெட்டிலும் கூறப்படுவதால் இக்கல்வெட்டைக் பொ.ஆ. 8–ஆம் நூற்றாண்டைச் சேர்ந்தது எனலாம்.

---

1 A.R.E. 258 / 1968-69

இக்கல்வெட்டின் எழுத்து வடிவத்தைக் கொண்டு நந்திவர்ம பல்லவனது ஆட்சிக் காலத்தைச் சேர்ந்தது என்பதை அறிய முடிகிறது.

கம்பையனார் அகலூர் ஏரியினைப் பாதுகாத்தும் பராமரித்தும் இவ்வூர் ஜைனத் துறவிகளுக்கு உணவுக்கு ஏற்பாடு செய்தும் வந்துள்ளார். இவர் விஜயாதித்தனது ஆணைப்படி தொண்டூர் அழிக்கப்பட்ட காலத்தில் இறக்க நேரிட்டது என்பதை இரண்டாம் கல்வெட்டு மூலம் தெரிகிறது.[1]

கம்பையனாரைப் பற்றி அதிகமான செய்தி தெரியவில்லை. மேலும், தொண்டூர் எதன் காரணமாக விஜயாதித்தனது ஆணைப்படி அழிக்கப்பட்டது என்பதையும் தெளிவாக அறிய முடியவில்லை.

முதலாம் விஜயாதித்தன் என்பவன் நந்திவர்மபல்லவன் காலத்திலும், அவன் மகனாகிய நந்தவர்மன் ஆட்சிக்காலத்திலும், (சித்தூர், ஒருங்கிணைந்த வட ஆர்க்காடு மற்றும் தென் ஆர்க்காடு ஆகிய மாவட்டங்கள் அடங்கிய பெரும்பாணப்பாடி நாட்டைக் பொ.ஆ. *795* முதல் பொ.ஆ. *835* வரை ஆட்சி செய்த வாணர் குலத்து அரசன் என்பது இக்கல்வெட்டு[2] மூலம் அறியப்பெறும் செய்தியாகும்.

எனவே, இவன் காலத்தில் பெரும்பாணப்பாடி[3] நாட்டில் அகலூர் இருந்துள்ளது என்பதை அறியலாம்.

அகலூர் ஆதிநாதர் கோயிலின் அமைப்பைக்கொண்டு இக்கோயில் பொ.ஆ. *14, 15*ஆம் நூற்றாண்டில் புதிதாக அமைக்கப்பட்டிருக்க வேண்டும். தற்போது இக்கோயிலில் பொ.ஆ. *5*–ஆம் நூற்றாண்டுக்கான சான்றுகள் இல்லை. ஆயினும், இருந்திருக்க வேண்டும்; பின்னர் அழிந்திருக்கும்.

---

1 ARE 259/1968-69

2 தொண்டைநாட்டுச் ஜைனக் கோயில்கள் – ஏ. ஏகாம்பரநாதன், பக்.*108*.

3 பறையன்பட்டு ஊர்க்கல்வெட்டின் காணப்பெறும் பாணநாடு என்பதே பின்னர் பெரும்பாணப்பாடி நாடு எனப் பெயர் பெற்றிருக்க வேண்டும்.

கருவறை ஆதிநாதர்

அகலூர் ஆதிநாதர் கோயில்

இக்கோயில் மகா மண்டபம், அர்த்த மண்டபம், கருவறை ஆகிய அமைப்பைக் கொண்டுள்ளது.

கோயிலின் நுழைவு வாயிலுக்கு அடுத்து பலிபீடமும் மானஸ்தம்பமும்[1] நிறுவப்பட்டுள்ளது.

மானஸ்தம்பத்தின் அடிப்பகுதியில் கிழக்கில்; ஆதிநாதர், தெற்கிய குந்துநாதர், மேற்கில் விமலநாதர், வடக்கில் மகாவீரர் ஆகிய தீர்த்தங்கரர்களின் உருவமும் உருவத்திற்கு மேல் ஒளிப்பிரபையும் முக்குடையும், பக்கங்களில் யட்சன், யட்சி ஆகியோர் உருவங்களையும் செதுக்கப்பட்டுள்ளன.

கோயிலின் தெற்கில் சுமார் 40 ஆண்டுகளுக்கு முன்பு செய்யப்பட்ட பத்மாவதி அம்மனுக்குச் சிறிய கருவறை வடக்கு நோக்கி அமைக்கப்பட்டிருக்கிறது.

வடக்கில் ஷேத்திர பால பைரவருக்கு,[2] தெற்கு நோக்கிச் சிறிய கோயில் அமைக்கப்பட்டுள்ளது.

ஷேத்திர பாலகர் (பைரவர்) 4 கைகளுடன் அமைக்கப்பட்டுள்ளது. இக்கரங்களின் உடுக்கை, தூக்கிய சிறிய கத்தி, தாமரை அபயம் ஆகியவைகளைக் காண முடிகிறது. நின்றுள்ள நாய்க்கு முன்பாக நின்றுள்ள சேத்திர கால பைரவரின் அமைதியான தோற்றம் அழகாக அமைக்கப்பட்டுள்ளது. தாமரை பீடத்தின் மீது நின்றுள்ளவாறு அமைக்கப்பட்ட இவ்வுருவத்தின் தலையில் 3 செ.மீ. அளவுள்ள தீர்த்தங்கரரின் உருவம் சிறிய அளவில் அமைக்கப்பட்டிருப்பது சிறப்பானதாகும். இச்சிற்பத்தின் தோற்ற அமைப்பைக் கொண்டு முற்காலச் சோழர் காலத்தில் உருவாக்கப்பட்டிருப்பதாகக் கருதலாம்.

கலசார்ச்சனை மண்டபத்தில் நான்கு கைகளுடன்கூடிய ‘இருக்குமணி’ என்ற அம்மன்சிலை பூசை இல்லாமல் இருக்கிறது. இச்சிலை கோயில் சுற்றுச்சுவருக்குப் பள்ளம் தோண்டும்போது கண்டெடுக்கப்பட்டதாம்.

---

1 மானஸ்தம்பம் சுமார் 22 அடி உயரமும் 42 செ.மீ. அகலமும் கொண்டது. சதுர வடிவில் அடிப்பாகம் அமைக்கப்பட்டுள்ளது.

2 சேத்திரகால பைரவர் என்றும் குறிப்பிடுகின்றனர். பீடம் 59 செ.மீ. அகலம்; 44 செ.மீ. உயரம்–

இக்கோயில் விமானம் சுதை வேலைப்பாடுகளுடன் இரண்டு மாடங்களைக் கொண்டுள்ளது. கோயிலின் மகா மண்டபத்தின் வடக்கு மேற்கு தெற்குசுவர்களில் பாகுபலி, ஆதிதேவர் பற்றிய வாழ்க்கை வரலாற்று நிகழ்ச்சிகளை ஓவியமாகத்[1] தீட்டப்பட்டுள்ளன.

கோயிலின் அடித்தளம், உபானம், ஜகதி, குமுதம் கண்டம், பட்டிகைகள் ஆகிய உறுப்புகளைக் கொண்டுள்ளது. இவற்றின் இடையில் தாமரை இதழ்களின் வடிவம் வரிசையாகச் செதுக்கப்பட்டிருப்பது புதுமையானது.

கருவறையில் பீடமொன்றில் அமர்ந்த நிலையில் தியானக்கோலத்தில் உள்ள ஆதிநாதர்[2] தலைக்குப் பின்புறம் அரைவட்ட பிரபையும், அதற்குமேல் முக்குடையும் அழகாகக் காட்டப்பட்டுள்ளன. இருபக்கமும் சாமரம் வீசுவோர் உருவங்கள் சிறிய அளவில் செதுக்கப்பட்டுள்ளன.

இவ்வூரில் சுமார் 30 ஜைனக் குடும்பங்கள் உள்ளன. இக்கோ–யிலுக்குத் தெலுங்கு வருடப்பிறப்பு மற்றும் காணும்பொங்கல் அன்றும் சிறப்பான விழா நடைபெறுகின்றன. அஷ்யத் திரி–தியை (ஆகாரத் தானம்) விழாவையும் சிறப்பாக ஊரினர் நடத்துகின்றனர்.

1969ஆம் ஆண்டு அணியாவழகர் இலக்கிய மன்றம் இவ்வூர் ஜைனர்களால் அமைக்கப்பட்டு இலக்கியங்கள் ஜைன வழிபாட்டு முறைகள், ஜைனதத்துவங்கள் பற்றிய விளக்கத்தினை மக்களுக்கு அளித்து வருகின்றனர். மேலும் இரவில் ஆகமப்பள்ளி (சம்யக்ஞான பாடசாலை) மூலம் ஜைனர் பயன்பெற்று வருகின்றனர்.

இவ்வூரைச் சேர்ந்த சக்கரவர்த்தி சுவாமிகள் என்பவரும் அவருடைய மகன் சமுத்திர விஜயசுவாமி என்பாரும் மேல் சித்தாமூர் மடத் துறவியாக இருந்து ஜைனத்திற்குத் தொண்டு செய்து உள்ளனர். இத்துறவிகளைப் பற்றி விரிவான செய்திகள் தெரியவில்லை.

---

1 ஓவியம் 1.5.58– இல் தீட்டப்பட்டதாகும்.

2 ஆதிநாதர் சுமார் 5½ அடி உயரம்

கள்ளப்புலியூர்

செஞ்சிக்கு வடகிழக்கில் சுமார் 28 கி.மீ. தொலைவில் கள்ளிப்புலியூர் அமைந்துள்ளது. இவ்வூரில் சுமார் 70–க்கும் மேற்பட்ட ஜைனக் குடும்பங்கள் உள்ளன.

முற்றிலும் புதுப்பிக்கப்பட்ட ஜைனக்கோயில் உள்ளது. பார்சுவநாதரே இக்கோயிலின் இறைவன்.

இக்கோயிலின் தூண்கள் விஜயநகர அரசர்கள் காலத்தின் வரலாற்றை உணர்த்துகிறது.

இக்கோயிலின் மூலவர் பார்சுவநாதரின் அமைப்பு தனிச்சிறப்புடையது. பார்சுவநாதர் தீர்த்தங்கரர்[1] உருவம் பன்னாக (பன்னகம்–பாம்பு) நிழலில் நின்ற கோலத்தில் காண்கிறோம். அது மனத்தைக் கவரும் வகையில் அமைக்கப்பட்டுள்ளது.

ஐந்துதலை நாகம் படம் விரித்து ஞானத்தோற்றமுடைய பார்சுவநாதருக்கு நிழல் கொடுக்கிறது. அதன் உடல்பகுதி தீர்த்தங்கரரின் பின்புறம் வலமாக வளைந்து, இடமாக நெளிந்து, மீண்டும் வலமாக வளைந்து இடப்பக்கம் பார்சுவநாதர் கால்பகுதி வரையில் தன் வாலை நீட்டித்தொட்டு உலகத்துன்பங்களால் பாதிக்காதவாறு பார்சுவநாதருக்குப் பாதுகாப்போடு நின்றிருக்கும் காட்சி சிறப்பானது.

பார்சுவநாதர் உருவத்தில் நீண்ட காதும், கால்வரை நீண்டிருக்கும் இரு கைகளும் ஒடுங்கிய வயிறும், ஞானப்பொலிவுடன் திகழும் அமைதியான முகத்தோற்றமும் அழகாகக் காட்டப்பட்டுள்ளது. பீடத்தின் கீழே பார்சுவநாதருக்குரிய சின்னம் – சிங்கம் அமைக்கப்பட்டுள்ளது.

இக்கோயிலில் உள்ள தருமதேவியின் உருவச்சிலை சிறந்த அமைப்புடையதாகத் திகழ்கிறது. தருமதேவியின் சிற்ப அமைப்பைக் கொண்டு இச்சிலை[2] பொ.ஆ. 15, 16ஆம் நூற்றாண்டில் உருவாக்கப்பட்டிருக்கலாம். தருமதேவியின்

---

1 உயரம் – 128 செ.மீ., அகலம் 38 செ.மீ.

2 தருமதேவி உயரம் 80 செ.மீ. அகலம் 49 செ.மீ.

பத்மாவதி இயக்கி

கள்ளப்புலியூர் பார்சுவநாதர் கோயில்

தலைமுடியில் தீர்த்தங்கரர் உருவம் செதுக்கப்பட்டிருப்பது குறிப்பிடத்தக்கது.[1]

கோயிலின் சுற்றுச்சுவர்களில் மகாவீரர் கருத்துகள் எழுதப்பட்டுள்ளன.

இரண்டு மாட விமானமும் விமான மாடங்களில் தீர்த் தங்கரர் உருவமும் காணப்படுகின்றன.

இக்கோயிலில் பலிபீடமும் மானஸ்தம்பமும் உள்ளன.

இப்பலிபீடம் 16.4.1940–இல் கட்டப்பெற்றுள்ளது. மேலப்பந்தல் பார்சுவநாத நயினார் அவர்களின் அறப்பணி இது.

தினந்தோறும் வழிபாடும் பூசையும் உண்டு. தை, மாசி மாதங்களில் திருவிழா எடுக்கின்றனர்.

கள்ளப்புலியூர் ஊருக்கு மேற்கே உள்ள வயலில் இரு பாறைகளில் மூன்று பாதங்கள் (திருவடிகள்) செதுக்கப் பட்டுள்ளன.

ஒரு பாறையில் பாதங்கள் (பாதம் 24 செ.மீ. நீளம்) செதுக்கப்பட்டுள்ளது. இங்கு 43 செ.மீ. நீள அகலமுள்ள சதுரமான கல்லின்மேல் பாதங்கள் அமைக்கப்பட்டுள்ளன. இப்பாதக் கல்லை வயலிலிருந்து எடுக்கப்பட்டதாக இங்குக் கூறினார்கள்.

இப்பாறைக்கு வடமேற்கில் உள்ள பாறையொன்றில் இரண்டு ஜைன முனிவர்களின் பாதங்களும் மங்கலச் சின்னங்களும் செதுக்கப்பட்டுள்ளன.

அவை அடுத்த பக்கத்தில் இருப்பதைக் காணலாம்.

இச்சின்னங்கள் பாதத்திற்கு வலப்புறம் கமண்டலம், அதைப்பிடித்து நிற்கும் மனித உருவம், இடப்பக்கம் ஸ்வஸ்திக் சின்னம், குழி, பிறை, தர்மசக்கரம் ஆகியன செதுக்கப்பட்டுள்ளன. இப்பாதம் 17 செ.மீ. நீளமுடையது.

இதே பாறையில் மற்றொரு இடத்திலும் பாதம் செதுக்கப் பட்டுள்ளது.[2]

1 இதனை எங்களுக்குக் காட்டியவர் திரு. கே.சி. ஸ்ரீபால் நயினார் – தலைமை ஆசிரியர், கள்ளப்புலியூர்.

2 இதனை 19.7.62–ல் செதுக்கப்பட்டதாகக் குறிப்பிடப்பட்டுள்ளது.

கார்த்திக்கை மாதத்தில் இப்பாதங்களுக்கு ஜைன மக்கள் மாலையில் விளக்கு ஏற்றி வைக்கின்றனர்.

இவ்விரு பாதங்களும் இவ்வூரைச் சேர்ந்த தந்தை, மகனுக்குரியது என்பதை அறிய முடிகிறது.[1] இவ்வூரைச் சேர்ந்த சக்கரவர்த்தி நயினார் என்பவர் அகலூருக்கு சுவீகாரமாகச் சென்றார். அங்கு வாழ்ந்தபோது மேல்சித்தாமூர் மடத்திற்கு மடாதிபதியாக நியமிக்கப்பட்டார். இவரைத் தொடர்ந்து இவரது மகன் சமுத்திய விஜயன் என்பாரும் இம்மடத்துத் தலைமைப் பொறுப்பேற்றார் என்பது குறிப்பிடத்தக்கது.

சுல்லத் தீட்சை

1975 ஜூன் மாதம் பூஜ்ய ஸ்ரீ 108 ஆசாரிய நிர்மல சாகர அடிகளார் தமிழ்நாட்டிற்கு ஜைன இடங்களைப் பார்க்கும் பயணித்து செஞ்சிப் பகுதியிலுள்ள ஜைன ஊர்களுக்கு வருகை தந்தார். அப்பொழுது இவ்வூரைச் சேர்ந்த சுரேந்திர ஜெயின் (சரேந்திர குமார்) (தந்தை. சம்பத்ராவ் நயினார், தாய் – பட்டம்மாள்) என்பவர் சுல்லத் தீஷை பெற்றார்.

சுல்லத் தீஷை ஜைன துறவிக்குரிய இரண்டாம்நிலை என்பர். இந்நிலையில் ஒரு கோவணத்துணியும் 8 முழம் வேட்டி ஒன்றும் மட்டுமே பயன்படுத்துவர்.

இதன்பிறகு அவர் சுல்லத் சன்மதி சாகர் எனப்பெயர் பெற்றார் இவரின் விரதப்பற்றாலும் பக்தியாலும் விரைவாக நிர்கந்தர் (நிர்வாண) நிலையைப் பெற்றார் என்று குறிப்பிட்டுப் பெருமைப்படுகின்றனர்.

இதன்பிறகு வடநாட்டிலிருந்து ஜைனர்கள் இவ்வூருக்கு வந்து தங்கிச் செல்வதைப் புனிதமாகக் கருதுகிறார்களாம். அப்படி வந்து தங்கும்போது சிறப்பான வழிபாடும் செய்கின்றனர்.

வீரணாமூர்

செஞ்சியிலிருந்து சுமார் 20கி.மீ. வடகிழக்கில் வீரணாமூர் அமைந்துள்ளது வீரணாமூர் சோழ அரசர்கள் காலத்தில் ஜெயங்கொண்ட சோழமண்டலத்திலிருந்த உத்தமசோழ

1 தகவல்: கள்ளப்புலியூர் ஜைனக் கோயில் உபாத்தியாயர் திரு. அப்பாண்டை. வயது 55.

வளநாட்டில் சிங்கபுர நாட்டிலிருந்த ஊர் என்பதை அறிய முடிகிறது. இதற்குப் பண்டித சோழநல்லூர் என்று வேறு பெயரும் இரண்டாம் இராஜேந்திரன் (பொ.ஆ. 1168) ஆட்சியாண்டில் வழங்கப்பட்டது என்பதை இவ்வூர்க் கல்வெட்டு மூலம் அறியலாம்.[1]

ஜைன சமயத்தின் முக்கியமான ஊர் வீரணாமூர், இது சோழர் காலத்திற்கு முன்பிருந்து திகழ்ந்திருக்கிறது.

நிகண்டுகளில் ஒன்றான சூடாமணி நிகண்டின் ஆசிரியர் மண்டலபுருடர் என்பவர் இவ்வூரைச் சேர்ந்தவர் என்றும் அறிஞர்கள் கருதுகின்றனர்.[2]

மண்டலபுருடர் தொண்டை நாட்டில் இருந்த பெருமண்டூர் என்னும் ஊரினர் என்றும் கருதுகின்றனர். ஆனால், மண்டலபுருடர் வீரை (வீரபுரம்) என்று தம் ஊரைச் சூடாமணியில் குறிப்பிடுகிறார். வீரை என்பதே வீரணாமூர் என்று மாறியிருக்க வேண்டும்.

மண்டலபுருடர் குணபத்திரன் என்னும் ஜைன பெரியாரின் மாணாக்கர் என்பதைச் சூடாமணிப் பாடலொன்றால் அறியமுடிகிறது. மேலும்,

'பொன்னு நன்மணியும் முத்தும்
புனைந்த முக்குடை நிழற்ற
மின்னுபூம் பிண்டி நிழல்
வீற்றிருந் தவனை வாழ்த்தி
மன்னிய நிகண்டு சூடா
மணிடியன் ஒன்று சொல்வன்'

என்ற பாடல்வரிகளால் மண்டலபுருடர் ஜைன சமயத்தைச் சார்ந்தவர் என்பதை அறிய முடிகிறது.

மண்டல புருடர் விஜயநகர அரசர்கள் காலத்திய கிருஷ்ணதேவராயர் (பொ.ஆ. 1509–1531) காலத்தில் வாழ்ந்திருக்கிறார் என்று தெரிகிறது.

'படைமயக்குற்ற போதும் படைமடம் ஒன்றிலாதான்
மடைசெறி கடகத் தோளான் மதிக்குடைமன்னர் மன்னன்

---

1 A.R.E. 1937/38 - No 526

2 தமிழ் அகராதிக் கலை – சுந்தர சண்முகனார் பக். 244

ஆதிநாதர்

வீரணாமூர் ஆதிநாதர் கோயில்

கொடிமன்னர் வணங்கும் தாளான் கிருட்டிணராயன் கைபோல்
கொடைமடம் என்று சொல்பவரையாது கொடுத்த லாமே'

என்ற பாடலால் அறியலாம்.

இவ்வூரில் ஆதிநாதர் தீர்த்தங்கரருக்கு கோயில் உள்ளது. அமர்ந்த நிலையில் தியானத்தில் இருக்கும் ஆதிநாதர் உருவச் சிற்பம்[1] கலை உணர்வோடு வடிக்கப்பட்டுள்ளது. இரு பக்கங்களிலும் சாமரதாரிகளும் கீழே இயட்சன்[2] இயட்சியின் உருவங்களிலும் காட்டப்பட்டுள்ளது. ஆதிநாதருக்குப் பின்புறம் பிரபையும் மேலே முக்குடையும் அழகாக அமைக்கப்பட்டுள்ளன.

ஆதிநாதர் கோயிலின் தொன்மையை புதிய வேலைப் பாட்டால் அறிய முடியவில்லை.

பாகுபலி, பார்சுவநாதர் ஆகியோரின் செப்புத் திருமேனிகள் வேலைப்பாடுடையது.

இக்கோயில் தெற்கு நோக்கி அமைக்கப்பட்டுள்ளது.

கோயிலின் பின்புறம் வடகிழக்குத் திசையில் தனியான ஆதிநாதர் சிற்பம் வைக்கப்பட்டுள்ளது. இக்கோயிலில் இச்சிற்பம் முன்பு மூலவராக இருந்ததாகவும் கூறுவர்,

கிழக்கில் உள்ள கரு அறைகளில் ஜுவாலாமாலினி, தர்மதேவி, பத்மாவதி ஆகிய பெண் தெய்வங்களின் சிலைகள் வைக்கப்பட்டுள்ளன.

இவை கலசஸ்தாபன மண்டபம் நோக்கி அமைக்கப் பட்டுள்ளது.[3] இம்மண்டபத்தைத் தந்தையார் தொடங்கி அவர் மகனார் கட்டி முடித்து தந்தையின் எண்ணத்தை நிறைவேற்றியுள்ளார்.

---

1 பீடத்துடன் உயரம் 115 செ. மீ; அகலம் 64 செ.மீ.

2 உயரம் 112 செ.மீ.; அகலம் 84 செ.மீ.

3 இம்மண்டபம் 9–2–45–இல் பெரியதம்பி நயினார் அவர்களால் ஆரம்பிக்கப்பட்டு அவர் மகன் பார்கனாத நயினார் அவர்களால் 9–10–71ல் முடிக்கப்பட்டது.

மேலும், இவ்வூரைச் சேர்ந்த சின்னக்குழந்தை விமலநாதர், அப்பாவு ஆகியோர் மேல் சித்தாமூர் மடத்தின் தலைவராக (மடாதிபதியாக) இருந்து, சமயத்திற்கு பங்காற்றியுள்ளனர். 1915இல் மேல் சித்தாமூர் மடம் பெரிய அளவில் உருவாக்க அப்பாவு சுவாமிகள் பெரும் முயற்சிகளை மேற்கொண்டுள்ளார்.

இவ்வூரில் நீறுபூசிய வேளாளர் குடியினர் (பிரிவினர்) குடியுள்ளனர். இவர்கள் முன்பு (பல தலைமுறைக்கு) ஜைன சமயத்தைத் தழுவியவர்களாக இருந்து, தற்போது சைவர்களாக மாறினார்களாம். இவர்கள் தங்களை தொண்டை மண்டலத்து வேளாளர் என்றும், கொல்லாமையை தங்கள் வாழ்க்கையில் பின்பற்றும் பண்பினராகவும் உள்ளனர்.[1]

இவர்களில் ஜைன சமயத்தைச் சேர்ந்த குடும்பங்கள் சுமார் 40க்கும் மேல் உள்ளன.

மேல்அத்திப்பாக்கம்

செஞ்சிக்கு வடகிழக்கில் சுமார் 25 கி.மீ. தொலைவில் அமைந்துள்ளது. திண்டிவனம், வெள்ளிமேடு பேட்டை-யிலிருந்தும் இவ்வூருக்கு பேருந்து வசதி இருக்கிறது,

ஊரின் நடுப்பகுதியில் ஜைன தீர்த்தங்கரர் அனந்த தூதருக்கு கோயில் அமைக்கப்பட்டுள்ளது. இக்கோயில் தற்கால அமைப்பைக் கொண்டுள்ளது. இக்கோயில் மண்டபத்தில் இருதலைப்பறவை, அனுமன் உருவம் செதுக்கப்பட்ட தூண்களைக் காணலாம்.

இக்கோயிலுக்கு பலிபீடம் மட்டும் அமைக்கப்பட்டுள்ளது. கோயில் தளத்தை சலவைக்கல் கொண்டு பதிக்கப்பட்டுள்ளது.[2]

கோயிலின் முன் மண்டபத்தின் தெற்கில் பிரம்மதேவர் சிலையொன்று[3] சுதையால் செய்யப்பட்ட யானையின் மீது வைக்கப்பட்டிருக்கிறது. பிரம்ம தேவரின் உருவ அமைப்பைக் கொண்டு பொ.ஆ. 10–11ஆம் நூற்றாண்டில் செய்யப்பட்டிருக்க வேண்டும் எனலாம்.

---

1 தகவல் திரு. கண்ணப்ப நயினார் 8–11–92

2 ஜினதாஸ் நயினார் மனைவி லஷ்மிபாய் அம்மாள் அவர்களின் தர்மத்தால் அமைக்கப்பட்டது.

3 உயரம் / 56 செ.மீ. அகலம் 83 செ.மீ.

பிரம்ம தேவர் இடதுகாலை குத்திட்டு இடதுகால் முட்டி–யின்மீது இடதுகையை நீட்டியவாறும் இடதுகால் கீழே சிறியதாக காட்டப்பட்ட யானையின் முதுகின் மீது படியுமாறும் செதுக்கப்பட்டுள்ளது குறிப்பிடத்தக்கது. வலதுகையில் செண்டு ஆயுதம் காட்டப்பட்டுள்ளது.

மண்டபத்தின் வடக்கில் சிங்கத்தின் மீது அமர்ந்துள்ள தருமதேவியின் உருவச்சிலை[1] அமைக்கப்பட்டுள்ளது.

மண்டபத்தை கடந்து மேற்கில் சென்றால் பொ.ஆ. 14ஆம் தீர்த்தங்கரராகிய அனந்தநாதர்[2] முடிய கண்களை சற்று கீழ்நோக்கியவாறும், தியான நிலையில் இருக்கும் அழகான தோற்றத்துடன் உள்ள சிலையைக் காணலாம்.

அனந்தநாதர் தீர்த்தங்கரருக்குரிய கரடி சின்னம் காட்டப்படவில்லை. தீர்த்தங்கரருக்குப்பின் புறம்பிரபையும் அதற்குமேல் முக்குடையும் நேர்த்தியாகக் காட்டப்பட்டுள்ளது. இருபக்கமும் சாமரதாரிகளின் உருவம் அழகாகச் செதுக்கப்பட்டுள்ளது.

கோயிலில் செப்புத் திருமேனிகளை ஜைன குடும்பத்தினர் சேர்ந்து செய்து வைத்துள்ளனர்.

மகர மேரு உருவை	–அத்திப்பாக்கம்[3] கறுத்தக்குட்டி என்பார் அனந்த வருடம் வைகாசி மாதம் 28ஆம் தேதி வழங்கி உள்ளார்.

விருஷப தேவர் பார்சுவநாதர், சந்திரபிரபா ஆகிய தீர்த்தங்கரரின் உருவமேனியை இவ்வூர் அப்பசி நயினார் நேமிநாத நயினார், அப்பு நயினார், சந்திரநாதநயினால் ஆகியோர் தர்மம் செய்துள்ளனர்.

---

1 உயரம் 58 செ.மீ. அகலம் 30 செ.மீ.

2 உயரம் 46 செ.மீ.

3 மேல் அத்திப்பாக்கத்தை அத்திபாக்கம் என்ற மக்களால் குறிப்பிடப்படுகிறது.

அனந்தநாதர்

மேல் அத்திப்பாக்கம் அனந்தநாதர் கோயில்

இக்கோயிலுக்கு தெற்கில் முன்பிருந்த கோயில் வர்த்தமானருக்கு (பார்சுவநாதர்) தனிக்கோயில் அமைத்து வழிபடுகின்றனர். வர்த்தமானர் பளிங்கு கல்லால் ஆனது.

இக்கோயில் சித்திரை, தை மாதத்தில் சிறப்பான விழாவினை, இவ்வூர் முப்பது ஜைன குடும்பத்தினர் செய்து வருகின்றனர்.

ஏதாநெமிலி

செஞ்சிக்கு வடகிழக்கில் சுமார் 25கி.மீ. தொலைவில் ஏகாநெமிலி அமைந்துள்ளது.

முன்பிருந்த தொன்மையான கோயில் சிதைந்துபோனதாக இப்பொழுது முழுதும் புதுப்பித்துக் கட்டப்பட்டுள்ளது. கோயிலின் தொன்மைக்கான சான்றுகள் எதுவும் இல்லை. இவ்வூரில் உள்ள சுமார் 25 ஜைனக் குடும்பத்தினரின் பெருமுயற்சியால் இப்போது கோயில் உருவாகி வருகிறது.

சுமார் 200 ஆண்டுகளுக்கு முன்பு இக்கோயில் அமைக்கப்பட்டாலும், தங்கள் வழிபாட்டை அருகில் இருக்கும் கோயிலுக்குச் சென்றே பல ஆண்டுகளாக நிறைவேற்றி வந்தனராம்.

இக்கோயிலின் மூலவர் நேமிநாத தீர்த்தங்கரர்.[1]

தினமும் பூசை இருந்தாலும் சிறப்பான விழா எதுவும் இல்லை. தற்போது விழாவெடுக்க முயன்று வருகின்றனர். எதிர்காலத்தில் நடைபெறும். சில சமயம் 5 ஆண்டுகளுக்கு ஒருமுறை விழா எடுத்து வருகின்றனர்.

மூலவர் நேமிநாதர் சிலை அமைப்பதற்கு முன்பு செப்பு திருமேனியை வைத்தே வழிபட்டனர்.

இவ்வூரிலிருந்து வீரணாமூர் செல்லும் பாதையில் ஏரிக்குத் தென்கரையில் பல்லவர் காலத்தில் அமைக்கப்பட்ட பிள்ளையார் சிற்பம் உள்ளது. இச்சிற்பத்தின் மூலம் இவ்வூரின் தொன்மையை அறியலாம். மேலும், இவ்வூர் பகுதிகளை ஆராய்ந்தால் பல சான்றுகள் கிடைக்கக்கூடும் என்பது உறுதி.

---

1 உயரம் 81 செ.மீ. அகலம் 72 செ.மீ.

நேமிநாதர்

ஏதாநெமிலி நேமிநாதர் கோயில்

நெகனூர்ப்பட்டி

செஞ்சிக்கு வடகிழக்கில் சுமார் 5 கி.மீ. தொலைவில் நெகனூர்பட்டி அமைந்துள்ளது இவ்வூரில் ஜைனக் குடியிருப்புச் சான்றுகள் இல்லை; கோயிலும் இல்லை.

துறவிகளுக்குப் பள்ளி அளித்த தமிழிக் கல்வெட்டொன்று இவ்வூர் மலைக்குகைத் தளத்தில் காணப்படுகிறது. இதுவே இவ்வூரின் ஜைனத் தொடர்புக்கான தொன்மைச் சான்றாக அமைந்துள்ளது.

அடுக்கன்குன்று

நெகனூர்பட்டி ஏரிக்கு வடக்கில் அடுக்கன்கல் குன்றுப்பகுதியில் கிழக்கு நோக்கிய பாறையில் கல்வெட்டு காணப்படுகிறது. இக்கல்வெட்டு 53 செ.மீ. நீளமும், 42 செ.மீ. அகலமும் கொண்டு 4 வரிகளால் செதுக்கப்பட்டுள்ளது.

பெரும்பொகை என்னும் ஊரைச்சேர்ந்த செக்க உதிதாயி என்பவர் யாகம் செய்வதற்காக ஓதண்ணி என்பவர் பள்ளி செய்வித்துக் கொடுத்ததை இக்கல்வெட்டு அறிவிக்கிறது. இக்கல்வெட்டின் காலம் பொ.ஆ.மு. 2–1 நூற்றாண்டைச் சேர்ந்ததாக இந்தியத் தொல்லியல் பரப்பாய்வுத்துறை கல்வெட்டு ஆய்வாளர் திரு. க. இராசவேல் அவர்கள் கருதுகிறார்.[1]

திரு. கொடுமுடி சண்முகம் அவர்கள் பொ.ஆ. 3–4ஆம் நூற்றாண்டைச் சேர்ந்தது என்று கூறுகிறார்.[2]

கல்வெட்டில் உள்ள பெரும் பொகய் என்பது தற்போது நெகனூர்பட்டிக்கு வடக்கே சுமார் 5 கி.மீ. தொலைவில் பெரும்புகை என வழங்கப்படும் ஊராக இருக்கலாம் என்பர்.

மேலும் இக்கல்வெட்டு உள்ள பாறையின் பகுதியில் மிகவும் தேய்ந்த நிலையில் படுக்கைகளும் உள்ளன.

---

1 நன்றி : தினமணி – 25.3.92

2 நேர் காணல் : 25.10.92

நெகனூர்ப்பட்டி தமிழிக் கல்வெட்டு

கல்வெட்டு உள்ள அடுக்கன் கல் குன்று

படுக்கை கிழக்கு மேற்காக 190 செ.மீ. நீளமும் 90 செ.மீ. அகலமும் உள்ளது. படுக்கைக்கு எதிரில் சிறிய சுனையும் இருக்கிறது.

படுக்கைப் பாறையின் கிழக்கில் உள்ள பகுதியில் செங்கற்களாலான கட்டடச் சுவர்ப்பகுதிகள் வயலைத் தோண்டும்போது கிடைத்திருக்கிறது. வயல் பகுதிகளில் கருப்பு, சிவப்பு பானை ஓடுகளின் உடைபாடுகளும் காணக்கிடக்கின்றன. இவற்றைக் கொண்டு பொ.ஆ. 3–4ஆம் நூற்றாண்டுக்குப் பிறகும் மக்கள் வாழ்ந்திருக்க வேண்டும் என்று உணர முடிகிறது.

அடுக்கன் கல் குன்றுக்கு எதிரில் கிழக்கில் உள்ள குன்றைக் குரத்திக்குன்று என்று மக்கள் கூறுகின்றனர். இக்குன்றில் இயற்கையான குகைத் தளங்களும் காணப்படுகின்றன.

இங்குள்ள ஓவியம் ஸ்வஸ்திக் வடிவத்தை ஒத்திருப்பது கவனிக்கத்தக்கது. இக்குறியீடு ஜைன சமயத்தின் புனிதக் குறியீடாகக் கருதப்பட்டு வருகிறது.

சூலம் போன்ற குறியீடு ஜைனர்களின் வழிபாட்டில் முக்கிய இடத்தைப் பெற்றுள்ளது என்பது நோக்கத்தக்கது. (ஜைன சமயத் தெய்வ உருவங்கள் மற்றும் படிமங்கள் தலைப்பைக் காண்க) இதனை, இப்பகுதி மக்கள் இராக்கச்சி என்று கூறுகின்றனர். இராக்கச்சி, யட்சி, (இயக்கி) என்ற ஜ ஜைனப்பெண் தெய்வத்தோடு ஒத்திருப்பதையும் கருதலாம்.

எனவே, நெகனூர்ப்பட்டி அடுக்கன்குன்று கல்வெட்டு ஓவியங்களைக் கொண்டு பொ.ஆ.மு.வுக்கு முந்தைய தொன்மையான வரலாற்றை அறிய உதவுகிறது.[1]

குரத்தி என்பது பெண் துறவிகளைக் குறிப்பிடும் பெயர். இவர்கள் சமயக் கருத்துக்களைப் பெண்களுக்குத் தெளிய வைப்பதில் ஈடுபட்டனர் என்பதை பல சான்றுகளைக் கொண்டு அறிகிறோம். நெகனூர்ப்பட்டிக்குச் சுமார் 15 கி.மீ. தொலைவில் விடால் எனும் ஊரில் கனவீர குரத்தி என்னும் ஜைனப்பெண் துறவியார் சுமார் 500 பேர்களுக்குக் கல்வி போதித்ததை இவ்வூர் கல்வெட்டால் அறிய முடிகிறது.

---

1 காண்க : செஞ்சி – நெகனூர்ப்பட்டி ஜைனக் கல்வெட்டு ஓர் ஆய்வு – 'முக்குடை' மே, ஜூன் – 1994. மஞ்சரி – ஏப்ரல், 1994. நன்றி.

எனவே, குரத்திக் குன்று என்னும் பாறைக் குகைத் தளங்களைக் கொண்டு நோக்கும்போது இங்கும் பெண் துறவிகள் தங்கியிருந்து ஜைன சமயத்தின் அறநெறிகளைப் பரவச்செய்யும் பணியில் ஈடுபடுவதற்குப் பெரும்புகையைச் சேர்ந்த ஓதண்ணி என்பார் பள்ளி அமைத்துக் கொடுத்திருக்கிறார் என்பதை அறியமுடிகிறது.

அடுக்கன் குன்றின் அடிப்பகுதியில் வெள்ளை நிறத்தால் ஓவியங்கள் தீட்டப்பட்டுள்ளன. (இம்மாவட்டத்தில் தொல்பழங்காலப் பாறை ஓவியங்கள் கீழ்வாலையில் கண்டுபிடிக்கப்பட்டுள்ளன.) இந்த ஓவியங்கள் சிந்து சமவெளியில் கண்டுபிடிக்கப்பட்ட முத்திரைகளில் உள்ள எழுத்துக் குறியீடுகளோடு ஒத்திருப்பதும் இங்குக் கருதத்தக்கதாகும்.[1]

ஆனத்தூர்

செஞ்சிக்குக் கிழக்கே சுமார் 10 கி.மீ. தொலைவில் ஆனத்தூர் உள்ளது.

இவ்வூரின் ஜைனர்கள் குடியிருப்பு இல்லை. ஆனாலும் ஊருக்கு மேற்கே உள்ள மலையின் கீழ்ப்பகுதியில் உள்ள தனிக்குன்றில் தீர்த்தங்கரர் உருவம் செதுக்கப்பட்டுள்ளது.[2]

ஊரின் மேற்குப்பகுதியில் மலையடிவாரத்தில் ஜைனக் கோயில் இருந்ததாகவும் கூறுகின்றனர்.

சுமார் இருநூறு வருடங்களுக்கு முன்பு இவ்வூரில் ஜைனர்கள் குடியிருந்ததாகத் தெரிவிக்கின்றனர். தீர்த்தங்கரர் உருவம் உள்ள குன்றுப்பகுதியில் சிலைகள் இல்லாமல் பாழாகி வரும் கோயிலை இவ்வூரினர் ஜைனக்கோயில் என்றே கூறுவது ஆராயத்தக்கது. இக்கோயிலின் வடக்குப்பகுதியில் குடியிருப்புகள் கோயில் சுற்றுச்சுவரோடு இருப்பதால் கல்வெட்டுகள் குறித்து அறியமுடியவில்லை.

---

1 மீளாய்வு 2.10.2010

2 இத்தீர்த்தங்கரர் உருவத்தை அருகதேவர் என்றும் மகாவீரர் என்றும் கூறி வருகின்றனர். தீர்த்தங்கரர் உயரம் 142 செ.மீ.; 78 செ.மீ. அகலம்.

குன்றில் செதுக்கப்பட்டுள்ள தீர்த்தங்கரர் உருவத்தின் இருபக்கங்களிலும் சாமரதாரிகளின் உருவமும் செதுக்கப்பட்டுள்ளன. தீர்த்தங்கரருக்கு மேலே பிரபையும் அதற்குமேல் முக்குடையும் செதுக்கப்பட்டுள்ளன. யாளியின் வாயிலிருந்து இருபக்கங்களிலும் தோரண அமைப்புகள் காட்டப்பட்டுள்ளன. தீர்த்தங்கரருக்குரிய சின்னம் இல்லாமையால் தீர்த்தங்கரரைப் பற்றி அறிவதில் குழப்பம் ஏற்படுகிறது.

பாறையில் உள்ள தீர்த்தங்கரர் உருவத்தைக் கொண்டு இச்சிற்பம் பொ.ஆ. 10–11ஆம் நூற்றாண்டினதாக இருக்கலாம் எனக் கூறுகின்றனர். எனவே, சுமார் பொ.ஆ. 10ஆம் நூற்றாண்டுக்கு முன்பே இவ்வூரில் ஜைனர் குடியிருப்பு இருந்துள்ளது என்று தெரிகிறது.

இவ்வூரின் வடக்குப் பகுதியில் முற்றிலும் சிதைந்துள்ள சிவன் கோயிலுக்கு வடக்கே உள்ள மகிஷாசுரமர்த்தினியின்[1] உருவச்சிலையை கொண்டு இவ்வூரின் தொன்மையை சுமார் 1000 ஆண்டுகளுக்கு முற்பட்ட வரலாற்றை அறிய முடிகிறது.

ஆனத்தூரிலிருந்து பெரும்புகை ஊருக்கான பாதையின் மேற்கில் ஆனத்தூர் மலை உள்ளது. இம்மலையின் நடுப்பகுதியில் சிவன், பார்வதிக்கல் என்ற பகுதியில் இரண்டு படுக்கைகள் தெளிவாக உள்ளன. ஒரு படுக்கை சற்று தேய்ந்தும் உள்ளது. இரண்டு படுக்கைகளில் ஒன்று மேலும் மற்றொன்று கீழ்ப்பகுதிப் பாறையில் செதுக்கப்பட்டிருக்கிறது. இரண்டு படுக்கைகளும் தெற்கு நோக்கியவாறு உள்ளன. இக்குன்றுக்கு கிழக்கில் உள்ள நிலப்பகுதியில் தொன்மையான கருப்பு, சிவப்பு நிற பானைகளில் சிதறல்களைக் காண முடிகிறது. இந்த வயல் பகுதியில் மக்கள் குடியிருந்துள்ளனர். பின்னர் தற்பொழுதுள்ள பகுதியில் குடியமர்வு ஏற்படுத்திக் கொண்டிருக்கின்றனர். அந்தபோது, ஊர் குன்றில் தீர்த்தங்கரர் சிற்பத்தை செதுக்கத் தொடங்கி அது ஏனோ முற்றுப்பெறாமல் உள்ளது. இப்பகுதி ஜைனர்கள் தீர்த்தங்கரர் உருவத்தை செதுக்கி அடையாளப்படுத்தலாம்.

---

1 உயரம் 122 செ.மீ. அகலம் 61 செ.மீ.

பெரும்புகை

செஞ்சிக்குக் கிழக்கே சுமார் 4 கி.மீ. தொலைவில் செஞ்சி – திண்டிவனம் பேருந்துச் சாலையில் ஊரணித்தாங்கலுக்கு வடக்கே பெரும்புகை அமைந்துள்ளது.

நெகனூர்பட்டி கல்வெட்டின் மூலம் (பொ.ஆ.மு. 2–1–ஆம் நூற்றாண்டு) பெரும்புகையில் சுமார் 2000 ஆண்டுகளுக்கு முன்பே ஜைனர் வாழ்ந்திருந்ததை அறிய முடிகிறது.

இவ்வூரில் தற்போது சுமார் 30 ஜைனக் குடும்பங்கள் உள்ளன.

இங்குள்ள ஜைனக் கோயிலின் மூலவர் மல்லிநாதர் தீர்த்தங்கரர் ஆவார்.[1] இவருக்குரிய சின்னம் கலசம் (நீர்க்குடம்) காட்டப்பட்டுள்ளது.

மல்லிநாதர் தீர்த்தங்கரர் உருவம் தியான நிலையில் அமைக்கப்பட்டுள்ளது. புடைத்து அகன்ற மார்பும், நீண்ட காதும், நேரான அருள் நிறைந்த அமைதியான பார்வையுடன் கூடிய அழகான முகமும் அமைய நேர்த்தியாக உருவாக்கப்பட்டுள்ளது.

மல்லியநாதர் தீர்த்தங்கரருக்கு இருபக்கமும் சாமரதாரிகளும் அழகாகக் காட்டப்பட்டுள்ளனர். மேலே முக்குடையும் அதற்குக் கீழே பிரபையும் தெளிவாகவும் அழகாகவும் வடிவமைக்கப்பட்டுள்ளன.

முன்பு, மகாவீரர் தீர்த்தங்கரர் மூலவராக இருந்ததாகவும்,, பிறகுதான் மல்லிநாதர் தீர்த்தங்கரர் மூலவராக அமைக்கப் பட்டிருப்பதாகவும் தெரியவருகிறது.[2] இவ்வாறு அமைக்கப் பட்டதற்கான காரணமும் காலமும் தெரியவில்லை.

கோயில் மண்டபத்தில் மகாவீரரின் உருவச்சிலை[3] வைக்கப்பட்டுள்ளது. பூசையும் வழிபாடும் மகாவீரருக்கு உண்டு. மகாவீரர் தியான நிலையில் அமைதியான முகத் தோற்றத்தொடு அமர்ந்திருக்க இருபக்கமும் சாமாதாரிகளும்

---

1 உயரம் 83 செ.மீ. அகலம் 61 செ.மீ.

2 தகவல்: திரு. சி. அப்பாண்டராஜ், பெரும்புகை.

3 மகாவீரர் – உயரம் 81 செ.மீ., அகலம் 59.செ.மீ.

பிரபையும் மேலே முக்குடையும் நேர்த்தியாகக் காட்டப் பட்டிருக்கின்றன.

பிரம்மதேவர், தருமதேவியின் உருவச்சிலையைக் கொண்டு இக்கோயிலில் தொன்மையை அறியலாம்.

மண்டபத்தூண்களில் முக்குடையின்கீழ் உள்ள தீர்த்தங்கரர். நிற்கும் தீர்த்தங்கரர், பிரம்ம தேவர், வணக்கும் பெண், ஜுவால மாலினி, தருமதேவி ஆகிய தெய்வ உருவங்கள் செதுக்கப்பட்டுள்ளன. இவற்றைக்கொண்டு இம்மண்டபம் பொ.ஆ.14–15–ஆம் நூற்றாண்டில் அமைக்கப்பட்டது.

இக்கோயிலில் பலிபீடமும் மானஸ்தம்பமும் உள்ளன.

சுற்றுச்சுவருடன் கூடிய கோயிலின் கோபுரத்தில் தீர்த்தங்கரர் உருவங்கள் சுதையால் அமைந்துள்ளன.

இக்கோயிலில் மார்கழி மாதம் முக்குடைப் பூசையும், ஆடி, கார்த்திகை, மாசி மாதங்களில் சிறப்புப் பூசையும் நவராத்திரி விழாவும் நடத்தப்பெறுகின்றன.

மேலும், செஞ்சி, சிறுகடம்பூர், திருநாதர்க் குன்றில் உள்ள தீர்த்தங்கரர் உருவங்களுக்கு மாசி மாதத்தில் இவ்வூரினர் தனிவிழாவும் சிறப்புப் பூசையும் செய்கின்றனர்.

பொ.ஆ.மு. 2–1ஆம் நூற்றாண்டில் இவ்வூர் பெரும்பொகை என்றும் வழங்கப்பட்டுள்ளது. இவ்வூரைச் சேர்ந்த செக்க உதிதாயி என்பார் யாகம் செய்ய பள்ளி அமைத்துக் கொடுத்ததை நெகனூர்ப்பட்டி அறிய முடிகிறது. (காண்க: நெகனூர்ப் பட்டி)

எனவே, ஜைன வரலாற்றில் பெரும்புகை முக்கிய இடம் வகிக்கிறது.

ஊரணித்தாங்கல்

செஞ்சி, திண்டிவனம் சாலையில் செஞ்சிக்குக் கிழக்கே சுமார் 1 கி.மீ. தொலைவில் சங்கராபரணி ஆற்றுக்கு (செஞ் சியாறு) வடக்கே ஊரணித் தாங்கல் அமைந்துள்ளது.

இவ்வூரில் ஜைனக் குடியிருப்பும் கோயிலும் இல்லை.

கருவறை மல்லிநாதர்

பெரும்புகை மல்லிநாதர் கோயில்

ஊருக்கு வடக்கே கள்ள மலையில் சுமார் 100 மீட்டர் உயரத்தில் துறவிகள் தங்கியிருந்த கற்படுக்கைகள் உள்ளன.

கற்படுக்கைகள் மூன்று இடங்களில் மொத்தம் 17 கற்படுக்கைகள் உள்ளன. மூன்று இடங்களில் தனித்தனியே இருக்கைகளும் செதுக்கப்பட்டுள்ளன.[1]

1976ஆம் ஆண்டு ஸ்ரீ 108 ஆசாரிய நிர்மலசாகர் அடிகளார் அவர்கள் தன் சங்கத்தினரோடு தமிழ்நாட்டிற்கு வந்தபோது இக்குன்றுப் பகுதிக்கு வந்தனர். அப்போது ஜைன நெறியோடு பூசையும் வழிபாடும் செய்யப்பட்டது. அதன் நினைவாக இங்கு மங்கலச் சின்னங்களும் அடிகளாரின்; திருப்பாதமும் செதுக்கப்பட்டுள்ளன.

கற்படுக்கைகளின் அளவைக் கொண்டும் அதன் தன்மையைக் கொண்டும், பொ.ஆ. 6–ஆம் நூற்றாண்டுக்கு முன்பு இங்கு துறவிகள் வாழ்ந்திருக்க வேண்டும் என்பதை உணரலாம்.

கற்படுக்கைகளுக்குச் செல்லும் குன்றுப்பகுதியின் சதுர வடிவான குழிகள் காணப்படுகின்றன.

மேல்கூடலூர்

செஞ்சிப் பகுதியில் பல இடங்களில் காணப்படும் ஜைனக்கோயில்கள் கல்வெட்டுகள், ஜைனப் பெரியோர் (தீர்த்தங்கரர்) சிற்பங்கள், சிலைகள், கற்படுகைகள் முதலியன ஜைனத்தைப் பற்றி அறிந்துகொள்ள உதவுகின்றன.

செஞ்சியை அடுத்துள்ள திருநாதர்க் குன்றில் 24 தீர்த்தங்கரர் சிற்பங்களும் கல்வெட்டும், மேல் சித்தாமூர், சிங்கவரம், தளவானூர், தொண்டூர், வளத்தி ஆகிய இடங்களில் உள்ள கல்வெட்டுகளும், கல்படுக்கைகளும் ஜைனத்தின் பழம்பெருமையை உணர்த்திக் கொண்டிருக்கின்றன.

செஞ்சி வட்டம் மேல்கூடலூர் மலையிலுள்ள கற்படுக்கைகளும் கல்வெட்டுகளும் ஜைன வரலாற்றுக்கு மேலும் புதிய சான்றுகளைக் கொடுத்துள்ளன.

---

1 ஆய்வு நாள் 16.1.1990

இருப்பிடமும் ஜைனப்படுக்கையும்

செஞ்சியிலிருந்த விழுப்புரம் செல்லும் பேருந்துப்பாதை யில் மட்டப்பாறை என்னுமிடத்தில் குறுக்குப் பாதை யிலிருந்து சுமார் 8 கி.மீ. தொலைவில் மேல் கூடலூர் மலை அமைந்துள்ளது.

நான் நடந்துசென்றே பார்த்தேன்.

இம்மலையின் கிழக்கில் சுமார் 40 மீட்டர் உயரத்தில் கற்படுக்கைகளும் கல்வெட்டுகளும் உள்ளன.[1]

கற்படுக்கைகள்

இக்குகைத் தளத்தில் 8 இடங்களில் தெளிவாக 40 கற்படுக்கை அமைக்களையும், குகைத்தள பார்சுவநாதர் சிற்பத்திற் வழிபாடு செய்யும்போது மக்கள் அமர்ந்திருக்க கற்படுக்கை மீது சுதைகள் பூசப்பட்டு பத்துக்கும் மேற்பட்ட கற்படுக்கைகள் மறைக்கப்பட்டுள்ளன.

பார்சுவநாதர் சிற்பத்திற்கு மேற்கில் இரண்டு இடங்களில் தெற்கு நோக்கி பதினான்கு கற்படுக்கைகளும், மேற்கு நோக்கி பாறையில் இரண்டு இடங்களில் 12 கற்படுக்கைகளும் உள்ளன. இங்கு தனியாக ஒரு கற்படுக்கையும் தெற்கில் பெரிய கற்படுக்கைகள் அமைப்பு இரண்டும் உள்ளன.

பார்சுவநாதர் சிற்பத்திற்கு தெற்கில் மூன்று இடங்களில் தனியாக ஒரு கற்படுக்கையும் அருகில் 5 கற்படுக்கை (இருக்கையாகவும் கருதலாம்) இதற்குக் கீழாக பெரிய இருக்கை சாய்வாக (கற்படுக்கை அமைப்பாகவே) உள்ளன. இதனை இரண்டு கற்படுக்கையாகக் கருதமுடிகிறது.

தற்போது சுதை (சிமெண்ட்) பூசப்பட்ட பகுதியில் கற்படுக்கைகள் மறைக்கப்பட்டுள்ளன.

கற்படுக்கைகளின் அளவு சராசரி 150–45 செ.மீ. நீள அகலங்களில் உள்ளன.

---

1 மேல்கூடலூர் கல்வெட்டுகளும் சமணப் படுக்கைகளும் – முக்குடை –1982

கற்படுக்கைகளின் அமைப்பும் அழகும் அவற்றின் தொன்மையையும் வரலாற்றையும் உணர்த்துகின்றன.

கற்படுக்கைகளுக்கு, மலையே குடைபோல் இயற்கையாக அமைத்து மழை, வெய்யில் ஆகியவற்றால் அழிந்துவிடாதபடி காத்து வருகிறது. கிழக்கு, தெற்கில் உள்ள கற்படுக்கைகள் மட்டும் காலை மாலைநேரங்களில் வெய்யில் படும்படி உள்ளது. மற்றையவை அனைத்தும் பாதுகாப்பான முறையில் செதுக்கப்பட்டுள்ளன. வெய்யில் படும்படியாக உள்ள கற்படுக்கைகள் ஏனைய கற்படுக்கைகளுக்குப் பின்னர் செதுக்கப்பட்டிருக்க வேண்டும்.

மழையால் கற்படுக்கைகள் நனைந்துபோகாதபடி குன்றின் கீழ்ப்பகுதி ஓரங்களில் கற்படுக்கைகளைச் சுற்றியும் வாய்க்கால் போன்று அமைக்கப்பட்டுள்ளன. செஞ்சிப்பகுதியில் பல இடங்களில் கற்படுக்கைகள் காணப்பட்டாலும் இங்குதான் கற்படுக்கைகள் அதிகளவில் செதுக்கப்பட்டுள்ளன.

அதிகமான கற்படுக்கைகளையும் அவற்றின் அமைப்புகளையும் மழையின் அமைப்பையையும் நோக்கும்போது இங்கு துறவிகள் பெருமளவில் வாழ்ந்திருக்கிறார்கள் என்பதும், இப்பகுதி ஜைனர்களுக்கு முக்கிய இடமாக இருந்துள்ளது என்பதும் தெளிவாகிறது.

கற்படுக்கைகள் உள்ள மலையில் மேற்பகுதியில் வடக்கிலும் கீழ்ப்பகுதியில் உள்ள கற்படுக்கைக்கு அருகிலும் ஜைனத்துறவிகள் அமர்ந்து ஓய்வு பெறுவதற்கான இருக்கைகளும் செதுக்கப்பட்டுள்ளன.

மலையின் மேல்பகுதியில் இரண்டு இடங்களிலும் கீழே ஓரிடத்திலும் இருக்கைகள் உள்ளன. கீழே உள்ள இருக்கை அழகாகவும், வழுவழுப்பாகவும் சாய்ந்து கொள்ளும்டியான அமைப்பிலும் (சோபா போல்) உள்ளது. ஒவ்வொரு கற்படுக்கையின் தலைப்பகுதியிலும் தலையணை போன்ற அமைப்பும் செதுக்கப்பட்டுள்ளன.

இப்படுக்கைகளைக் காணும்போது திருக்குறள்தான் நினைவுக்குத் தோன்றும். பற்றற்ற துறவிகள் தவத்தை மேற்கொள்ள எத்தனை நெஞ்சுறுதி கொண்டிருக்க வேண்டும் .

மூலாட்டனத் தேவர் பார்சுவநாதர்

மேல்கூடலூர் மலையில் உள்ள கற்படுக்கைகள்

யாதனின் யாதனின் நீங்கியான் முதல்
அதனின் அதனின் இலன்' **(குறள். 341)**

'வேண்டின் உண்டாகத் துறக்க! துறந்தபின்
ஈண்டு இயற்பால பல' **(குறள். 342)**

'மற்றும் தொடர்பாடு எவன்கொல் பிறப்பறுக்கல்
உற்றார்க்கு உடம்பும் பகை' **(குறள். 345)**

இவ்வாறு தவத்தைப் பற்றி வள்ளுவன் கூறுவதற்கு முன்னோடியாகத் தமிழ்நாட்டில் இதுபோன்ற மலைகளில் துறவிகளின் துறவு வாழ்க்கையே காரணமாக இருந்திருக்குமோ என எண்ணத் தோன்றுகிறது.

ஜைன சமயத்தைத் தழுவிய துறவிகள் இதுபோன்ற மலைக்குகைகளைத் தவம் இருக்கவும், அறம், கலை முதலியவற்றைத் தத்துவக் கருத்துக்களை எழுதவும் கூறவும் பள்ளிகளாக அமைத்துக்கொண்டார்கள் எனலாம்,

துறவிகள் மலைக்குகைகளில் தனித்தனியாக தங்காது ஐந்தும் ஐந்துக்கும் மேற்பட்டவர்களுக்குமாகத் தங்கியிருந்தார்கள் போலும். அதனால்தான் மக்கள் ஜைனத்துறவிகள் தங்கியிருந்த மலைக்குகைப் பகுதியை 'ஐவர் மலை' என்று அழைத்தார்கள் என்று எண்ணத் தோன்றுகிறது.

இத்தகைய ஐவர் மலையே பிற்காலத்தில் 'பஞ்சபாண்டவர்' எனக் குறிப்பிடப்படுகிறது.[1] மேல் கூடலூர் மலையும் இப்பகுதி மக்களால் 'ஐவர் மலை' என்றும் 'பஞ்சபாண்டவர் மலை' என்றும் கூறப்பட்டு வருகிறது.

கல்வெட்டுகள்

இம்மலையில் உள்ள கற்படுக்கைகளுக்கு அருகில் தனி-யிடத்தில் மூன்று இடங்களில் மொத்தம் ஐந்து கல்வெட்டுகள் உள்ளன. இக்கல்வெட்டுகள் தமிழ் எழுத்துக்கலாளானவை.[2]

---

1 'கையேடு'– இரண்டாவது உலகத்தமிழ் மாநாடு கருத்தரங்கு மலர் – ஜீவ பந்துமீ T.S ஸ்ரீ பால் – ஜைனம் – பக். 244

2 புதுவை வரலாற்றுச் சங்க உறுப்பினர்கள் பாகூர் சு. குப்புசாமி, வில்லியனூர் த. வெங்கடேசன் கல்வெட்டுகளைப் படித்தறிய உதவினர்.

மலைமீது கிழக்குத் திசையில் ஏறியவுடன் தெரியும் கற்படுக்கைக்கு வடக்கில் இரண்டு இடங்களில் மூன்று கல்வெட்டுகளும், மலையில் ஏறும்போது சற்றுக் கீழே வடக்கில் படிகள் வெட்டப்பட்டுள்ள இடத்தில் இரண்டு கல்வெட்டுகளும் உள்ளன.

இக்கல்வெட்டுகள் இங்குள்ள இறைவனைப் பற்றியும் ஜைனப் பெரியார்கள் படாரியார்களுக்கு அளிக்கப்பட்ட தானங்களைப் பற்றியும் அவர்களின் ஆட்சியாண்டையும் அறிந்துகொள்ள இக்கல்லெழுத்து வாசகங்கள் பயன்படுகின்றன.

கல்வெட்டுகள் தரும் செய்திகள்

மூன்று இடங்களில் உள்ள 5 கல்வெட்டுகளும் ஜைனர்களின் வரலாற்றை அறிந்துகொள்ள பெரும் அளவில் உதவுகின்றன.

ஒன்று, பல்லவ மன்னன் நிருபதுங்க வர்மனின் (பொ.ஆ. 850–882) இரண்டாவது ஆட்சியாண்டுக் கல்வெட்டு ஒன்றும் மற்றைய நான்கும் முதல்பராந்தகச் சோழன் (பொ.ஆ. 907–953) காலத்தவையாகும்.

இங்குள்ள நான்கு கல்வெட்டுகள் காலம் முதல் பராந்தகனின் பொ.ஆ. 911–940 வரையிலானவை என்பது குறிப்பிடத்தக்கது.

முதலாம் பராந்தகனின் 37ஆவது ஆட்சி ஆண்டு கல்வெட்டைக் கொண்டு இவன் ஈழத்தை இவ்வாட்சியாண்டில் பொ.ஆ. 944இல் வென்றிருக்க வேண்டும் என்பர்.

மதுரையும் ஈழமும் கொண்ட கோப்பர கேசரிவர்மனான முதலாம் பராந்தக சோழன் தனது 33 ஆவது ஆட்சி ஆண்டுக்கு (பொ.ஆ. 940) முன்பே ஈழத்தை வென்றான் என்ற செய்தியை இங்குள்ள கல்வெட்டு தெரிவிக்கிறது.[1] இது குறிப்பிடத்தக்கதாகும்.

மேலும், இக்கல்வெட்டுகள் இங்குள்ள தீர்த்தங்கரர்க்கும் படாரியர்களுக்கும்[2] திருவிளக்கு எரிக்க 3050 ஆடுகள் கொடையாக வழங்கிய செய்தியைக் கூறுகின்றன.

ஆனந்தபுரம் கோ.கிருட்டினமூர்த்தி 1.5.82– ல் முதலில் கண்டறிந்தார்.

1 பிற்கால சோழர் வரலாறு – தி.வை. சதாசிவ பண்டாரத்தார். பக். 38

2 படாரியார்கள் – ஜைனப் பெரியோர்கள் – துறவிகள்

படாரியர்கள் யார்?

தமிழகத்தில் காணப்படும் கல்வெட்டுகளில் 'பட்டாரகர்', 'பட்டார்', 'பட்டாரியார்' என்ற பெயர்களைக் காண்கிறோம். இப்பெயர்கள் ஜைன சமயம் சார்ந்த கல்வெட்டுகளில் மிகுதியாகக் காணப்படுகின்றன. மேலும் ஜைன சமயத் தீர்த்தங்கரர்களையும் ஜைனப் பெரியோர்களையுமே இப்பெயர் சிறப்பாகக் குறிக்கிறது. ஜைன சமய இயக்கியர் இயக்கிகளையும் (யட்சன், யட்சி) குறிப்பிட இப்பெயர் பயன்படுத்தப்பட்டுள்ளது.

மதுரை மாவட்டத்திலுள்ள கொங்கர் புளியங்குளத்தில் காணப்படும் கல்வெட்டொன்றில்,

'பாசனூர் விடான் இதா தாவென்'

என்ற ஜைனத் துறவியின் பெயர் குறிக்கப்பட்டுள்ளது.[1]

திருச்சிராப்பள்ளி மாவட்டத்திலுள்ள புகழியூரில் (புகளூர்) உள்ள கல்வெட்டில்,

'பிடான் (பட்டாகரன்) ஆந்தை'

என்ற ஜைனப் பெரியாரைப்பற்றி அறிய முடிகிறது.[2]

எனவே, மேல் கூடலூர் கல்வெட்டை ஆராய்ந்தால் பொ.ஆ. 8ஆம் நூற்றாண்டுவரை ஜைன சமயப் பெரியோர், துறவி, முனிவர்களுக்குப் பட்டாரகர், பட்டாரியார், பட்டாரியாரி, பிடான், பட்டாரர் என்ற பெயர்களால் வழங்கப்பட்டு வந்துள்ளதாக அறியலாம்.

மேல்கூடலூர் மலையில் தங்கி வாழ்ந்த ஜைனத் துறவிகளைத்தான் இங்குள்ள கல்வெட்டுகள் பிடாரியர்கள் என்று குறிக்கிறது என்பது தெளிவாகிறது. இப்பெயர்களே பின்னர், சைவ வைணவ சமயத்தில் பயன்படுத்தப்பட்டிருக்க வேண்டும்.

பொ.ஆ. கல்வெட்டில் காணப்படும் ஊர்கள்

இங்குள்ள கல்வெட்டுகள் இம்மலை இருந்த ஊரைச் ''சேர்ந்த மங்கலம்'' என்று குறிப்பிடுகிறது. இச் சேர்ந்த் மங்கலம் பனையூர் நாட்டைச் சேர்ந்த ஊர் என்றும் தெரிகிறது.

---

1 A.R.E. 56/1910

2 A.R.E. - 346/1927-28

படார் – கடவுள், பூஜ்யர் என்றும் பொருள் கூறுவர்.

செஞ்சி வட்டத்தில் ‘சேர்ந்த மங்கலம்’ என்ற ஊர் தற்போது இல்லை.

கல்வெட்டு மூலம் ‘சேர்ந்த மங்கலம்’ என்ற ஊர் இம்மலைக்கு அருகில் இருந்திருக்க வேண்டும்.

இம்மலையின் கிழக்கு வடக்கு மற்றும் வடகிழக்கு நிலப்பகுதியில் பொ.ஆ. முதல், இரண்டாம் நூற்றாண்டைச் சேர்ந்த கருப்பு–சிவப்பு, கருப்பும் சிவப்பும் கலந்த நிறமுள்ள சுடுமண் பானை ஓடுகளும், முதுமக்கள் தாழிகளின் உடைபாடுகளும் பெரும் அளவில் காணக்கிடக்கின்றன.

சேர்ந்தமங்கலம்

கல்வெட்டுகளால் இப்பகுதியில் மக்கள் வாழ்ந்த ஊர் ஒன்று இருந்து அழிந்திருக்க வேண்டும். அழிந்துபோன அந்த ஊர் தான் கல்வெட்டு கூறும் சேர்ந்தமங்கலமாய் இருக்க வேண்டும்.

எனவே, இக்கல்வெட்டுக் காலங்களுக்கு முன்பும் பின்பும் இவ்வூர் சிறப்போடும், செழிப்போடும் இருந்திருக்க வேண்டும். பின்னர் பகைவர்களின் படையெடுப்பால் சேர்ந்தமங்கலம் அழிந்திருக்க வேண்டும் என்பர்.[1]

‘அப்பாண்டை நாதர் உலா’ ஜைன ஊர்களைப் பற்றிக் கூறுகிறது.[2] அவற்றில் சேர்ந்தமங்கலம் என்ற ஊரும் குறிப்பிடப்பட்டுள்ளது. இப்பெயருடன்கூடிய (சேர்ந்தமங்கலம்) ஊர் உளுந்தூர்ப்பேட்டைக்கு (வட்டத்தில்)அருகில் இருக்கிறது. விழுப்புரம் – பண்ணுருட்டி புகைவண்டிப் பாதையிலும் சேந்தனூர் எனும் ஊர் உள்ளது.

சேர்ந்த மங்கலம் என்று கல்வெட்டு குறிப்பிடும் ஊர் எது என்பது தெளிவாக உணரமுடியவில்லை. இதுபற்றி மேலும் ஆராய்ந்தால் தெளிவாகும்.

செஞ்சிப் பகுதியில் இப்பெயர் கொண்ட ஊர் எதுவும் இல்லாமையால் இங்குள்ள கல்வெட்டு கூறும் வில்லவலம்

---

1 பாகூர் புலவர், சு. குப்புசாமி, கல்வெட்டு ஆய்வாளர், இப்பகுதி இவரால் பார்வையிடப்பட்டது. உரையாடல் : 4–7–82

2 அனந்த விசயர் அருளிச்செய்த திருநறுங்கொண்டை அப்பாண்டை நாதர் உலா – சென்னைப் பல்கலை;கழகம் 1972– பதிப்பாசிரியர் மு. சண்முகம் பிள்ளை பக். 14

போரில் இவ்வூர் அழிந்திருக்கலாம் என்றும் எண்ணத் தோன்றுகிறது.

மேலும், இங்குள்ள கல்வெட்டுகளைக் கொண்டு, சேர்ந்தமங்கலம் என்ற ஊர் இம்மலைப்பகுதியை ஒட்டிய நிலப்பகுதியாகவே இருக்கலாம் என்று கொள்ளலாம்.

திரு. ஏ. ஏகாம்பரநாதன் அவர்கள் மேல்கூடலூரின் பழைய பெயரே சேர்ந்த மங்கலம் எனக் கருதலாம் என்பர்.

மேலும், பராந்தகச் சோழன் கல்வெட்டு மேல்கூடலூரின் பழைய பெயரே சேர்ந்தமங்கலம் எனக் கருதலாம் என்பார்.[1]

மேலும் பராந்தகன் சோழன் கல்வெட்டு வில்வலம் என்ற ஊரில் நிகழ்ந்த போரைப் பற்றிக் குறிப்பிடுகின்றது.

வில்வலம்

வில்வலம் என்ற ஊர் செஞ்சிப் பகுதியில் இல்லை. ஆனால், இம்மலைக்கு வடக்கில் சுமார் 15 கி.மீ. (செஞ்சி–திண்டிவனம் பேருந்துப்பாதையில் 13 கி.மீ.) தொலைவில் வல்லம் என்ற பெயரில் ஊர் இருக்கிறது. வில்வலம் என்று கல்வெட்டு குறிப்பிடும் ஊரே வல்லம் என்ற மாறி வழங்கப்பட்டிருக்கலாம் என்று எண்ணத் தோன்றுகிறது.

மேலும் மழநாடு, பனையூர் நாடு என்ற இரண்டு நாடுகளின் பெயர்களும் களத்தூர், கிளிஞனூர் என்ற இரண்டு ஊர்களின் பெயர்களும் கல்வெட்டில் கூறப்பட்டுள்ளன.

கிளியனூர்

இவற்றின் கிளிஞனூர் பற்றி மட்டுமே நன்றாக அறிய முடிகிறது. இவ்வூர் திண்டிவனம் புதுச்சேரி பேருந்துவழிப் பாதையில் கிளியனூர் என்று இப்பொழுது அழைக்கப்படுகிறது. இவ்வூர் பல்லவர் காலத்தில் கிளிஞனூர் என்றும் விஜயநகர அரசர்கள் காலத்தில் கிளிவளநல்லூர் என்றும் அழைக்கப்பெற்றது.

---

1 தொண்டை நாட்டுச் ஜைனக் கோயில்கள் – பக். 43

பனையபுரம்

விழுப்புரம் – திருக்கனூர் வழியாகப் புதுச்சேரிக்குச் செல்லும் பேருந்துப்பாதையில் (முண்டியம்பாக்கத்திற்குக் கிழக்கில்) பனையபுரம் என்ற ஊர் உள்ளது. பனையூர் நாடு என்பது பனையூர் என்ற பெயரே பனையபுரமாக மாறி வழங்கி வருகிறது எனவும் கருதலாம்.

கல்வெட்டு கூறும் அதிகாரிகள்

ஓணங்குடையார் தாழி வைகுந்தனாகிய செம்பியன், அருள்மொழியாகிய வீர நாரணப் பல்லரையன் என்ற அரசு அதிகாரிகளின் பெயர்களையும் அறிகிறோம்.

பார்சுவநாதர் புடைப்புச் சிற்பம்

மலையின் கீழ்ப்பகுதியிலிருந்து செதுக்கப்பெற்றுள்ள படிகளின் வழியாக வடதிசையில் மேலேறிச் சென்றால் அங்கே நம்மை மெய்மறக்கச் செய்யும் புடைப்புச் சிற்பமொன்றின் காட்சியைக் காணலாம். இயற்கையாக அமைந்த மலைக்குகைத் தளத்தில் உள்ள பாறை ஒன்றில் காணப்படும் பார்சுவநாதர் திருவுருவம்தான் அது. அச்சிற்பம் 110 செ.மீ. உயரமுடைய புடைப்புச்சிற்பமாகும்.

கண்டவுடன் மெய்ம்மறந்து வணங்கத் தோன்றும் பார்சுவநாதரின் திருவுருவம் புடைப்புச் சிற்பமாகச் செதுக்கப்பட்டுள்ளது.

பார்சுவநாதர் மலர்ந்த தாமரையின்மீது நின்ற கோலத்தில் காட்சி தருகிறார். இங்கு மலர்ந்த தாமரையில் ''கேவலஞானம் 'அல்லது' 'கடையிலா அறிவு' நிலையை நின்ற கோலத்தில் நாம் காணும்போது,

மலர்மிசை ஏகினான் மாணடி சேர்ந்தார்
நிலமிசை நீடு வாழ்வார்

எனும் திருக்குறள் (3) கருத்தை மெய்ப்பிப்பதாக உள்ளது.

'மலர் மிசை' நின்ற இறைவரைக் காட்டியதோடு தெய்வத் தாமரையை மணக்கச் செய்துள்ள சிற்பியின் பெருந்திறனை என்னென்பது!

தண்டாமரை மலரின்மேல் நிற்கும் பார்சுவநாதரின் திருஉருவத்திற்கு மேல் ஐந்து தலை பாம்பு படமெடுத்த வண்ணம் நின்று அவரை அணிசெய்கிறது.

ஜைன தீர்த்தங்கரர்களின் உருவங்கள் பல இடங்களில் அமைக்கப்பட்டுள்ளன. அந்த உருவம் இந்தத் தீர்த்தங்கரர் உருவம் என்பதை அடையாளம் காண அந்தந்தத் தீர்த்தங்கரரின் உருவங்களுக்கு அடையாள முத்திரை ஒன்று காட்டப்பட்டிருக்கும்.

எடுத்துக்காட்டு;

விருசப தேவர்	–ரிஷபம்
அருகதேவர், ஆதிதேவர்	– காளை
விமலநாதர்	– பன்றி
மல்லியநாதர்	– கும்பம்
மகாவீரர்	– சிங்கம்

இதுபோன்ற அனைத்துத் தீர்த்தங்கரருக்கும் அடையாளச் சின்னம் கூறப்பட்டுள்ளது.

பார்சுவநாதருக்கு அடையாளச் சின்னம் ஐந்து தலைபாம்பு ஆகும்.

குகை போல் இயற்கையாக அமைத்த. மலையின் செதுக்கப்பட்டுள்ள பார்சுவநாதரின் புடைப்புச் சிற்பம் துறவிகள் வழிபாடு செய்வதற்குப் பயன்பட்டிருக்கலாம்.

23ஆவது தீர்த்தங்கரரான பார்சுவநாதர் சிற்பத்தில் பாம்பிற்கு மேல் முக்குடை நிழல் தந்து அழகு செய்கிறது.

பார்சுவநாதர் உருவத்திற்கு வலப்புறம் நின்ற நிலையில் 82 செ.மீ. உயரத்தில் ஆணுருவம் ஒன்றும் செதுக்கப்பட்டுள்ளது. இவ்வுருவத்தின் அமைப்பும் அணியும் ஆடையும் தலை மணி முடியும் கொண்டு இவ்வுருவம் பல்லவமன்னன் நிருபதுங்கவர்மன் (கல்வெட்டு கொண்டு) என்றே பாகூர் புலவர் சு. குப்புசாமி கூறினார்.

திரிபங்க நிலையில் உள்ள உருவத்தின் கால்வரை ஆடை காட்டப்பட்டுள்ளது. இவ்வுருவத்தைப் பத்மாவதி யட்சி என்று கூறப்படுகிறது.

தீபாவளிக்கு மறுநாள் ஜைனர்களும் ஏனைய மக்களும் இம்மலைக்கு லந்து வழிபடுவது குறிப்பிடத்தக்கது.

பல ஆண்டுகளுக்கு முன்பு பொங்கலுக்குப் பிறகு வரும் காணும்பொங்கல் (கரிநாள்) அன்று மேல்கூடலூர் மற்றும் பல ஊர்களிலிருந்தும் வரும் மக்கள் பார்சுவநாதர் உருவத்தைச் 'சக்கிலி' என்றும், அருகிலுள்ள மற்றோர உருவத்தைச் 'சக்கிலிச்சி' என்றும் கருதிக்கொண்டு எச்சில் துப்பிச் சென்றுள்ளார்கள். இப்பழக்கம் தற்போது இல்லை.

செஞ்சிக்கோட்டையின் தெற்கே உள்ள மலைப்பகுதி 'சந்திரகிரி' அல்லது 'சக்கிலி துர்க்கம்' என்றும் அழைக்கப்படுகிறது. இம்மலையின் மேல் பழுதான கோயில் ஒன்று உள்ளது. அதன் பக்கத்தில் சுனை ஒன்றும் உள்ளது. மற்றொரு இடத்தில் திருவடிப்பாதங்கள் செதுக்கியுள்ள பகுதியைக் காணலாம். செஞ்சிக்கோட்டை இராஜகிரி, கிருஷ்ணகிரி ஆகிய கோட்டைப் பகுதிகளை மக்கள் காணச்செய்வது போல இம்மலைக்கோட்டையைக் காணச் செல்வது இல்லை பாதையும் சிதைந்துள்ளது.

இங்கு மேல்கூடலூர் மலையில் உள்ள பார்சுவநாதரை சக்கிலி என்பது போல செஞ்சிக்கோட்டையின் ஒரு கோட்டைப்பகுதியை சக்கிலிக்கோட்டை என்பது கருததத் தக்கதாகும்.

கல்வெட்டில் இறைவன் பெயர்

தமிழகத்தில் ஜைனக் கோயில்கள் மிகச்சிறப்பாக இருந்து வந்துள்ளன. பின்னர், அரசியல் மாற்றங்களால் ஜைனவக் கோயில்கள் பல அழிந்துபோயின; இருந்த சுவடுகள் இல்லாமலே மறைந்துபோயும் உள்ளன. கோயில்கள் முற்றிலும் அழிந்துபோனாலும் அவற்றின் எச்சங்களாகச் சிற்பங்களும், கல்வெட்டுகளும் ஆங்காங்கே காணப்படுகின்றன.

குமரி மாவட்டத்திலுள்ள நாகர்கோயில் என்னும் ஊரில் இப்போதும் வழிபாடு உள்ள நாகராசர் கோயில் முன்பு ஜைனக்கோயிலாகத் திகழ்ந்தது என்பர். இதை இன் குள்ள பார்சுவநாதர், மகாவீரர், பத்மாவதி ஆகிய ஜைனச் சிற்பங்களால் அறியலாம்.

பார்சுவநாதரை இங்குள்ள கல்வெட்டுகள்,

'மூலஸ்தானத்து தேவர்'
'திருமணிக் கோயில் தேவர்'
'அவனி திலத்து தேவர்'

என்று கூறுகின்றன.

இவற்றுள் முன் இரண்டு பெயர்கள் இக்காலத்துச் சிவன் கோயில்களின் இறைவர் பெயர்களாகவும் வழங்கப்படுவதைக் காணலாம். இது பழைமையின் விளைவாக இருக்கலாம்.

கல் உரலும் நீர்ச்சுனையும்

மலையின் மேல் பகுதியில் கற்படுக்கைகளுக்கு முன்பு பாறையில் குடையப்பட்டுள்ள உரல் குழியைக் காணலாம். இதுபோன்ற உரல்குழி அமைப்புகள் குறிப்பாக துறவிகள் தங்கியிருந்த குகைப்பகுதியில் கற்படுக்கைகள் உள்ள இடங்களிலும் காணப்படுகின்றன.

இவ்வுரல்கள் அமைக்கப்பட்டது குறித்துச் சரியான விளக்கங்கள் கிடைக்கவில்லை. துறவிகள் தங்கி யிருந்த காலத்தில் செதுக்கப்பட்டதா என்பதையும் தெளிவாக அறிந்துகொள்ள முடியவில்லை.

இப்பகுதியில் இவ்வுரல் பஞ்சபாண்டவர் வாழ்ந்தபோது உணவு தயாரிக்கப் பயன்படுத்தியதாக ஒரு கதை வழங்கப் பட்டு வருகிறது.

துறவிகள் – வானியியல், மருந்தியல், தத்துவஇயல் ஆகியவற்றில் திறமை உள்ளவர்களாகவும் இருந்துள்ளனர். இவ்வுரல்களைச் துறவிகள் மக்களின் நோய் தீர்க்கும் பொருட்டு மருந்துகள் தயாரிக்க மூலப்பொருட்களை

அரைக்கப் பயன்படுத்தியிருப்பர் என்பர். குடிநீருக்காகவும் பயன்படுத்தியிருக்கலாம்.

இவ்வகை உரல் அமைப்பிற்கும் பக்கத்தில் சிறிய சிறிய குழிகளும் காணப்படுகின்றன.

சிறிய குழிகளில் சிறிய அளவும் (அப்போதே அரைத்துக் கொடுக்கப்பட வேண்டிய மருந்துகள்) பெரிய குழிகளில் பெரிய அளவும் மருந்து அரைக்கப் பயன்படுத்தியிருக்க வேண்டும் என்றார் பாகூர் சு. குப்புசாமி.[1]

நீர்ச்சுனை

கற்படுக்கைகள் காணப்படும் இடங்களுக்கு மிக அருகில் அல்லது சற்றுத் தூரத்தில் ஒரு நீர்ச்சுனை இருப்பதைக் காண முடிகிறது. [2]

மேல் கூடலூர் மலையில் கற்படுக்கைகளுக்கு அருகில் அதனை ஒட்டியே சுமார் 5 மீ. நீளமுள்ள சுனையைக் காண்கிறோம். இங்கு வாழ்ந்த துறவிகள் சுனை நீரையே பயன்படுத்தியிருக்க வேண்டும்.

வரலாற்றில் கற்படுக்கைகளும் கல்வெட்டுகளும் மட்டு மல்லாது கல் உரல்களும், குழிகளும், நீர்ச்சுனைகளும் இணைந்துள்ளன எனலாம்.

இம்மலைக்குக் கிழக்கில் எண்ணாயிரம் என்ற புகழ்பெற்ற ஊர் சுமார் 3 கி.மீ. தொலைவில் உள்ளது.

எண்ணாயிரம் முனிவர்கள் இம்மலையில்தான் வாழ்ந்தனர் என்றும் அவர்களைக் கழுவேற்றப்பட்டதாலே ஊரானது வளர்ச்சி இல்லாமல் இருக்கிறது என்ற கருத்தும் ஊர் மக்களிடம் நிலவுகிறது.

இவ்வூரில் எட்டாயிரம் துறவிகள் வாழ்ந்து வந்தனர் என்பதால் இவ்வூருக்கு எண்ணாயிரம் என்று பெயர் பெற்றது என்றும், இராமானுஜர் இவ்வூர் ஜைனர்களை வாதத்தில் வெற்றி பெற்றதால் இவ்வூர் ஜைனர்களை வைணவர்களாய் மாற்றினார்

---

1 பாகூர் புலவர் சு. குப்புசாமி, கல்வெட்டு ஆய்வாளர் உரையாடல் நாள் : 4.7.82

2 தொண்டூர், கஞ்சியூர் ஆகிய ஊர்களில் உள்ள கற்படுக்கைகளுக்கு அருகிலும் நீர்சுனையைக் காணலாம்.

என்றும், இதனால்தான் அவ்வூருக்கு எண்ணாயிரம் என்ற பெயர் ஏற்பட்டது என்றும் கூறுவர். கவி காளமேகம் பிறந்த ஊர் இது என்பதும் புதிய வரலாற்றுச் செய்தியாகும். தொல்லியல் ஆய்வாளர் ச. கிருஷ்ணமூர்த்தி, தமது திருவோத்தூர் வரலாறு எனும் நூலில் விளக்கியுள்ளார்.

தளவானூர்

செஞ்சியிலிருந்து விழுப்புரம் பேருந்து வழியில் (கொம்மேடு குறுக்குப்பாதைக்கு கிழக்கில் 3 கி.மீ.) சுமார் 18 கி.மீ. தொலைவில் தளவானூர் அமைந்துள்ளது.

இவ்வூரில் ஜைனர்கள் குடியிருப்பு இல்லை. ஆனாலும் பொ.ஆ. 5ஆம் நூற்றாண்டுக்கு முன்பு இப்பகுதியில் ஜைனர்கள் வாழ்ந்திருக்க வேண்டும் என்று அறிஞர்கள் கருதுகின்றனர்.[1]

தளவானூரை அடுத்துள்ள மலையைப் பாண்டவர் மலை என்று கூறுகின்றனர்.

இந்த மலையின் இயற்கையான குகையில் ஜைனர் துறவிகள் வாழ்ந்ததற்கான சான்றுகள் உள்ளன.

இயற்கையாக முன்னோக்கி நீண்டிருக்கும் பாறையின் அமைப்பால் ஏற்பட்ட குகைப்பகுதியில் துறவிகள் வாழ்ந்துள்ளனர். சுமார 7 அடி நீளத்தில் இரண்டு கற்படுக்கைகள் செதுக்கப்பட்டுள்ளன. இப்படுக்கைகள் எதற்காக யாரால், எப்போது, செதுக்கப்பட்டன என்பதற்கான கல்வெட்டுக் குறிப்புகள் எதுவும் இல்லை. ஆனாலும், இங்குள்ள குடைவரைக் கோயில் உருவாக்குவதற்கு முன்பே இப்படுக்கைகள் செதுக்கப்பட்டிக்க வேண்டும் என்பதை நன்கு அறிய முடிகிறது.[2]

குகைத்தளத்து மேற்குப்பகுதியில் நீர்வடி விளிம்பு உள்ளது. இதற்குக் கீழ் இயற்கையாக அமைந்த சரிவான பாறை அமைப்பு கற்படுக்கையாகப் பயன்படுத்தப்பட்டிருந்தது தெரிகிறது.

---

1 தொண்டை நாட்டு ஜைனக்கோயில்கள் – டாக்டர் ஏ. ஏகாம்பரநாதன், பக்.26. கருத்தின் அடிப்படையின் தளவானூர் சேர்த்துக்கொள்ளப்பட்டது.

2 *மீளாய்வு நாள்: 7.8.2011*

ஒரு கற்படுக்கை பள்ளமானப் பகுதியில் உள்ளது. எதிரில் மேற்கு நோக்கிய குன்றின் தளப்பகுதியில் பெரிய அமைப்பு கற்படுக்கையாகப் படுத்தப்பட்டிருந்திருக்க வேண்டும். இந்த பெரிய இயற்கை அமைப்பின் தேய்மான வகையில் ஐந்து கற்படுக்கையாகவும் பயனில் இருந்தது தெரிகிறது. சாய்வான பாறைப்பகுதியும் பள்ளமாக பெரிய தேய்வானப் பகுதியின் பள்ளமாக பெரிய தேய்வானப் பகுதியின் அமைப்பைக் கொண்டு ஏறத்தாழ, பதினைந்துக்கும் மேலான கற்படுக்கைகளும், துறவிகளும் தங்கியிருந்தனர் என்பதை உணர முடிகிறது.

தளவானூருக்குத் தெற்கில் தான் மேல் கூடலூர் மலை அமைந்துள்ளது. அம்மலைக்கும் இம்மலைகளுக்கும் துறவிகள் தொடர்பு இருந்திருக்கலாம்.

இம் மலையின் கீழ்ப்பகுதியில் உள்ள குடைவரை முதலாம் மகேந்திரவர்மப் பல்லவன் சிவனுக்காக தோற்றுவித்துள்ளான்.

‘தொண்டையம் நார்வேந்தன் நரேந்திரப் போத்தரையன்
வென்கோட்டின் றென்பான் மிக மகிழ்ந்து – கண்டாள்
சரமிக்க வெஞ்சிலையான் சத்ருமல்லேசம் மென்று
அரனுக் கிடமா அன்று’[1]

எனும் கல்வெட்டுப் பாடல் இக்குடைவரையில் காணப்படுகிறது.

சத்ருமல்லன் என்பது முதல் மகேந்திரவர்மனுக்கு விருதுப்பெயர்களில் ஒன்று.

இக்குடைவரைக்கு மேல்தான் துறவிகளுக்கான குகைப் பள்ளி இருக்கிறது. இக்குகைப்பள்ளியை அடைவதற்குப் படிகள் உள்ளன.

மகேந்திரவர்மன்

பொ.ஆ. ஏழாம் நூற்றாண்டில் தொண்டை நாட்டையும் சோழநாட்டையும் இணைத்து ஆட்சி செய்தவன் முதலாம்

---

1 பல்லவர் வரலாறு – டாக்டர் மா. இராசமாணிக்கனார் பக். 319.

மகேந்திரவர்மன் (பொ.ஆ.580–630) என்னும் பல்லவ மன்னனாவான்.

இவன் வடமொழியில் சிறந்த புலமையுடையவன். இதனைத் திருச்சிராப்பள்ளி உச்சிப்பிள்ளையார் கோயில் மலையிலுள்ள சிவன் கோயிலிலிருக்கும் வடமொழி கல்வெட்டினால் அறிகிறோம். இக்கல்வெட்டின் மூலம் இவன் புறச்சமயத்திலிருந்து (ஜைன சமயத்திலிருந்து) திரும்பிச் சிவநெறியைக் கடைபிடித்துச் சைவனானான் என்பதை அறிய முடிகிறது.[1]

முன்பு தமிழில் வெட்டிய செய்தியைக் குடைவரைக் கோயிலின் தூணில் வடமொழியிலும் வெட்டி உள்ளான் என்பது குறிப்பிடத்தக்கது.

குடைவரை அமைப்பு

மகேந்திரவர்மனால் குடையப்பெற்ற இக்குடைவரைக் கோயில் சுமார் 32 அடி நீளம், 19 அடி அகலம், 9 அடி உயரம் உடையதாக உள்ளது.

குடைவரையின் இருபக்கமும் வாயிற்காப்போர் உருவங்கள் செதுக்கப்பட்டுள்ளன. தரையிலிருந்து 3லு அடி உயரத்திற்கு மேல்தான் குடைவரையின் தரைமட்டம் தொடங்குகிறது. இக்குடைவரை அடி அடித்தளம் துணை மேடை வார்ப்புப் பகுதி, முப்பட்டை, குமுதம், கம்பம், கழுத்து, இரண்டாவது கம்பம், பட்டை ஆகிய அடித்தள உறுப்புக்களைக் கொண்டுள்ளது.

முகப்பின் உச்சியில் கபோதகப் பகுதியில் ஐந்து கூடுகள் அழகாகச் செதுக்கப்பட்டுள்ளன ஒவ்வொரு கூட்டிலும் மாந்தமுகர் (காந்தருவர்) உள்ளனர் இது புதிதாகக் காணப்படும் சோடனையுறுப்பாகும். இதனைச் சுற்றிலும் கொடித்தோரணம் காணப்படுகிறது.

முகமண்டபத்தின் அமைப்பிலிருந்து இடை மண்டபம் வேறுபடுகிறது. கருவறை இடப்பக்கத்தில் உள்ளது. கருவறைக்கு முன் இரு தூண்கள் உள்ளன. கருவறைக்கு முன்னால் வாயிற்காப்போரின் உருவங்கள் அமைக்கப்பட்டுள்ளன.

---

1 S.I.I. Vol. I.No, 33, 34.

கருவறைக்கு எதிரில் ஒரு முன்கூடமும் உள்ளது. இக்கூடத்தில்தான் கல்வெட்டு உள்ளது.

இக்குடைவரை தெற்கு நோக்கி இருக்கிறது. ஆனால், கருவறை கிழக்கு முகமாக இருக்கிறது.

குடைவரைத் தூண்கள் மகேந்திரவாடி (அரக்கோணத்திற்கு அருகில்) உள்ளதனோடு ஒத்துள்ளது. தூண்கள் மீது திருவாசி எனப்படும் தோரணம் செதுக்கப்பட்டுள்ளது. இத்தோரணம் இருபக்கங்களிலும் உள்ள மகர மீன்களின் வாய்களிலிருந்து கிளம்பி நடுவில் உள்ள ஒரு சிறிய நடைமேடையில் கலக்கின்றன.[1]

இக்கற்றளியை நரேந்திரன் என்று கூறப்படும் சத்ரு மன்னன் செய்வித்தது என்று கல்வெட்டு கூறுவதால் இக்குடைவரைச் 'சத்ரு மல்லேஸ்வராலயம்' என்று கூறப்படுகிறது.

சத்துரு என்பதன் சுருக்கம் சத்ரு. சத்துரு என்பதற்கு பகைவர் என்று பொருள். வேத சமயத்திற்கு எதிரானவர்க்கு பகைவர் என்றும், எதிர் அரசர்களுக்கு பகைவன் என்றும் பொருள் கூறலாம். மல்லன் என்பதற்கு வலியோன் என்று பொருள். பகைவர்களை வலிமையோடு அழித்து இக்குடைவரையை அமைத்தான் என்பது பொருள்.

மேலும், பல்லவ அரசன் இரண்டாம் நந்திவர்மனின் 15ஆவது ஆட்சிக்காலத்துக் கல்வெட்டு ஒன்று சிதைந்த நிலையில் இருக்கிறது.

பொ.ஆ. 5 அல்லது 6ஆம் நூற்றாண்டிலேயே ஜைன சமயத்தின் முக்கியத்துவம் பெற்ற இடமாக தளவானூர் இருந்திருக்க வேண்டும். தளவானூர் மலையில் பொ.ஆ. 7ஆம் நூற்றாண்டில் சைவ சமயக் குடைவரைக் கோயில் ஏற்படுத்தப்பட்டிருக்கிறதென்பது புலனாகிறது. இவ்விடத்தில் சமணம் பொ.ஆ. 5 அல்லது 6ஆம் நூற்றாண்டில் வேரூன்றி–யிருக்க வேண்டுமென்பது யூகமான கருத்தேயன்றி அதற்கு அதற்கு முன்பே இங்குச் ஜைனம் தழைத்திருந்தாலும் வியப்படைவதிற்கில்லை.[2]

எதிர்காலத்தல் இதற்கான சான்றுகள் நிச்சயம் கிடைக்கக் கூடும்

1 பல்லவர் வரலாறு – பக். 100

2 தொண்டைநாட்டுச் ஜைனக் கோயில்கள் டாக்டர். ஏ. ஏகாம்பரநாதன்,

கீழ் வைலாமூர்

செஞ்சிக்கு தென்கிழக்கில் சுமார் 26 கி.மீ. தொலைவில் கீழ்வைலாமூர் அமைந்துள்ளது.

இவ்வூரில் தற்போது இரண்டு ஜைன குடும்பங்களே உள்ளன. சுமார் 150 ஆண்டுகளுக்கு முன்பு 15, முதல் 20 ஜைனக் குடும்பங்கள் இருந்ததாக அறிய முடிகிறது.

இவ்வூரில் கோயில் ஆதிநாதத் தீர்த்தங்கரரை[1] மூலவராகக் கொண்டுள்ளது. ஆதிஸ்வரம் என்று மக்களால் இக்கோயில் குறிப்பிடப்படுகிறது. இக்கோயிலில் நேமிநாதர் தீர்த்தங்கரர் உருவச் சிலையும் வழிபாட்டில் உள்ளது.

மூலவர் சிலை

மூலவர் ஆதீஸ்வரர் அமர்ந்த நிலையில் தியானகோலத்தில் அமைக்கப்பட்டுள்ளார். குறுகிய உடல், விரிந்த மார்பு நீண்டு பெருத்த கைகள், வட்டமுகம், நீண்டு அகன்ற காதுகள், கருணையை வெளிப்படுத்தும் கண்களுடன் அமர்ந்துள்ள ஆதிநாதரின் பின்புறம் திண்டு காட்டப்பட்டுள்ளது. விரிந்து உயர்ந்த புருவத்தோடு ஆதிநாதரின் இருபக்கமும் சாமரதாரிகள் நிற்கும் தோற்றம் கலையுணர்வோடு அமைக்கப்பட்டுள்ளது.

சாமரதாரிகளும் மேல்பகுதியில் பிரபையும் அதற்கு மேல் முக்குடையும் அழகாகக் காட்டப்பட்டுள்ளன. தீர்த்தங்கரரின் இருபக்கமும் யாளி உருவங்கள் செதுக்கப்பட்டிருப்பது புதுமையானது.

ஆதிநாதர் உருவ அமைப்பைக் கொண்டு பொ.ஆ. 13ஆம் நூற்றாண்டிற்கு முன்னதாக இவ்வுருவச் சிலை அமைக்கப்பட்டிருக்கலாம்.

இக்கோயில் மண்டபத்தில் நேமிநாதர்[2] உருவச் சிற்பம் வைக்கப்பட்டுள்ளது.

பக். 26.

1 உயரம் 65 செ.மீ., அகலம் 40 செ.மீ.

2 பீடத்துடன் உயரம் 119 செ. மீ; அகலம் 63 செ. மீ.

மூலவர் - ஆதிநாதர்

கீழ் வைலாமூர் ஆதிநாதர் கோயில்

நேமிநாதரின் உருவத்தில் நீண்ட கைகளும் காதுகளில் துளைகளும் காட்டப்பட்டுள்ளன. சுருள் முடி, கழுத்தில் மணி மாலை, கீழ்நோக்கிய சாந்தப் பார்வையை மூடிய கண்களின் மூலம் அறிய முடிகிறது. இருபக்கமும் சாமரதாரிகள் பின்புறம் பிரபையும், பிரபைக்கு மேல் முக்குடையும் முக்கோண அமைப்பில் அமைக்கப்பட்டிருப்பது தனிச்சிறப்பானது.

24 தீர்த்தங்கரர் உருவச் சிற்பமும் இக்கோயிலில் வைக்கப்பட்டுள்ளது.

யானையின் மீது கால்கள் மடித்து அமர்ந்த நிலையில் உள்ள பிரம்ம தேவர்க்கு மூன்று முகங்கள் காட்டப்பட்டுள்ளன.[1] மேலும் எட்டுக் கைகளும் அவற்றில் ஆயுதங்களும் கொண்டிருக்கும் பிரம்ம தேவருக்கு இருபக்கங்களிலும் சாமரதாரிகள் செதுக்கப்பட்டிருக்கிறார்கள். பிரம்ம தேவருக்கு மேலே பிறையும் கீழே புள்ளியும் ஜைன மங்கலச் சின்னம் காட்டப்பட்டிருப்பது குறிப்பிடத்தக்கதாகும்.[2]

தரும தேவி

இக்கோயிலில் உள்ள தரும தேவியின் சிற்பம் (உயரம்) 68 செ. மீ அகலம் 40 செ.மீ. விரிந்த சுடர்வட்டமான முடியமைப்பை இங்குதான் காணமுடிகிறது. இதன்சுடர் முடியில் சிறிய தீர்த்தங்கரர் உருவமும் தலைமுடியில் (கிரீடத்தில்) மற்றொரு சிறிய தீர்த்தங்கரர் உருவமும் அமைக்கப்பட்டிருக்கிறது. தரும தேவியின் ஒருகால் சிங்கத்தின் மீது படும்படியும், சிங்கத்தின் பின்புறம் மகனும் மகளும் சிங்கத்திற்கு முன் நிற்கின்ற ஒரு பெண்ணை நுணுக்கமாகவும் காட்டப்பட்டுள்ளனர்.

கோயில் அமைப்பு

சுற்றுச்சுவருடன் உள்ள இக்கோயிலின் கிழக்கிலும் மேற்கிலும் மண்டபம் உள்ளது. கோயில் மண்டபத் தூண்களில் சூரியன் சந்திரன், பிறை, கும்பம், நாட்டிய மங்கை, பாடல் தரும் பசு, யாளி, அனுமன் ஆகிய உருவங்கள் செதுக்கப்பட்டுள்ளன.

பலிபீடமும் மனஸ்தம்பமும் இக்கோயிலில் உள்ளன.

---

1 பிரம்ம தேவர் உயரம் 54 செ.மீ.

2 பிறை போன்ற குறியும் இதற்குக் கீழே புள்ளியும் வினைகளை நீக்கி வீடுபேற்றை அடையும் உயிரைக் குறிப்பதாகும். இச்சின்னத்தைச் ஜைனர்கள் தங்கள் இல்லங்களிலும் கோயில்களும் வரைந்திருப்பர்.

கோயில் விமானம் கூண்டு வடிவத்திலும் அதின் தீர்த்தங்கரர் உருவங்கள் சுதையாலும் அமைக்கப்பட்டுள்ளன. ஒரு கலசம் விமானத்தில் வைக்கப்பட்டுள்ளது. மண்டபத்தின் மேல் பகுதியில் கிழக்கிலும் தெற்கிலும் தீர்த்தங்கரர் உருவங்கள் (கற்சிலை) வைக்கப்பட்டுள்ளன.

விழாக்கள்

இக்கோயிலுக்குக் கார்த்திகைத் தீபவிழா, முக்குளிப்பான் பூசை, ஆடியில் தை சிறப்புப் பூசையும் செய்கின்றனர், இக்கோயில் விழாவின்போது இவ்வூரிலிருந்து சென்று வேறு இடத்தில் குடியிருக்கும் ஜைனர்களும் வந்து பங்குகொண்டு சிறப்புச் செய்து மகிழ்கின்றனர். விழுப்புரம் வட்டம் – (செஞ்சி விழுப்புரம் சாலையில் உள்ள) முட்டத்தூரில் இவ்வூரினர் குடியேறி இருப்பதாகத் தெரிகிறது.[1]

கஞ்சியூர்

செஞ்சிக்குத் தென்மேற்கே சுமார் 30 கி. மீ. தொலைவில் கஞ் சியூர் அமைந்துள்ளது. இவ்வூருக்குக் கிழக்கே சுமார் 400 அடி உயரமுள்ள மலையில் கற்படுக்கைகள் உள்ளன.[2]

இவ்வூரில் ஜைன குடியிருப்பு இல்லை.

இம்மலையின் உச்சியில் மேற்கு நோக்கியவாறு உள்ள தாழ்வான குகைத்தளத்தில் கற்படுக்கைகள் உள்ளன. மற்றோர் இடத்தில் பெரியளவிலான இருக்கையும் செதுக்கப்பட்டுள்ளது.

இங்குள்ள குகைத்தளத்தில் 5 கற்படுக்கைகளும் தெற்கு குகைத்தளத்தில் மேற்கு நோக்கி நீண்ட கற்படுக்கை ஒன்றும், இரண்டு இருக்கைகளும் உள்பகுதியில் தெற்குநோக்கி ஏழு கற்படுக்கைகளும் செதுக்கப்பட்டுள்ளன.

தெற்கு குகைத்தளத்துப் பகுதியில் மேற்கிலிருந்து இரண்டாவது கற்படுக்கையில் பெண் உருவம் கோட்டுருவமாகச் செதுக்கப்பட்டுள்ளது.

---

1 தகவல் ஜெ. பத்மகுமார் (30) கீழ்வைலாமூர்.

2 ஆய்வு நாள்: 25.2.1983, 3.11.2010,6.8.2011

வடக்குக் குகைத்தளத்து விதானத்தில் சிவப்பு நிறத்திலும், வடக்கு தெற்கு கற்படுக்கைளுக்கு மேல் விதானத்தில் வெள்ளை நிறத்திலும் குறியீடுகள், விலங்கு, மனித உருவங்கள் வரையப்பட்டுள்ளன.

கற்படுக்கைப் பகுதிக்குத் தெற்கில் சிறிய சுனை ஒன்றும் உள்ளது.

இம்மலைக்கு மேற்கே உள்ள வயல்பகுதிகளில் சுமார் 2000 ஆண்டுகளுக்கு முந்தைய காலத்தைச் சேர்ந்த பானை ஓடுகள் உடைந்த நிலையில் காணப்படுகின்றன. மேலும் தென்மேற்கு வயல்பகுதியில் உள்ள மரங்கள் அடர்ந்த பகுதிகளில் கல்திட்டைகள் காணப்படுகின்றன.

இவற்றைக்கொண்டு இங்கே சுமார் 2000 ஆண்டுகளுக்கு முன்பிருந்து மக்கள் வாழ்ந்தனர் என்பதையும், கற்படுக்கை வெட்டிய காலத்தில் இப்பகுதியில் ஜைனர் குடியிருப்பு சுமார் பொ.ஆ. 4–5 நூற்றாண்டுவரை இருந்திருக்க வேண்டும் என்பதையும் உணர முடிகிறது.

வரிக்கல்

செஞ்சிக்குத் தென்மேற்கில் 20 கி.மீ. தொலைவில் செஞ்சி – அத்தியூர் சாலை வழியாக அனந்தபுரம் பேருந்து பாதையில் உள்ளளது. வரிக்கல் ஊருக்கு 1 கி.மீ. தொலைவில் உள்ள (மாத்தூர்மகம்) மலையில் கற்படுக்கைகள் உள்ளன. மலையின் தெற்குநோக்கிய முன்பகுதியில் உள்ள குகைத்தளத்தின் மேற்குப்பகுதியில் கற்படுக்கைகள் அமைப்புகள் உள்ளன. இக்குகைத்தளம் இரண்டாகப் பிரித்து (நடுவில் சுவர் அமைத்துள்ளனர்) கிழக்குக் குகைகத்தளத்தில் இலிங்கத்தை அமைத்து வழிபாடு செய்யப்பட்டு வருகிறது. இங்கு கற்படுக்கைகள் இருந்திருக்க வேண்டும். தரைப்பகுதியில் சுதை (சிமெண்ட்) பத்துக்கும் மேலான கற்படுக்கைகள் இருந்திருக்கலாம்.

மேற்குப்பகுதி குகைத்தளத்தில் வடக்கு நோக்கி அய்ந்தும், கிழக்கு நோக்கி அய்ந்தும், தனியாக ஒரு கற்படுக்கையான

மொத்தம் பதினொரு கற்படுக்கைகள் தெளிவாக உள்ளன. வடக்குநோக்கிய கற்படுக்கைகளுக்கு மேல் மேடை அமைத்துள்ளனர். மேடைப்பகுதிக்கும் கீழாக பத்து கற்படுக்கைகள் இருந்திருக்கலாம்.

குகைத்தளத்திற்குத் தெற்கில் நீர்சுனை உள்ளது. கற்படுக்கைப் பகுதியில் இரண்டு குழிகளும், குகைத்தளத்திற்கு எதிரில் பாலீறையில் ஒரு குழியும், குகைக்கு தெற்கிலிருந்து பாறைமீது ஏறும்போது நடுவில் ஒரு குழியும் செதுக்கப்பட்டுள்ளன.

குகைத்தள மலைக்கு மேற்கு, கிழக்கு வடக்குதிசையில் நிலப்பகுதியில் பானை ஓடுகளின் சிதறல்கள் காணப் படுகின்றன.

நிலப்பகுதிகளில் அகழாய்வு மேற்கொண்டால் தொன்மை யான சான்றுகள் கிடைக்கக்கூடும். குவிங்கம் அமைக்கப் பட்டதால் சிவகிரி மலை என்றும் கூறப்படுகிறது.

சோமசமுத்திரம்

செஞ்சிக்கு தென்மேற்கில் ஏறத்தாழ 6 கி.மீ. தொலைவில் சோமசமுத்திரம் உள்ளது. இவ்வூர்க்கு வடக்கில் தெரியும். ஏரிக்கு வடக்கில் பெரிய தொடர்ச்சியான மலை உள்ளது. தெற்கு பகுதியிலிருந்து ஏற பஞ்சபாண்டவர் குகை உள்ளது. இம்மலையையும் பஞ்சபாண்டவர் மலை என்றே குறிப்பிடுகின்றனர். குகைத்தளத்திற்கு மிகவும் முயற்சி (சிரமப்பட்டு) செய்து தான் செல்ல முடியும். குகைத்தளத்தில் கற்படுக்கைகள், பாறை ஓவியங்கள் உள்ளன.[1]

குகைத்தளப்பகுதியின் கிழக்கில் சாய்வான 5 கற்படுக்கைகளும், அங்கேயே இரண்டு இடங்களில் ஒவ்வொரு கற்படுக்கையும் (1+1) உள்ளன. குகைத்தளத்தின் மேற்குப்பகுதியில் 300 செ.மீ. நீளத்திற்கு, 2 செ.மீ. அகலத்திற்கு பாறையில் பிளவு போன்ற அமைப்பைக் காண முடிகிறது. இப்பகுதியில் 4 செ.மீ. ஆழத்திற்குக் குழிகள் உள்ளன.

1 ***ஆய்வுநாள்: 2.10.2007, 2.10.2010, 9.8.2011***

குகைத்தளத்தில் வடக்கில் கிழக்கு நோக்கிய தலைத்திண்டுள்ள 4 கற்படுக்கைகள் தெற்கு நோக்கிச் செதுக்கப்பட்டுள்ளன.

கற்படுக்கை பாறையின் விதானத்தில சிவப்பு நிறத்தில் ஓவியங்கள் வரையப்பட்டுள்ளன.

மலையின் தெற்கு ஏரி, வயல் பகுதிகளில் பானை ஓடுகளின் சிதைவுகள் காணப்படுகின்றன. மேற்குப்பகுதியில் கல் வட்டங்களும் உள்ளன.

இந்நிலப்பகுதியை ஆராய்ந்தால் மூவாயிரம் ஆண்டுகளுக்கும் தொன்மையான தடயங்கள் கிடைக்கப்பெறும்.

சோழங்குணம்

செஞ்சிக்கு வடகிழக்கில் 28 கி.மீ. தொலைவில் சோழங்குணம் ஊருக்கு மேற்கில் கோபுரம்குன்று எனும் மலைப்பகுதி உள்ளது.

இக்குன்றின் கீழ் பகுதியில் சிறுசிறு பொந்துகள் 10–க்கும் மேல் உள்ளன. பொந்தின் உள்பகுதி தேய்ந்து (கற்படுக்கை தேய்வு போல) உள்ளது. இக்குன்றின் கிழக்குப்பகுதியில் குகைத்தளப்பகுதி உள்ளது. அதன் சரிவான அமைப்பில் பெரியதான பொந்து அமைப்பும் காணப்படுகிறது. சரிவான தரைப்பகுதி, பொந்துகளின் உள்ளமைப்பு ஆகியவற்றைக் கொண்டு துறவிகள் இங்கு தங்கியிருந்திருக்க வேண்டும் என்பது தெரிகிறது. இவ்வகை தேய்வான அமைப்பை மறக்கோணம் வள்ளிமலை குகைத்தளப்பகுதி கற்படுக்கைகள் செதுக்கப்பட்ட பாறைப்பகுதியோடு ஒத்துள்ளன.

வடப்பகுதியிலிருந்து ஜைனத் துறவிகள் தமிழ்நாட்டிற்கு வருகையின்போது, இங்கு தங்குகின்றனர். ஜைன துறவிகள் இவ்விடத்தில் வழிபட்டும் செல்கின்றனர்.[1]

வயல் பகுதியிலும் மலையின் மேற்பகுதியிலும் தொல் மக்கள் பயன்படுத்திய பானை ஓடுகளின் சிதறல்களைக் காணமுடிகிறது.

---

1 **ஆய்வு நாள்: 9.8.2011**

கன்னிமார் குன்று

செஞ்சி–விழுப்புரம் சாலையில் கிழக்கு நோக்கிய குறுக்குசாலை தளவானூருக்குச் செல்கிறது. பாதையில் புதுப்பட்டு ஊருக்கு முன்பாக கன்னிமார் குன்று தெற்கில் உள்ளது. இரு ஏழு பெரும் கற்களை தூக்கி நிறுத்தியது போன்றும் உள்ளன. இக்கற்களை கன்னிமார் என்கின்றனர். ஊர்மக்களில் ஒரு பிரிவினர் இங்கு குறிப்பிட்ட நாளில் வழிபாடு செய்கின்றனர். மலையின் தெற்குப்பகுதி நிலப்பகுதியில் மக்கள் வாழ்ந்ததற்கான சான்றுகளைக் காண முடிகிறது.[1]

பாதைக்கு வடக்கிலுள்ள குன்றின் தாழ்வானப் பகுதியில் பொந்து அமைப்புகள் உள்ளன. இங்கு துறவிகள் தங்கி-யிருந்திருக்க வேண்டும். சோழங்குளத்து மலைப்பகுதியில் காணப்படும் பொந்து போன்றே உள்ளன. இங்கு சுனை உள்ளது. ஊரினர் எதிர்ப்பகுதியில் பூசை செய்து, விழாவும் நிகழ்த்துகின்றனர்.

---

1 **ஆய்வு நாள்: *3.11.2010***

மேல்மலையனூர் வட்ட வரைபடம்

மேல்மலையனூர் வட்ட ஊர்கள்

தொரப்பாடி

மேல்மலையனூர் வட்டத்தில், செஞ்சிக்கு வடமேற்கில் சுமார் 18 கி.மீ. தூரத்தில் தொரப்பாடி அமைந்துள்ளது.

சுமார் 10 ஜைனக் குடும்பங்கள் இவ்வூரில் உள்ளன.

தெற்கு நோக்கி அமைந்த ஜைனக்கோயில் ஒன்று இவ்வூரில் உள்ளது. புஷ்பதந்தர் தீர்த்தங்கரர்[1] இக்கோயிலின் மூலவர்.

இயாளியின் வாயிலிருந்து இருபக்கமும் பிரிந்துள்ள தோரணத்தின் முன் தீர்த்தங்கரர் உருவம் தியானநிலையில் அமைக்கப்பட்டிருக்கிறது. அமர்ந்த நிலையில் உள்ள தீர்த்தங்கரர் உருவம் நீண்ட காதுகளும் அகன்ற மார்பும், பெருத்த கைகளும் வட்டமான தெளிவான முகமும், சுருள் முடியும் உடையதாகக் கலையுணர்வோடு காட்டப்பட்டுள்ளது.

தீர்த்தங்கரருக்குப் பின்புறம் திண்டு காட்டப்பட்டுள்ளது. தீர்த்தங்கரருக்கு மேலே பிரபையும், அதற்கு மேல் முக்குடையும் அமைக்கப்பட்டிருக்கும் கலைப்பாணி தனிச்சிறப்புடையது. இருபக்கமும் சாமரதாரிகளும், கீழே இயட்சன் இயட்சியின் உருவமும் அழகாகக் காட்டப்பட்டுள்ளது.

இக்கோயிலில் பிரம்மதேவர், தருமதேவி ஆகிய தெய்வங்கள் உருவச்சிலையும் காணப்படுகிறது. இவற்றிற்குப் பூசையும் வழிபாடும் உண்டு.

கோயிலின் மண்டபத்தில் உள்ள தூண்களில் கும்பம் (நீர்க்குடம்) சந்திரன், பாம்பு ஆகிய உருவங்கள் செதுக்கப்பட்டுள்ளன. மண்டபத்து கிழக்குச் சுவரில் நவதேவதை உருவச்சிலையும் 24 தீர்த்தங்கரர் உள்ள சிற்பமும் வைக்கப்பட்டுள்ளது.

இக்கோயிலில் பலிபீடம் மட்டும் உள்ளது. சுற்றுச்சுவர் இடிந்திருந்தது. தற்போது புதுப்பிக்கப்பட்டுள்ளது.

---

1 **தீர்த்தங்கரர் உயரம் 71 செ.மீ. – அகலம் 63 செ.மீ.**

புஷ்பதந்தர்

தொரப்பாடி புஷ்பதந்தர் கோயில்

கிழக்கு மதிற்சுவரை ஒட்டிச் சிலைகள் இல்லாத கருவறை இரண்டு இருக்கின்றன. முன்பு இங்குப் பிரம்மதேவரும், தர்மதேவியும் வைக்கப்பட்டிருந்ததாகவும் கூறுகின்றனர்.

இக்கோயிலுக்குரிய விமானம் கதையால் அமைக்கப் பட்டுள்ளது. ஒரு கலசம் உள்ளது.

இக்கோயில் ஜைன உருவத்தின் அமைப்பைக்கொண்டு பொ.ஆ. 10ஆம் நூற்றாண்டில் இங்கு ஜைனக்கோயில் இருந்தது என்பதை அறிய முடிகிறது.

மேலும், இவ்வூருக்கு மேற்கே வயலில் உள்ள மகிஷா சூரமர்த்தியின் சிற்பம் பொ.ஆ. 8–9ஆம் நூற்றாண்டுக்குறியது. இப்பகுதியில் பல்லவர் காலத்திற்கான சான்றுகள் உள்ளன.

சீயப்பூண்டி

மேல்மலையனூர் வட்டத்தில் செஞ்சிக்கு வடமேற்கே சுமார் 20 கி.மீ. தொலைவில் சீயப்பூண்டி அமைந்துள்ளது. வளத்தி அவலூர்ப்பேட்டை நெடுஞ்சாலையில் தாயனூரிலிருந்து தெற்கே சுமார் 2 கி.மீ. தொலைவில் சீயப்பூண்டி இருக்கிறது.

இவ்வூருக்கு முன்பு பேருந்து வசதி இல்லை. செஞ் சியிலிருந்து தாயனூர் சென்று அங்கிருந்தும், தொரப்பாடி–யிலிருந்தும் நடந்துசென்றே தான் சீயப்பூண்டியைச் சேர முடியும். தற்பொழுது பேருந்து வசதிகள் உள்ளன.

இவ்வூரில் ஜைன குடியிருப்பு இல்லை. ஆயினும் இவ்வூரில் ஜைனர் முன்பு வாழ்ந்துள்ளனர். அவர்கள் பல்வேறு காரணங்களால் குடிபெயர்ந்துள்ளனர் என்பதை அறிய முடிகிறது.

சீயப்பூண்டி ஊருக்கு மேற்கே தனியார் ஒருவர் நிலத்தில் தீர்த்தங்கரர் உருவச்சிலை கண்டெடுக்கப்பட்டு அவ்வயலில் உள்ள மரத்தின் (வேம்பு) கீழே வைக்கப்பட்டிருந்தது. தற்போது சிறியதாகக் கோயில் அமைத்துப் பாதுகாத்துவருகின்றனர்.

தீர்த்தங்கரர் உருவச்சிலை கண்டெடுக்கப்பட்ட இடத் தில் 2000 ஆண்டுகளுக்கு முந்தைய பானை ஓடுகளும்

செங்கற்களும் சிதைந்துள்ள சிதறல்களை காணமுடிகிறது. சுமார் 100 ஆண்டுகளுக்கு முன்பு இப்பகுதியில் கட்டிடங்கள் இருந்ததாகவும் அறிய முடிகிறது.

உடைந்த தாழிகளையும் பானை ஓடுகளையும் கொண்டு சிலை கண்டெடுக்கப்பட்ட பகுதியில் 2000 ஆண்டுகளுக்கு முன்பு குடியிருப்பு இருந்திருக்க வேண்டும் என்பதை உணர முடிகிறது.

இங்கு கிடைத்த தீர்த்தங்கரர் உருவத்தினை[1] மகாவீரர் என்றும் அருகதேவர் என்றும் தாயனூர் ஜைனர்களால் கூறப்பட்டு வருகிறது. இவ்வுருவத்தின் தீர்த்தங்கரருக்கு உரிய அடையாள குறி (சின்னம்) இல்லாமையால் தீர்த்தங்கரர் யார் என்று தீர்மானம் செய்ய முடியவில்லை. சில ஆண்டுகளுக்கு முன்பு ஒரு குறிப்பிட்ட நாளில் (பொங்கல், மாகவீரர் பிறந்தநாள்) இவ்வுருவச்சிலைக்கு அபிஷேகம் செய்து வழிபட்டுள்ளனர்.

இத்தீர்த்தங்கரர் அமர்ந்த நிலையில் நீண்ட காதும், நீண்டு பெருத்த கைகளும், அமைதியான முகத்தோற்றத்துடன் அமைக்கப்பட்டுள்ளார். அமர்ந்த நிலையில் உள்ள தீர்த்தங்கரருக்கு மேல் பிரபையும் அதற்கு மேல் முக்குடையும் காட்டப்பட்டுள்ளது. முக்குடை தீர்த்தங்கரருக்கு மேல் சற்று முன்பாக நீண்டு உள்ளவாறு அமைக்கப்பட்டிருப்பது குறிப்பிடத்தக்கது.

இருபக்கமும் சாமதாரிகள் உருவமும் இவர்களுக்கு கீழே நிற்கும் யாளி (சிங்கம்)யின் உருவமும் செதுக்கப்பட்டிருக்கிறது.

யாளியின் உருவத்தால்தான் இத்தீர்த்தங்கரரை மகாவீரர் என்று கருதுகின்றனர்.[2]

திருவண்ணாமலை மாவட்டம், வந்தவாசி வட்டத்தில் உள்ள சீயமங்கலத்தை இவ்வூர் பெயர் நினைவூட்டுவதால் இவ்வட்டத்தில் தொன்மையான ஊர்களில் சீயப்பூண்டியும் ஒன்று.

---

1 உயரம் 82 செ.மீ. அகலம் 56 செ.மீ.

2 தாயனூர் ஜைனக் கோயில் உபாத்தியாயர் – திரு. பத்மராஜ் – 75

தாயனூர்

மேல்மலையனூர் வட்டத்தில், செஞ்சிக்கு வடமேற்கில் சுமார் 20 கி.மீ. தொலைவில் தாயனூர் அமைந்துள்ளது.

தாயனூர் செஞ்சிப் பகுதியில் உள்ள ஜைனர்களுக்கு தாய்வீடு போல மிக முக்கிய இடமாக கருதப்படுகிறது.

மெக்கன்சி சுவடித்தொகுப்பிலிருந்து தாயனூரில் ஜைனம் நிலவியிருந்ததையும், அக்காலத்தில் நிலையைப் பற்றி அறிந்துகொள்ள முடிகிறது.

செஞ்சியை ஆட்சி செய்த வேங்கடபதி நாயக்கர் ஜைனர்களுக்கு மிகுந்த கொடுமைகளைச் செய்தார். அதனைத் தாங்கமுடியாத ஜைனர்கள் அஞ்சி தாயனூரில் வாழ்ந்துவந்த அறவோராகிய காங்கேய உடையார் என்பவர் உதவியோடு உடையார் பாளையத்திற்கு தப்பிக் குடியேற்றினார். அங்கிருந்த குறுநில மன்னர் காங்கேய உடையாருக்கு நிலங்களைக் கொடுத்து ஆதரித்தார். உடையார்பாளையத்திலிருந்த காங்கேய உடையார் சில காலம் சிரவணபெளகொள செனறு அங்குள்ள ஜைன மடத்தில் தங்கினார். அப்போது, அம்மடத்தில் இருந்த வீர சேனாசாரியரை அழைத்துக்கொண்டுவந்து, தாயனூரிலிருந்தவர்களை ஜைனர்களாக மாற்றினார். வீரசேனாசாரியார் ஜைன விதிமுறைப்படி விரும்பியவர்களை பூணூல் அணிவித்துத் தீக்கைக் கொடுத்து ஜைனர்களாக மாற்றினார்[1] என்பதை அறிய முடிகிறது.

மெக்கன்சியின் தொகுப்பிலுள்ள மற்றொரு சுவடியொன்று, 'வேங்கட கிருஷ்ணப்ப நாயக்கர் செஞ்சியை அரசு புரிந்து வந்தபோது வர்த்தமானாச்சாரியார் தாயனூர் மடாதிபதியாகத் திகழ்ந்தார் என்றும், அப்போது செஞ்சிமன்னன் ஜைனர்களைத் துன்புறுத்தியதால் அவர்கள் மேல்சித்தாமூர் சென்று குடியேறலாயினர் என்றும் குறிப்பிடுகிறது.

இதனால், தாயனூரிலிருந்து ஜைன மடம் அழிந்துபோயிற்று[2] என்றும் தெரிய வருகிறது.

---

1 மயிலை சீனி, வேங்கடசாமி – ஜைனமும் தமிழும் பக். 74–75

2 ஏ. ஏகாம்பரநாதன் – தொண்டை நாட்டு ஜைனக் கோயில்கள் – பக்.271

தாயனூரில் ஜைனமடம் இருந்ததற்கான சான்று இது தவிர வேறு இல்லை. மேலும் அப்படியிருந்த ஜைன மடத்தை யாரால்? எப்போது? உருவாக்கப்பட்டது என்பதற்கும், அதற்கான வரலாற்று சான்றுகளும் கிடைக்கவில்லை.

காங்கேய உடையார் வழியினர் இன்றும் தாயனூரில் (ஜைன கோயிலுக்கு கிழக்கில் உள்ள தெருவில்) வாழ்ந்து வருகின்றனர். இவர்களை தாயனூர் ஜைனர்கள் தங்கள் குடும்ப நிகழ்ச்சி, கோயில் விழாவின்போதும் முதல் மரியாதையும், பெரும்சிறப்பும் செய்து நன்றி பாராட்டி வருகின்றனர்.

எனவே, இதனைக் கொண்டு பொ.ஆ. 15ஆம் நூற்றாண்டுக்கு முன்பு இவ்வூரில் ஜைனம் சிறந்திருந்ததையும் பிறகு அதன் வளர்ச்சி குன்றியிருக்க வேண்டும் என்பதையும் உணர முடிகிறது.

விக்கிரம சோழனின் 18ஆவது ஆட்சியாண்டில் (பொ.ஆ. 1136) சித்தாமூர் சிங்கபுரிநாதர் கோயிலுக்குப் பல்வேறு ஊர்களிலிருந்து நிலங்கள் மானியமாக வழங்கப்பட்டதை கல்வெட்டு[1] ஒன்றின் மூலம் அறிய முடிகிறது. அவ்வாறு வழங்கப்பட்ட நிலங்களில் தாயனூரிலிருந்தும் நிலம் வழங்கப்பட்டது என்பதை அறிய முடிகிறது.

பொ.ஆ. 12ஆம் நூற்றாண்டில் இங்கு ஜைனர்கள் பெரும் பான்மையினராக இருந்துள்ளனர் என்பதையும் தெளிவாக உணரமுடிகிறது. இக்கல்வெட்டில் கூறப்பட்டுள்ள ஊர்களில் பெரும்பாலானவை தற்போது ஜைன ஊர்களாகவே திகழ்கிறது. விக்கிரமசோழன் காலத்தில் இவ்வூர்கள் அனைத்தும் ஜைன ஊர்களாக இருந்திருக்க வேண்டும்.

தாயனூரில் சுமார் 15 ஜைன குடும்பங்கள் உள்ளன. ஊருக்கு தெற்கில் கிழக்கு நோக்கி மகாவீரர் தீர்த்தங்கரருக்கு கோயில் இருக்கிறது. முன்பு இக்கோயிலின் மூலவராக கோமடிஸ்வரர் இருந்ததாகவும் பிறகு மகாவீரரரை மூலவ ராக மாற்றப்பட்டதாகவும் கூறுகின்றனர்.[2] மூலவர் மாற்றி

1 தென்னிந்தியக் கோயில் சாசனங்கள் பாகம்–1, பக். 26

2 மகாவீரர் கோயில் உபாத்தியாயர் திரு. என். பத்மராஜ் உபாத்தியாயர். இவர் 7வது தலைமுறையாகப் பணிபுரிகிறார்.

கோமடிஸ்வரர் – உயரம் 64 செ.மீ. அகலம் 29 செ.மீ. மகாவீரர் – உயரம் 114 செ.மீ. அகலம் 52 செ.மீ.

அமைக்கப்பட்டதற்கான காரணத்தை இவ்வூர் மக்களிடமிருந்து தெளிவாக அறிந்துகொள்ள முடியவில்லை. இதற்கான சான்று களையும் அறியமுடியவில்லை.

மகாவீரர் அமர்ந்த நிலையில், தோள்வரை நீண்டுள்ள காதுகள், சுருள்வடிவான தலைமுடி, ஆழ்ந்த தியானக் கோலத்தில் காட்சியளிக்கிறார். இருபக்கமும் சாமரதாரிகள் பின்புறம் திண்டும் காட்டப்பட்டுள்ளது. மேலே முக்குடை அமைப்பும் தனிச்சிறப்பாக அமைக்கப் பட்டுள்ளது. மகாவீரருக்குரிய சின்னம் சிங்கம் காட்டப் பட்டுள்ளது. இச்சிலையின் அமைப்பைக் கொண்டு இச்சிலை பொ.ஆ. 12–13ஆம் நூற்றாண்டைச் சேர்ந்தது என அறிய முடிகிறது.

தற்போது இக்கோயில் முற்றிலும் புதுப்பிக்கப்பட்டுள்ளது. இக்கோயிலுக்கு விளக்குத்தூண் இருந்துள்ளது – உடைந்த நிலையில் உள்ள கற்றூணைக் கொண்டு அறியலாம்.[1]

கோயில் மண்டபத்தில் வடக்குப் பகுதியில் 3 கருவறை கட்டப்பட்டுள்ளது. இவற்றில் உருவச்சிலைகள் எதுவும் இல்லை. தர்மதேவி, பத்மாவதி, பிரம்மதேவர் ஆகிய தெய்வ உருவங்களை வைக்கக் கட்டுப்பட்டுள்ளதாக தெரிய வருகிறது.

72 தீர்த்தங்கரர் உருவங்கள் கொண்ட சிலையும் 24 தீர்த் தங்கரர்கள் உள்ள சிற்பமும் இக்கோயிலில் வைக்கப் பட்டுள்ளது.

மூன்று மாடங்களைக் கொண்ட இக்கோயிலின் விமானத்தில் 3 கலசங்கள் வைக்கப்பட்டுள்ளன. சுற்றுச்சுவருடன் கோயில் நன்கு பராமரிக்கப்படுகிறது.

தாயனூருக்கு மேற்கே (குறுக்குப் பாறைக்குக் கிழக்கு) உள்ள நிலப்பகுதியில் உள்ள பாறை யொன்றில் திருவடி கள் செதுக்கப்பட்டுள்ளது.[2] பாதங்கள் வடக்கு நோக்கி அமைக்கப்பட்டுள்ளது. பாதங்களுக்கு அருகில் ஜைன

---

1 இவ்வூரிலுள்ள விஷ்ணு கோயிலுக்கு முன்பும் அழிந்துபோய் உள்ள சிவன் கோயில் பகுதியிலும் இதுபோன்ற கற்றூண்கள் உள்ளன.

2 பாதங்கள் வடக்கு தெற்கில் 23 செ.மீ.
கிழக்கு மேற்கில் 11 செ.மீ.

முனிவர்களுக்குரிய கமண்டலம், சுதம் (புத்தகம்) ஆகிய வற்றின் உருவமும் செதுக்கப்பட்டுள்ளன.

குருக்கு பாறையில் மேற்குப் பகுதியில் வடக்குநோக்கி ஜைன முனிவர் உருவம்[1] செதுக்கப்பட்டுள்ளது. முனிவர் கையில் கமண்டலம் காட்டப்பட்டுள்ளது. முனிவருக்கு எதிரில் சுருதம்[2] (சுதம்)சிக்குப் பலகை செதுக்கப்பட்டிருக்கிறது.

மேல்மலையனூர்

செஞ்சிக்கு வடக்கே சுமார் 16 கி.மீ. தொலைவில் மேல் மலையனூர் அமைந்துள்ளது. இவ்வூர் பல்வேறு வகையில் வரலாற்று சிறப்புப் பெற்றுள்ளது.

செஞ்சியிலிருந்து மேலச்சேரி மற்றும் வளத்தி வழியாகவும், திருவண்ணாமலையிலிருந்து அவலூர்ப்பேட்டை வழியாகவும் மேல்மலையனூருக்கச் செல்லலாம்.

இவ்வூரின் மேற்குப்பகுதியில் உள்ள பழமையான கோயில் களில் ஜைனக் கோயிலும் ஒன்று. தற்போது இக்கோயில் முற்றிலும் புதுப்பிக்கப்பட்டுள்ளது.[3]

இக்கோயில் சோழர் ஆட்சியின் காலத்தில் சிறப்புப் பெற்றிருந்திருக்கிறது. அதன்பிறகு பல்வேறு மாற்றங்களைப் பெற்றுள்ளது.[4]

இக்கோயிலின் மூலவர் அருகதேவர்.

அறிவினால் அளவிலைநீ, அன்பினான் அசைவிலை நீ
செறிவினால் சிறந்தனைநீ செம்மையால் செழுங்கதிர் நீ
காட்சியால் கடையிலைநீ கணஞ் சூழ்ந்த கதிர்பினை நீ
மாட்சியால் மகிழ்வினைநீ மணிவரை போல் வழவினை நீ

எனும் பாடலுக்கேற்ப அருகரின் உருவம் அமைக்கப் பட்டுள்ளது. சிறுசிறு வட்டவடிவமான தலைமுடியமைப்பு

1 முனிவர் உயரம் 55 செ.மீ. அகலம் 21 செ.மீ.

2 சுருதம் – புத்தகம் வைத்துப் படிக்க உதவும் பலகை.

3 இக்கோயில் 1907–இல் புதுப்பிக்கப்பட்டுள்ளது.

4 அனந்தபுரம் கோ. கிருட்டினமூர்த்தி – செஞ்சி – மேல்மலையனூர் ஜைனக்கோயில் – முக்குடை, பிப்ரவரி, மார்ச்சு, ஏப்ரல் – 1986.

சிறப்பானதாகும். ஆதிநாதர் கோயில் கருவறை, மண்டபம் ஆகிய அமைப்பைக் கொண்டுள்ளது. மேலும் வடதிசையில் சிறிய இரண்டு கருவறைகளும் அமைக்கப்பட்டுள்ளன.

கருவறையில் உள்ள மூலவர் ஆதிநாதரின் உருவம்: 110 செ.மீ. அகலம்: 60 செ.மீ. அளவும் கொண்டுள்ளது.

தாமரை மலரின் மீது பத்மாசன நிலையில் அமர்ந்தவாறு அமைக்கப்பட்டுள்ள ஆதிநாதரின் தலைக்குமேல் முக்குடையும் இருபுறமும் சாமரம் வீசுவோர் உருவமும் அழகாகக் காட்டப்பட்டுள்ளது. அருகதேவர் உருவத்திற்கு கீழே காளை (நந்திம் இடப)யின் உருவம் மிகச்சிறிய அளவில் செதுக்கப்பட்டுள்ளதை ஊன்றிப் பார்த்தால் தெளிவாகும்.

தாமரை 90 செ.மீ. விட்டம் அளவுடையது.

அருக தேவர் இடது கால் மீது வலது கலை மடக்கி வைத்து அதன்மீது இடதுகையும் இதன் மீது வலது கையையும் வைத்து பளிங்காசன நிலையில் கம்பீரமான தோற்றப்பொலிவுடன் உருவாக்கப்பட்டிருக்கிறது.

திங்கள் மூன் றடுக்கிய திருமுக் குடைக்கீழ்
செங்கதிர் ஞாயிற்றுத் திகழொளி சிறந்து
கோதை தாழ் பிண்டிக் கொரு நிழலிரு
ஆதியிற் றோற்றத் தறிவனை வணங்கி

என்று சிலப்பதிகாரம் (11:1–4) கூறும் வரிகளும்,

மூச்சக நிழற்றும் முழுமதிக்குடை
அச்சுதன் அடி தொழுதறைகுவன் சொல்லே

என்று நன்னூல் (258) கூறும் வரிகளாலும் முக்குடை கீழ் இங்குள்ள அருகதேவன் ஆதிபகவனை உணரமுடிகிறது.

கோயிலின் முன் மண்டபத்தின் வடக்கில் உள்ள சிறிய இரு கருவறை, ஒன்றில் பிரம்மதேவர் யானையின்மீது அமர்ந்துள்ள சிற்பமும், மற்றொன்றில் தர்மதேவியின் உருவ சிற்பமும் வைக்கப்பட்டுள்ளது. இவ்வுருவச் சிற்பங்களுக்குப் பூசையும் வழிபாடும் உண்டு.

மூலவர் - ஆதிநாதர்

மேல்மலையனூர் ஆதிநாதர் கோயில்

தர்மதேவி தன் இடதுகாலைச் சிங்கத்தின்மீதும் வலதுகாலை மடக்கி வைத்து பீடமொன்றில் அமர்ந்தவாறு உள்ள நிலையில், கரண்டமகுடம், கழுத்தணிகள், குண்டலங்கள், கைவளைகள் முதலிய அணிகளை அணிந்துள்ள தோற்றம் அழகாகவும் தெளிவாகவும் காட்டப்பட்டுள்ளது.[1]

தர்ம தேவியின் இடதுகால் பகுதியில் கீழே பிரிதிங்கிரர் (மகள்) பெண் உருவமும், பையங்கரர் மகன் (ஆண்) உருவமும் மிக அழகாகக் காட்டப்பட்டுள்ளன.

மற்றொரு தர்ம தேவியின் உருவச்சிற்பம் சிதைந்த நிலையில் தென்திசையில் உள்ள முட்கள் நிறைந்த பகுதியில் மிக அழகாகக் காட்டப்பட்டுள்ளன.

மற்றொரு தர்மதேவியின் உருவச்சிற்பம் சிதைந்த நிலை யில் தென்திசையில் உள்ள முட்கள் நிறைந்த பகுதியில் காணப்படுகிறது. இச்சிலை முன்பு இக்கோயிலில் இருந்த வழிபாட்டுக்குரியதாக இருந்த தற்போது சிதைந்து தனித்து இருப்பதற்குக் காரணம் அறிய இயலவில்லை.

கோயில் மண்டபத்தின் தூண்களிலும் சுவற்றிலும் தீர்த்தங் கரர்களின் உருவங்கள் செதுக்கப்பட்டுள்ளன.

தெற்குச் சுவற்றில் முக்குடையின்கீழ் உட்கார்ந்த நிலை யில் உள்ள தீர்த்தங்கரர் உருவம் மிக துல்லியமாகவும் நேர்த்தியாகவும் செதுக்கப்பட்டுள்ளது.

மண்டபத்தின் தூண்களில் யானையின் மீதுள்ள பிரம்ம தேவரின் உருவம், தர்மதேவியின் உருவம், பத்மாவதி உருவம் செதுக்கப்பட்டுள்ளது. தீர்த்தங்கரருக்குச் சாமரம் வீசும் ஒரு உருவம் மிகவும் நுட்பமாகவும் கலை உணர் வோடும் செதுக்கப்பட்டுள்ளது. நடனமாடும் நாட்டில் மகளிர், இசைக்கருவி (மத்தளம்)யை அடித்துக்கொண்டு நாட்டியமாடும் ஒரு பெண் கோலாட்டத்தைச் சித்தரிக்கும் சிற்பமும் மண்டபத்தூண்களைக்காண கட்டாயப்படுத்துகிறது.

---

1 தர்ம தேவியின் அமைப்பைக்கொண்டு பிற்காலச் சோழர் காலத்தைச் சேர்ந்தது என்பர். பொ.ஆ. 11–12 ஆம் நூற்றாண்டு என்றும் கூறுவர்.

ஒரு தூணில் இரண்டு பாம்பை அப்படியும் இப்படியுமாக வளைத்து வளைத்து சிற்பி தன் கலை உணர்வை வெளிப்படுத்தியுள்ளான்.

வெளிமண்டபத் தூண்களில் சைவ, வைணவ சமயத்தின் கதை (புராண) நிகழ்ச்சிகள் காட்டப்பட்டுள்ளன. கண்ணப்பன் சிவலிங்கத்திற்கு கண்ணை அப்பும் கதை. காளியின் உருவம், திருமாலின் நரசிம்ம அவதாரக் கதையை உணர்த்தும் சிற்பமும் காண முடிகிறது.

சைவ, வைணவக் கதைகளைக் கொண்ட தூண்கள் பிற்காலத்தில் அமைக்கப்பட்டிருக்க வேண்டும். முற்றிலும் அழிந்துபோகாமல் இங்கு இவர்களால் பாதுகாக்கப்பட்டுள்ளதை போற்ற வேண்டியதாகும்.

அருகர் கோயிலுக்கு வடமேற்கிலும், பெருமாள் கோயிலுக்கு மேற்குப் பகுதியிலுமுள்ள பாறையொன்றில் கல்வெட்டு உள்ளது.

பெருமாள் கோயில் பின்புறமுள்ள பாறைக்கல்வெட்டில் நல்லூழார் கரை மாந்தன் காரி, நீலன் காரி இவன் தம்பி தேருமான், வமாச்சியும் மலகுட்டி ஆகியோர் மேலைப்பள்ளி தேவர் கோய்லுக்கு நந்தவனம் கொடையளித்துள்ளது குறிப்பிடப்பட்டுள்ளது.

இப்பகுதியில் தொன்மையான கருப்பு சிவப்பு மற்றும் இரண்டும் கலந்த உடைந்த மட்பாண்ட ஓடுகளை நிறையக் காணமுடிகிறது. இவற்றைக்கொண்டு சுமார் 2000 ஆண்டுகளுக்கு முன்பு இப்பகுதியில் மக்கள் வாழ்ந்திருக்க வேண்டும்.[1] மேலும் இப்பகுதியில் பழமையான செங்கற்களும் காணக்கிடைக்கின்றன. முன்பு இங்குதான் அருகர் கோயில் இருந்ததாகவும் இப்பகுதி மக்கள் கூறுகின்றனர்.

கல்வெட்டில் பார்சுவநாதர் கோயில் எனக் கூறப்பட்டுள்ளது.

அருகர் கோயிலுக்கு வடக்கில் உள்ள புலிக்கோட்டை எனும் பகுதியில் ஒரு இலிங்கம் மட்டும் உள்ளது.

---

1 புதுவை வரலாற்றுச் சங்கம் – செயலாளர் திரு. கு. சிரில் அந்தோணி அவர்களுடன் உரையாடல் – 10–11–93

வளத்தி

மேல்மலையனூர்க்கு தெற்கே சுமார் 15 கி.மீ. தொலைவில் செஞ்சி வந்தவாசி நெடுஞ்சாலையில் வளத்தி இருக்கிறது.

இவ்வூரில் ஆதிநாத (இரிஷப) தீர்த்தங்கரருக்கு கோயில் உள்ளது. மூலவர் ஆதிநாதர் உருவம் செவ்வகப்பீடத்தில் (சுமார் 125 செ.மீ. உயரம்) வைக்கப்பட்டுள்ளது. ஆதிநாதன் உருவஅமைப்பைக் கொண்டு பொ.ஆ. 10, 11ஆம் நூற்றாண்டில் இவ்வூர் ஜைனக்கோயில் இருந்ததை உணர முடிகிறது.[1]

கோயிலுக்கு பலிபீடம், மானஸ்தம்பம் உள்ளது.

கருவறைக்கு முன்சுவற்றில் இருபக்கமும் தீர்த்தங்கரர் உருவம் செதுக்கப்பட்டிருக்கிறது. இவ்வமைப்பு புதுமையானதாகும். இத்தீர்த்தங்கரரை வணங்குவதுபோல இரு உருவங்கள் எதிரில் செதுக்கப்பட்டிருக்கிறது.

வணங்கும் பெண் உருவம், மேற்கு திசையில் சாய்த்தும், தலையில் முடியும், கால்வரை நீண்ட ஆடையும் காதில் அணிகளும், அமைதியான முகமும், மூடிய கண்களுடன் உள்ளத் தோற்றத்தைக் காணும்போது அரசப் பெண்ணாய் இருக்கலாமென்று உணர முடிகிறது.

இக்கோயிலில் தர்மதேவி பத்மாவதிக்குத் தனிக் கருவறை அமைக்கப்பட்டுள்ளது.

இக்கோயிலில் உள்ள மானஸ்தம்பத்தின் நான்கு பக்கமும் முதல் நான்கு தீர்த்தங்கரர் உருவம் செதுக்கப்பட்டுள்ளது.

கிழக்கு – ஆதிநாதர்
தெற்கு – அஜிதநாதர்
மேற்கு – சம்பவநாதர்
வடக்கு – அபிநந்த நாதர்

கோயில் விமானம் 3 மாடங்களைக் கொண்டு இருக்கிறது.

---

1 *மீளாய்வு நாள்: 28.4.2010*

ஆதிநாதர்

வளத்தி ஆதிநாதர் கோயில்

ஊருக்குத் தெற்கில் இருக்கும் சிறிய குன்று இருக்கிறது. இக்குன்றை 'நல்ஞானக் குன்று' என்றும்; 'நெடுஞ்சாங் குன்று' என்றும் குறிப்பிடுகின்றனர்.

இக்குன்றின் மேற்கு திசையில் சுமார் 140 செ.மீ. உயரம 36 செ.மீ. அகலம் உள்ள பார்சுவதநாதர் புடைப்புச் சிற்பம் செதுக்கப்பட்டுள்ளது.

பார்சுவநாதர் சிற்பம் கிழக்கு நோக்கி நின்ற கோலத்தில் (கட்காசனத்தில்) கால்கள் பங்கயமலரின் மீது பதிந்தவாறு அமைக்கப்பட்டுள்ளது.

பார்சுவநாதர் தலைக்கு மேல் ஐந்து தலை நாகம் படமெடுத்து நிழலைத் தரும் அழகும், ஆடை அணியாத அழகராய் அமைதியான முகத்தோற்றமும் அசைவற்ற மேனியும் மனதைக் கவரும் வகையில் அமைக்கப்பட்டுள்ளது.

இக்குன்றுக்கு மேல்பகுதியில் சுனை ஒன்றும் உள்ளது. குன்றின் தெற்கே வயல்பகுதிகளில் பழமையான பானை ஓடுகளைக் காண முடிகிறது. இப்பகுதியில் பல நூறு ஆண்டுகளுக்கு மக்கள் குடியிருப்பு இருந்து அழிந்துள்ளது என்பதை அறிய முடிகிறது.

இப்பார்சுவநாதர் புடைப்பு உருவத்தைக்கொண்டு பொ.ஆ. 10ஆம் நூற்றாண்டு முன்பு இப்பகுதியில் ஜைனம் வளர்ச்சிப் பெற்றிருந்தது எனலாம்.

இவ்வுலக மக்கள் மெய்யறிவாகிய நல்ஞானத்தைப் பெறுவதற்கு பார்சுவதேவர் வழிகாட்டியாகத் திகழ்ந்தமையால் அவரது திருவுருவம் இக்குன்றில் காணப்படுவதால் இக்குன்றுக்கு நல்ஞானக் குன்று எனப் பெயர் சூட்டியிருக்கின்றனர் என்று கூறப்படுவது[1] நோக்கத்தக்கது.

சுமார் 20–க்கும் மேற்பட்ட ஜைனக் குடும்பங்கள் வளத்தியில் உள்ளன.

---

1 தொண்டை நாட்டுச் ஜைனக்கோயில்கள் – டாக்டர் ஏ. ஏகாம்பரநாதன் – பக். 82

மகா சிவராத்திரிக்கு மறுநாள் காலை ஜைனப்பெண்கள் விரதம்(நோன்பு) இருந்து மாலை ஆதிநாதர் கோயிலுக்குச் சென்று வழிபாட்டை முடித்தபிறகே உணவை உட்கொள்வர். வயதான பெண்கள் ஒருவேளை மட்டுமே உண்பர். மேலும் மாத முழுநிலவு நாளிலும் பெண்கள் நோன்பிருப்பர். ஆடிமாதம் முதல் கடைசி வெள்ளிக்கிழமைகளில் சில பெண்கள் நோன்பிருக்கிறார்கள்.

எய்யில்

மேல்மலையனூருக்கு வடமேற்கில் சுமார் 20 கி.மீ. தொலைவில் எய்யில் உள்ளது.

ஊருக்கு மேற்கே சந்திரபிரபா தேவருக்கு கோயில் அமைக்கப்பட்டுள்ளன. தற்போது முழுதும் புதுப்பிக்கப்பட்டு இருப்பதால் கோயிலின் தொன்மையை அறிந்துகொள்ள முடியவில்லை.[1]

ஆயினும், கோயில் மண்டபத்தில் வெளிப்பகுதியில் கீழே கிடக்கும் தூண்கற்களைக் கொண்டு விஜயநகர அரசர்கள் காலத்தில் இக்கோயில் இருந்திருக்க வேண்டும் என்பதை அறிய முடிகிறது.

இக்கோயிலில் பலிபீடம், மானஸ்தம்பம் உள்ளன.

மானஸ்தம்பத்தில் கிழக்கில் – ஆதிநாதர்

தெற்கில் – ஆஜிநாதர்

மேற்கில் – சம்பவநாதர்

வடக்கில் – அபிநந்நாதர்

ஆகியோர் உருவமும் அவர்களுக்குரிய சின்னமும் அழகாகச் செதுக்கப்பட்டுள்ளது.

கோயில் மண்டபத்தில் தெற்கு தூணில் வடக்கு நோக்கி க.பா. தனபால் நயினார் உருவமும் (உயரம் 60 செ.மீ.)

---

1 *மீளாய்வு நாள்: 1.5.2010*

மூலவர் - சந்திரபிரபா தேவர்

எய்யில் சந்திரபிரபா தேவர் கோயில்

வடக்குத்தூணில் தெற்கு நோக்கி சே. ருக்மணியம்மாள் உருவமும் (உயரம் 50 செ.மீ.) செதுக்கப்பட்டுள்ளன.

மூலவர் சந்திரபிரபா தீர்த்தங்கரர் தியானக்கோலத்தில் அமர்ந்த நிலையில் உள்ளவாறு அமைக்கப்பட்டுள்ளது. இருபுறமும் சாமரதாரிகள் உருவம் காட்டப்பட்டுள்ளது.

வடக்கில் தருமதேவியும், தெற்கில் பிரம்மதேவரும் சிறிய உருவில் வைக்கப்பட்டுள்ளது.

இக்கோயிலுக்கு மார்கழி மாதத்தில் சிறப்பு பூசையும் வழிபாடும் உண்டு. இவை தவிர குறிப்பிட்ட சிறப்பான நாளில் பூசையும் உண்டு.

இவ்வூரின் தொன்மையை அறிந்துகொள்ள ஊருக்குத் தென்கிழக்கில் உள்ள குன்றில் செதுக்கப்பட்ட பிள்ளையார் உருவமும், பட்டித்தெருவில் இருக்கும் மகிக்ஷாசூரமர்த்தினி உருவச்சிலையும் பல்லவர் காலத்தைச் சேர்ந்தது என்பதை அறிந்துகொள்ள உதவுகிறது.

ஊரின் நடுவில் உள்ள குன்றின்மீது சிவன்கோயில் ஒன்றும் இருக்கிறது. இது சுமார் 150 ஆண்டுகளுக்கு முன்புதான் புதுப்பிக்கப்பட்டிருக்கிறது.

இக்கோயிலில் உள்ள கல்வெட்டு[1] (திரிபுவன குலோத்துங்க சோழன்காலத்து) சோழர்காலத்தைப் பற்றித் தெரிவிக்கிறது. சோழர்காலத்தில் இவ்வூர் இராஜேந்திர சோழநல்லூர் என்று வழங்கப்பட்டு வந்ததை அறிய முடிகிறது.

ஊருக்கு தெற்கில் உள்ள பாறையில் விக்ரம பாண்டிய தேவர் என்ற பாண்டிய மன்னர் காலத்துக் கல்வெட்டு[2] ஒன்றின் மூலமும் இவ்வூரின் தொன்மையை அறிந்துகொள்ள முடிகிறது.

---

1 ARE No 1906/229. இக்கல்வெட்டு இக்கோயிலில் உள்ள பிள்ளையாருக்கு தானம் வழங்கப்பட்டதைத் தெரிவிக்கிறது.

2 ARE 1906/231 இக்கல்வெட்டு திருவண்ணாமலை மற்றும் எய்யில் கோயில் பற்றித் தெரிவிக்கிறது.

அவலூர்ப்பேட்டை

செஞ்சி, திருவண்ணாமலை, வந்தவாசி ஆகிய இடங்களிலிருந்து இவ்வூருக்குப் பேருந்து வசதி உள்ளது. [1]

செஞ்சிக்கு வடமேற்கே சுமார் 20 கி.மீ. தொலைவில் அல்லூர்ப்பேட்டை அமைந்துள்ளது.

இவ்வூரில் ஜைனர்கள் குடியில்லை. ஜைனக்கோயிலும் இல்லை. ஆனால், துறவிகள் தங்கியிருந்ததற்கான சான்றுகள் உள்ளன.

இவ்வூரின் மேற்குப்பகுதியில்தான் முன்பு பழமையான ஊர் இருந்ததாகவும், அப்போது ஏற்பட்ட வெள்ளத்தால் அழிந்ததுபோக, இப்போது உள்ள ஊர் உருவானதாகவும் கூறுகின்றனர்.

ஊருக்கு மேற்கே உள்ள முருகன் கோயில் மலையின் வடக்குப்பகுதியில்தான் துறவிகள் தங்கியிருந்ததற்கான சான்றுகள் காணக் கிடைக்கின்றன.

இம்மலையில் இரண்டு இடங்களில் மொத்தம் (3+2) 5 கற்படுக்கைகள்[2] உள்ளன.

மற்றொரு இடத்தில் பெரிய அளவிலான இரண்டு இருக்கைகள் உள்ளன.

இரண்டு கற்படுக்கைகளுக்கு கிழக்குப்பகுதியில் இரண்டு உரல் குழிகள் காணப்படுகின்றன.[3]

கற்படுக்கை உள்ள பகுதிக்குமேல் பகுதி குன்றில் மழைநீர் வழிந்தோட வாய்க்கால் போன்று வெட்டப்பட்டுள்ளது.

இவ்வூர் மக்களால் இம்மலை 'சித்தகிரி' என்று குறிப்பிடப்படுகிறது. முன்பு சித்தர்கள் வாழ்ந்ததாகவும்,

---

1 அவலூர்ப்பேட்டை தி.அ.மு. எழுமலையுடன் மீளாய்வு 6.9.2010

2 3 கற்படுக்கைகள் – 5½ அடி நீளம், 5 அடி அகலம்
கற்படுக்கைகள் – 5½ அடி நீளம், 3 அடி அகலம்

3 துறவிகளுக்கு தண்ணீருக்காகவும், மருந்து அரைக்கவும் இக்குழிகள் பயன்படுத்தப்பட்டிருக்கலாம்.

அதனால் இப்பெயர் ஏற்பட்டது என்றும் கற்படுக்கைப் பகுதியைப் பற்றிக் கூறுகின்றனர்.[1]

இப்பகுதியில் சுனையும் இருக்கிறது.

இவ்வூருக்கு மேற்கில் (6 கி.மீ.) உள்ள வேடந்தவாடியைச் சேர்ந்த ஆண்டி (65) என்பவர் இப்படுக்கைப் பகுதியில் தங்கி–யிருந்தார்.

இவருக்கு முன்பு பாலானந்தலைச் சேர்ந்த ஒருவர் இப்பகுதியில் தங்கியிருந்ததாகவும் தெரிய வந்தது.

மேலும், மலையின் கீழே உள்ள குளத்திற்கு மேற்கே உள்ள கட்டிடப்பகுதியில் முன்பு குகைத்தளம் இருந்ததாகவும் தற்போது அதை மூடிவிட்டதாகவும் அறிந்தேன்.

இப்பகுதிகளை மேலும் ஆராய்ந்தால் ஜைனத்திற்கான சான்றுகள் கிடைக்கக்கூடும்.

பறையன்பட்டு

செஞ்சிக்கு வடக்கே அவலூர்ப்பேட்டைக்கு வடக்கே சுமார் 4 கி.மீ. தொலைவில் சேத்துப்பட்டுப் பாதையில் கப்ளாம்பாடி–யிலிருந்தும் சுமார் 2 கி.மீ. தொலைவில் மேற்கிலுள்ள (பறையன்பட்டு) சுனைப்பாறையை அடையலாம். இங்குதான் பொ.ஆ. 5–6 நூற்றாண்டைச் சேர்ந்த கல்வெட்டு உள்ளது. இது ஜைன சமயத்தைப் பற்றி விளக்குகிறது.[2]

கல்வெட்டு அமைப்பு

இக்கல்வெட்டு 1–25 மீட்டர் நீளமும் ஒரு மீட்டர் அகலமும் உடையது கல்வெட்டு எழுத்துக்களின் சராசரி உயரமும் ஆழமும் 20 செ.மீ.; 15 செ.மீ. ஆகும்.

---

1 திரு. ஆ. வீரய்யா, அவலூர்ப்பேட்டை. வயது 56, நாள் 25–2–83.

2 இக்கல்வெட்டைப் புதுச்சேரி வரலாற்றுச்சங்க உறுப்பினர்கள் பாகூர் புலவர் சு. குப்புசாமி, வில்லியனூர் புலவர் ந. வெங்கடேசன் கண்டறிந்தனர். (தினமணி, தினமலர் – 14.3.84).

பார்க்க: செஞ்சிப்பகுதியில் புதிய ஜைனக் கல்வெட்டு – முக்குடை, ஜுலை – 1985.

கல்வெட்டு தரும் செய்தி

பறையன்பட்டு சுனைப்பாறை எனும் மலையின் வடமேற்குப் பகுதியில் உள்ள குகைப்பகுதியில் கற்படுக்கையை (சுமார் 7 அடி நீளம்) காணலாம். இப்பாறையின் மேல்பகுதியில் வட்டெழுத்தால் 5 வரிகளுடைய கல்வெட்டையும் காணலாம்.

கற்படுக்கைகள் உள்ள பகுதியை இவ்வூர் மக்கள் 'நரிக்குகை' என்று குறிப்பிடுகின்றனர்.

பாண நாட்டைச் சேர்ந்த 'வச்சணந்தி' என்கிற ஜைன (துறவி) ஆஜீசரியரின் மாணாக்கர் ஆராதன் என்பவர் உண்ணாநோன்பு இருக்க நிசிதிகை (கற்படுக்கை) அமைத்துக் கொடுக்கப்பட்டது. பின்னர் ஆராதன் உயிர் நீத்தார் என்பதையும் அறிய முடிகிறது.

கல்வெட்டு வாசகத்தை அடுத்து காண்க:

'ந மோத்து பாணாட்டு வச்
சணந்தி ஆசாரிய
ர் (மா) ணாக்க ராராத (ன்)
நோற்று முடித்த (நி)
சீதிகை'

கல்வெட்டு கூறும் பாணாநாடும் வச்சணந்தியும்

திகம்பர ஜைன நூலான லோக விபாகம் பாணராட்டிரத்தில் உள்ள பாடலி[1] என்னும் ஊரில் சர்வநந்தி என்பவரால் திருத்தியமைக்கப்பட்டதைக் கூறுகிறது.[2] இம்முயற்சி பொ.ஆ. 436– இல் செய்யப்பட்டது என்று தெரிகிறது.

'வச்சரிநந்தி' என்ற ஜைனத் துறவியார் விக்கிரம ஆண்டு 526 இல் (பொ.ஆ. 470– இல்) மதுரையில் ஜைன திராவிடச் சங்கத்தை ஏற்படுத்தினார் என்பதைத் தேவசேனர் தமது தர்சனசாரம் (திகம்பர தர்சனம்) எனும் நூலில் கூறியுள்ளார்.[3]

---

1 பாடவி–தற்போதைய திருப்பாதிரிப் புலியூர்– பக். 43 (கடலூர்)
2 பல்லவர் வரலாறு–தற்போதைய திருப்பாதிரிப் புலியூர்– பக்.15
3 பல்லவர் வரலாறு – டாக்டர் மா. இராசமாணிக்கம்

லோக விபாகம் கூறும் பாணராட்டிரமும் பறையன் பட்டுக் கல்வெட்டு கூறும் பாணாடும் ஒன்றே என்பது உறுதி.[1]

எனவே, பாணாநாட்டில் பறையன்பட்டு பொ.ஆ. 436 முதல் இருந்து வந்துள்ளது. இந்தப் பாணாநாடு என்பது கடலூர், விழுப்புரம், திருவண்ணாமலை, வேலூர் மாவட்டங்கள் தொண்டை மண்டலத்தின் ஒரு பகுதியாகும். அதாவது தென்னார்க்காடு (வள்ளலார்) மாவட்டம், திருவண்ணாமலை (சம்புவராயர்) மாவட்டம், வடஆர்க்காடு (அம்பேத்கர்) மாவட்டம் மற்றும் சித்தூர் மாவட்டங்களை உள்ளடக்கிய நிலப்பகுதியே பாணாநாடு (பாணாநாடு) என வழங்கப்பட்டிருக்கிறது. இப்பகுதியை வாணர்கள் என்ற அரசர்கள் ஆண்டதனால் பாணநாடு என வழங்கப்பட்டது போலும்.

தென்னார்க்காடு தற்போது விழுப்புரம், கடலூர், கள்ளக்குறிச்சி மாவட்டங்களாக உள்ளன.

மதுரையில் திராவிடச் சங்கத்தை நிறுவிய வச்சிரநந்தியும் பாடலியில் இருந்த சர்வநந்தியும் நந்திச் சங்கத்தைச் சேர்ந்தவர்களாக இருக்கக்கூடும்.

பறையன்பட்டு கல்வெட்டு கூறும் வச்சணந்தி ஆசிரியரும் நந்தி சங்கத்தைச் சேர்ந்தவர் என்பது தெளிவு.

வச்சிரநந்தி, வச்சணந்தி என்ற பெயர்கள் குறித்து ஆராயத்தக்கது. இவை வேறு வேறு துறவிகளையே குறிக்கிறது என்றும் கூறுவர். வச்சிரநந்தி என்ற பெயரில் ஜைன அறவோர் பலர் இருந்துள்ளனர் என்பர்.[2]

பாடலியில் இருந்த ஜைன மடத்தில் வாழ்ந்த சர்வநந்தி என்ற துறவியின் மாணாக்கராக வச்சணந்தி இருந்திருக்க வேண்டும் அல்லது இருவரும் ஒரே காலத்தில் வாழ்ந்த ஜைன முனிவர்களாக இருந்திருக்க வேண்டும்.

வச்சிரநந்தி என்பவர் பூஜ்ய பாதரின் மாணாக்கர் ஆவார். இவர் பாடலியில் வாழ்ந்தவர் என்பது நோக்கத்தக்கது. எனவே,

1 பாணாவரம் – திருவண்ணாமலை மாவட்டத்திலும் பாணாம்பட்டு – விழுப்புரம் மாவட்டத்திலும் இருக்கின்றன.

2 தொண்டை நாட்டு ஜைனக் கோயில்கள் – டாகடர். ஏ. ஏகாம்பரநாதன் – பக். 24

பூஜ்யபாதரின் மூலம் ஜைனத்துறவிகள் வச்சிரநந்தியின் தலைமையில் தமிழ்நாட்டில் தெற்கு நோக்கிச் சென்று மதுரையில் நந்திசங்கத்தை அமைத்துள்ளனர்.

பின்னர், வடக்கில் பாணநாடு நோக்கி ஜைனத்துறவிகளின் பல்வேறு குழுக்கள் ஜைனக் கருத்துக்களைப் பரப்பிடச் சென்றவர்களுள் வச்சணத்தியும் ஒருவர் ஆகலாம்.

மதுரையில் உண்டாக்கப்பட்ட திராவிட திரமிள சங்கம். பாடலி எனும் திருப்பாதிரிப் புலியூரில் இருந்த நந்தி சங்கத்திலிருந்து தோன்றியிருக்க வேண்டும்.

'நந்தி சங்கத்தோடு கூடிய திரமிள சங்கத்து அருங்கலான் வயப்பிரிவு' என்று மைசூர் நாட்டுச் சாசனம் ஒன்று கூறுவதன் மூலம் அறியலாம்.

எனவே, பாடலி நந்தி சங்கத்திலிருந்து ஜைனத் துறவிகள் மதுரை சென்ற சிலகாலத்திற்குப் பிறகோ அல்லது பாடலியில் இருந்தோ வச்சணந்தி என்பார் பறையன்பட்டுப் பகுதிக்கு ஆராததன் என்பாரை அனுப்பி இருக்க வேண்டும்.

பறையன்பட்டுக்கு வந்த ஆராததன் என்பாருக்கு உண்ணாநோன்பு இருக்கப்படுக்கை வெட்டிக் கொடுக்கப்பட்டிருக்கிறது என்பதைக் கல்வெட்டு அறிவிக்கிறது.

எனவே, பறையன்பட்டு கல்வெட்டின் காலம் பொ.ஆ. 5ஆம் நூற்றாண்டின் முடிவிலும் 6ஆம் நூற்றாண்டின் தொடக்கக் காலத்திலும் சேர்ந்ததாகும் எனலாம்.[1]

பறையன்பட்டு ஜைனப் படுக்கை நினைவுச்சின்னமா?

பறையன்பட்டிலுள்ள குகைப் பாழி பிற இடங்களிலுள்ள பாழிகளைக் காட்டிலும் வேறான தன்மையுடையதாகும். பிற இடங்களிலுள்ள பாழிகளில் ஜைனத் துறவியர் உறைந்து துறவறம் மேற்கொண்டும் சமய போதனைகள் செய்தும் வந்துள்ளமையை அறிகிறோம். ஆராததன் என்ற துறவி உண்ணாநோன்பிலிருந்து உயிர் நீத்ததன் நினைவாகப் கற்படுக்கை ஏற்படுத்தப் பட்டிருக்கின்றதே தவிர, துறவியார் பலர் இங்கே தங்கிச் சமயநெறி போற்றுவதற்காகப் கற்படுக்கைகள் அமைக்கப்படவில்லை என்பது குறிப்பிடத்தக்கதாகும்.

1 தஞ்சை தமிழ்ப்பல்கலைக்கழகச் 'செய்தி மலர்' – மலர் – 3, இதழ் – 7, பக். 2.

அவ்வகையில் இது நீந்தார் நினைவுப்பாழியாகத் திகழ் கிறதெனலாம்[1] என்று டாக்டர் ஏ. ஏகாம்பரநாதன் அவர்கள் கூறுவது இங்கு ஆராயத்தக்கதாகும்.

பறையன்பட்டு கல்வெட்டில்,

'..........ராராத(ன்)

நோற்று முடித்த (நி)

சீதிகை'

என்ற வரிகள் (3–5) பொறிக்கப்பட்டுள்ளது. நோக்கத்தக்கது.

செஞ்சி திருநாதர்க்குன்றின் இரண்டு கல்வெட்டுகளிலும் 'நொற்ற... நிசீதிகை' என்று பொறிக்கப்பட்டுள்ளது இங்கு ஒப்புநோக்கத்தக்கது.

திருநாதர்க்குன்று பகுதியில் ஜைனத்துறவிகள் வாழ்ந்து வடக்கிருக்கும் நோன்பு நோற்றுள்ளனர்.

இதற்குப் பின்பே இங்குத் தீர்த்தங்கள் உருவத்தைச் செதுக்கப்பட்டிருக்க வேண்டும் என்று கருதுகின்றனர்.

பறையன்பட்டுக் குன்றிலும் ஜைனத்துறவிகள் தங்கி வாழ்ந்த ஜைன சமய நெறிகளைப் பரவச்செய்து ஆராததன் தன் இறுதிநாள்களில் சமயத்துறவு ஒழுக்கங்களை மேற் கொண்டு உண்ணாநோன்பிருந்து உயிர் நீத்திருக்க வேண் டும். உண்ணாநோன்பிருக்கும் போதுதான் கற்படுக்கை செதுக்கப் பட்டிருக்க வேண்டும்.

உண்ணாநோன்பு இருக்க மட்டும் ஆராததன் இம் மலைக்கு வந்திருக்க முடியாது. இம்மலையில் சிலகாலம் தங்கி வாழ்ந்திருந்த பின்னரே (அக்காலத்தில் இவருக்குத் துணையாகச் ஜைனத்துறவிகள் ஒரு சிலரேனும் உடன் இருந்திருக்க வேண்டும். அப்போது ஜைன நெறிகளை ஒழுக்கங்களைப் போதித்திருக்க வேண்டும்.) உண்ணா நோன்பிருந்து உயிர்நீத்ததன் காரணமாகக் கல்வெட்டு பொறிக்கப்பட்டிருக்கிறது என்பதே சரியானதாகும்.

இப்போது இப்பகுதியில் ஜைன குடியிருப்புகள் இல்லை; வேறு ஜைனச் சின்னங்களும் இல்லை. எதிர்வரும் காலத்தில்

---

1 தொண்டைநாட்டுச் ஜைனக்கோயில்கள் – பக்.24

இவ்வூர்ப்பகுதியிலோ, மலைசூழ்ந்த பகுதியிலோ ஜைனச் சான்றுகள் கிடைக்கலாம்.

அண்ணமங்கலம்

செஞ்சிக்கு வடகிழக்கில் (மேல்மலையனூருக்குத் தெற்கில்) சுமார் 11 கி.மீ. தொலைவில் அண்ணமங்கலம் உள்ளது. செஞ்சி – சேத்துப்பட்டு நெடுஞ்சாலையில் கன்னலத்திற்குக் கிழக்கே 1 கி.மீ. தொலைவில் அண்ணமங்கலம் அமைந்துள்ளது. பொ.ஆ. 14ஆம் நூற்றாண்டுக்கு முன்பு வரை இவ்வூரில் ஜைனக்கோயில் இருந்துள்ளது. இப்பொழுது முற்றிலும் பழுதடைந்துள்ள இக்கோயிலை இவ்வூர் ஜைன மக்கள் 200 ஆண்டுகளுக்கு முன் புதுப்பித்துள்ளனர்.

இவ்வூரிலுள்ள பல்வேறு வரலாற்றுச் சின்னங்களைக் கொண்டு பொ.ஆ. 10–ஆம் நூற்றாண்டில் ஜைனர்கள் இங்குப் பெரும் அளவில் வாழ்ந்திருந்தனர் என்பதை அறியலாம்.

இப்பொழுது ஆறு ஜைனக் குடும்பங்களே தங்கள் அடிச்சுவட்டைப் பதிந்து வருகின்றன.

இங்குள்ள ஜைனக்கோயிலின் மூலவர்[1] ஆதிநாதர் (ரிஷப தேவர்), சிறிய அளவிலான ஒரு சிலையை வைத்தே வழிபடுகின்றனர். இவ்வூரில் பெரிய உருவச்சிலை மூலவர் இருந்ததாகவும் கூறுகின்றனர்.[2]

பார்சுவநாதரின்[3] உருவச்சிலையும் இக்கோயில் வழிபாட்டிற்கு வைக்கப்பட்டுள்ளது. இச்சிலையில் மேல்பகுதியில்[3] தலைபாம்பும் அதற்குமேல் முக்குடையும் அமைக்கப்பட்டிருப்பது அழகான கலைப்பாணியாகும்.

ஊருக்கு வடக்கே உள்ள வாணியன் சுனை என்னும் பகுதியிலுள்ள பாறைக்கல்லில் வடக்கே நோக்கியவாறு தீர்த்தங்கரர் உருவம் செதுக்கப்பட்டுள்ளது. இவ்வுருவம் சுமார் 300 ஆண்டுகளுக்கு முன்பே இருந்ததாகக் கூறுகிறனர்.

1 சிலை உயரம் 24 செ.மீ.; அகலம் 14 செ.மீ.

2 தகவல் : திரு. தே. அப்பாவு நயினார் (60)

3 உயரம் 32 செ.மீ.; அகலம் 19 செ.மீ. ஆய்வு நாள்: 8.9.2010

ஆதிநாதர்

அண்ணமங்கலம் ஆதிநாதர் கோயில்

பொங்கலன்று ஜைனர்கள் விழா எடுக்கும்போது வாணியன் சுனைப் பகுதியில் உள்ள தீர்த்தங்கரர் உருவக்கதையும் வழிபடுகின்றனர்.

அண்ணமங்கலம் ஊருக்கு வடமேற்கில் உள்ள மலையில் கோட்டை இருந்து, தற்பொழுது சிதைந்துள்ளளன. கோட்டை மதிற்சுவர், மண்டபம் கூட்டம் ஆகியவற்றை அறிய முடிகிறது. கோட்டை சுவரையொட்டிய பாறையில் தெலுங்குக் கல்வெட்டு ஒன்று உள்ளது. அக்கல்வெட்டு பொ.ஆ.18ஆம் நூற்றாண்டினதாக அறியப்பட்டுள்ளது. (கல் வெட்டு இணைப்பில் காண்க).

இக்கல்வெட்டு இவ்வூருக்கு அம்ண்ணமங்கலம், அமண மங்கலம் என்றும் இம்மலையை அம்ண்ணமங்கல துர்க்கம் என்றும், ... சென்னா ரெட்டி என்பவர் கட்டச் செய்த மகாலு என்றும் கூறப்பட்டதாகத் தெரிகிறது. ஆலம்கீரு பாதுஷா காலத்தில் இக்கோட்டை அமைக்கப்பட்டுள்ளது.

அதாவது, பொ.ஆ. 18ஆம் நூற்றாண்டில் அம்ண்ணமங்கலம் என்ற பெயர்.

வழக்கில் இருந்து பின்னத் அண்ணமங்கலம் என்ற பெயராக வழங்கப்பட்டுள்ளது.

மேலும், அம்ண்ணமங்கலம் கோட்டை என்ற பெயரை திருவத்தி[1] துர்கம் என்று வழங்கச் செய்தார் என்பதை தெலுங்குக் கல்வெட்டு கூறுகிறது. இப்பகுதி வேலைசெட்டி பங்காரு யாசம் நாடு என்று ஜமீன்தாரர் அதிகாரத்தி;ற்கு உட்பட்டிருந்தது. திருவத்திமலை என்றும் குறிப்பிடுவர்.

பதினெட்டாம் நூற்றாண்டு வரை இவ்வூர் ஜைன கோயில் நல்ல வகையில் இருந்தது. ஜைனர்களின் பல குடும்பங்களும் அப்போது இருந்தன என்பதை உணர முடிகிறது.

1 வத்தி – என்பதற்கு விளக்கு என்று பொருள் 'வத்தாவி' என்பது ஒரு நாட்டின் பெயர். அலன் சுருக்கமாக திருவத்தி என ஊர்ப்பெயராக வழங்கச் செய்திருக்க வேண்டும்.

கன்னலம்

செஞ்சிக்கு வடகிழக்கே சுமார் 10 கி.மீ. தொலைவில் கன்னலம் எனும் ஊர் அமைந்துள்ளது. ஜைனத்தின் மூன்று உலகம் பற்றி நம்பிக்கை உள்ளது.

அதில் ஒன்று கீழுலகு. இதனை கன்னப்பரிசை என்பர். இதன் சுருக்கமாகக் 'கன்னலம்' என்று வழங்கி இருக்கக்கூடும்.

சுமார் 15 ஜைனக் குடும்பங்கள் இவ்வூரில் உள்ளன.

இவ்வூர் கோயிலின் மூலவர் சந்திரபிரபா தீர்த்தங்கரர். மண் சுதையில் இவ்வுருவம் அமைக்கப்பட்டுள்ளது.

குறுகிய இடையும், திடமான உடற்கட்டும், நீண்ட காதும், இடதுகை மீது வலது கையை வைத்து ஆழ்ந்த தியானத்தில் அமைதியோடு அமர்ந்த நிலையில் இருக்கும் தீர்த்தங்கரர்[1] உருவச்சிலையே (பொ.ஆ. 10–11) இக்கோயிலின் பழமையைப் பறைசாற்றிக் கொண்டிருக்கிறது.

முக்கோண வடிவத்திலான இத்தீர்த்தங்கரர் உருவத்திற்கு மேல் உள்ள முக்குடையின் அமைப்பு சிறப்பானது.

மேலும் இங்கு தர்மதேவியின்[2] உருவச்சிலையும் கோயிலின் தொன்மைக்குச் சான்றாக உள்ளது. சுமார் 400 ஆண்டுகளுக்குப் பழமையான பிரம்ம தேவர்[3] தந்தம் உடைந்த யானையின் மீது இடது காலை மடக்கி இடதுகையைக் காலின் மீது கவித்து வைக்கப்பட்ட நிலையில், வலதுகால் சற்று அகன்றும் அதன்மீது அங்குசம் பிடித்த வலது கையும்கொண்ட தோற்றத்தில் அகன்ற முகத்தோடு காட்டப்பட்டுள்ளது.

24 தீர்த்தங்கரர்களின் உருவங்கள் செதுக்கப்பட்ட சற்றுப் பெரிய சிற்பமும் அதைவிடச் சிறிய சிற்பமும் இக்கோயிலில் உள்ளன.

பழமையான இக்கோயில் புதுப்பிக்கப்பட்டுள்ளது.

இக்கோயில் மண்டபத் தூண்களில் தீர்த்தங்கரர் உருவம், சாமரதாரிகளோடு காட்டப்பட்டுள்ளது.

---

1 உயரம் 108 செ.மீ. – அகலம் 58 செ.மீ.

2 உயரம் 68 செ.மீ. – 40 செ.மீ. அகலம்

3 உயரம் 65 செ.மீ. – அகலம் 35 செ.மீ.

சந்திபிரபா தீர்த்தங்கரர்

கன்னலம் சந்திபிரபா தீர்த்தங்கரர் கோயில்

மற்றொரு தூணில் முக்குடை நடுவில் சந்திரப்பிறையும் கீழே தர்ம சக்கரமும் கொண்ட ஜைனரின் புனிதச் சின்னங்களும் செதுக்கப்பட்டுள்ளன.

கோன்னாட்டு மலை என்னும் இவ்வூர் மலையின் கிழக்குப் பகுதியில் கிழக்கு முகமாகச் சந்திரப் பிரபா தீர்த்தங்கரர் கோயில் ஒன்று அமைக்கப்பட்டுள்ளது.

இவ்வூரைப் பற்றி

விளையுமோக மழுத்தி வருந்தியே
தயர யானு முழன்று தியங்வோ
விமலனே சரணங்கள் வழங்க வுமருள் தாராய்!

விசய சாகச சம் பிரம சுந்தர
திசைய தாகிய கன்னல மன்னிய
விமலஞான மிலங்கிய என்பர்கள் பெருமானே!

என்று ஜினேந்திரஞானத் திருப்புகழில் புகழப்பட்டிருக்கிறது.

இக்கோயில் இறைவருக்கு வைகாசி மாதத்தில் விழா எடுகின்றனர். மேலும், தெலுங்கு வருடப்பிறப்பன்று நவதானியங்களை வைத்துச் சிறந்த பூசையும் செய்கின்றனர் பூசை முடிந்ததும் அன்று மாலை திண்டிவனம் வட்டத்தில் உள்ள விழுக்கம் ஜைனக் கோயிலில் நடைபெறும் விழாவில் பங்குகொள்கின்றனர். இப்படிப் பங்குபெறுவதைப் புண்ணி யமாகவும் மகிழ்ச்சியாகவும் மக்கள் கருதுகிறார்கள்.

மரக்குணம் (மறக்கோணம்)

செஞ்சிக்கு வடகிழக்கில் மேல்மலையனூருக்கு வட மேற்கில் 20 கி.மீ.ல் சேத்துப்பட்டுப் பேருந்துப் பாதையில் சுமார் 25 கி.மீ. தொலைவில் மரக்கோணம் உள்ளது.

ஜைன இருப்பிடமாக இவ்வூர் முன்பு திகழ்ந்திருந்ததை இங்குள்ள பழமையான கோயில் உணர்த்துகிறது.

இக்கோயிலில் எட்டு வட்டத்தூண்களைக் காணலாம். கோயிலின் அமைப்பையும் தூண்களின் அமைப்பையும் நோக்க இது பிற்காலப் பல்லவர் காலத்தை நினைவுப்படுத்துகிறது.

மக்களால் இக்கோயில் ஜெகுனி கோயில் என்று கூறப்படுகிறது. இது முதலில் தயக்கத்தைக் கொடுத்தது. பின்னர் உண்மை விளங்கியது. ஜைன – ஜெயின்கோயில் என்பதையே மக்கள் 'ஜெகுனி' என்று அழைக்கிறார்கள்.

கோயிலுக்கு எதிரில் 24 தீர்த்தங்கரர் உருவச்சிலை முதலில் கண்டேன். 4, 5 ஆண்டுகள் கழித்து இச்சிலையைக் காணவில்லை.

மீண்டும் இப்பகுதியில் ஆய்வு மேற்கொள்ளப்பட்டது. அதுபோக சிதைந்த ஜைன கோயிலுக்கு முன் தெற்கில் கோயில் முன்பகுதியையொட்டி நீர்த்தேக்கத் தொட்டி அமைக்கப்பட்டுள்ளது. தொட்டிக்குக் கீழ் ஏறக்குறைய ஜைன சமயம் சார்ந்த வழிபாட்டுக்குரியதான பத்து சிற்பங்கள் புதைக்கப்பட்டதாகத் தெரியவந்தது. ஆய்வின்போது ஒரு தீர்த்தங்கரர் சிற்பம் கண்டறியப்பட்டது. ஊரினரில் சிலர் மீண்டும் தோண்டிப்பார்க்க தடுத்தனர்.

இவ்வூருக்கு மேற்கில் உள்ள வள்ளிமலைப்பகுதியில் ஆய்வு மேற்கொள்ளப்பட்டது. மலையின் ஏறத்தாழ 150–200 மீ உயரமான தென்கிழக்கு நோக்கிய குகைத்தளத்தின் சாய்வான, பெரியதாக, நிறைய கற்படுக்கைகள் மண்மூடி இருந்தது. மண்ணை அப்புறப்படுத்தியதில், குகை தளத்தின் மேற்கில் கிழக்கு நோக்கி சாய்வான பாறை அமைப்பில் எட்டு கற்படுக்கைகள் உள்ளன. குகைத்தளத்தின் தெற்குப்பகுதியில் இரண்டு இடங்களில், கிழக்கு மேற்காக ஒரு கற்படுக்கையும், தெற்கு நோக்கிய ஒரு கற்படுக்கையும் உள்ளது. தெற்கு நோக்கிய கற்படுக்கை பெரியதாக இருக்கிறது. அதாவது, இக்குகைத் தளத்தில் மொத்தம் 8 இடங்களில் ஏறத்தாழ 25 கற்படுக்கைகள் செதுக்கப்பட்டுள்ளன.

இணைப்பு -1

முக்கால ஜைனத் தீர்த்தங்கரர்கள்

	முற்காலத் தீர்த்தங்கரர்கள் (பூதகாலம்)	இக்காலத் தீர்த்தங்கரர்கள் (வர்த்தமான காலம்)	எதிர்காலத் தீர்த்தங்கரர்கள் (பிவிஷ்ய காலம்)
1.	நிர்வாண	ரிஷபர்	மகாபத்மர்
2.	சாகர	அஜிதர்	சுரதேவர்
3.	மகாசாது	சம்பவநாதர்	சுபார்சவர்
4.	விமலப்பிரபர்	அபினந்தர்	சுயம்பிரபர்
5.	ஸ்ரீதரர்	சுமதிநாதர்	சர்வாத்ம பூதர்
6.	சுதந்த்ர்	பத்மபிரபர்	தேவபுத்திரர்
7.	அமலப்பிரபர்	சுபார்சுவநாதர்	குலபுத்திரர்
8.	உத்திரர்	சந்திரப்பிரபர்	உதங்கர்
9.	அங்கிரர்	புஷ்பதந்தர்	புரௌஷ்டிலர்
10.	சன்மதி	சீதளர்	ஜெயகீர்த்தி
11.	சிந்து	சிரேயாம்சர்	முனீசுவிரதர்
12.	குஸ்மாஞ்சலி	வாசுபூஜ்யர்	ஹரர்
13.	சிவகணர்	விமலநாதர்	நிஷ்பாபர்
14.	உத்சாகர்	அனந்தநாதர்	நிஷ்கஷாயர்
15.	ஞானேசுவரர்	தர்மநாதர்	விபுலர்
16.	பரமேசுவரர்	சாந்திநாதர்	நிர்மலர்

17.	விமலேசுவரர்	குந்துநாதர்	சித்ரகுப்தர்
18.	யசோதரர்	அரநாதர்	ஸமாதி குப்தர்
19.	கிருஷ்ணமதி	மல்லிநாதர்	சுயம்பு
20.	ஞானமதி	முனிசூவிரதர்	அநிவிருத்தகர்
21.	சுத்தமதி	நமிநாதர்	ஐயர்
22.	ஸ்ரீரிபத்திரர்	நேமிநாதர்	விமலநாதர்
23.	அதிக்கிராந்ததர்	பார்சுவநாதர்	தேவபாலர்
24.	சாந்தநாதர்	வர்த்தமானர்	அனந்தவீரியர்

இணைப்பு -2

24 தீர்த்தங்கரர்களுக்கான இயக்கன் இயக்கியர்

	தீர்த்தங்கரர்	இயக்கன்	இயக்கியர்
1.	விருஷபநாதர் (ஆதிநாதர்)	கோமுகன்	சக்ரேஸ்வரி
2.	அஜீதநாதர்	மகாயஷன்	ரோகிணி
3.	சம்பவநாதர்	திரிமுகன்	பிரக்ஞப்தி
4.	அபிந்தனர்	யகேக்ஷஸ்வர	வஜ்ரஸ்ரங்கல்
5.	சுமதிநாதர்	தும்புரு	புஷ்பதத்தா
6.	பத்மப்ரபர்	குசம	மனோவேகி
7.	சபாஸ்வர்	வரநந்தி	காளி
8.	சந்திரப்ரபர்	விஜயன்	ஜவாலாமாலினி
9.	புஷ்பநந்தர்	அஜித	மகாகாளி
10.	சீதளர்	பிரம்மன்	மாநவி
11.	சிரேயாம்சர்	ஈஸ்வரன்	கௌரி
12.	வாசுபூஜ்யர்	குமாரன்	காந்தாரி
13.	விமலநாதர்	சண்முகன்	வைரோடி
14.	அனந்தநாதர்	பாதாளன்	அனந்தமதி
15.	தர்மநாதர்	கின்னரன்	மானசி

16.	சாந்திநாதர்	கருடன்	மகாமானசி
17.	குந்துநாதர்	கந்தர்வன்	ஜெயா
18.	அரநாதர்	மகேந்திரன்	விஜயா
19.	மல்லிநாதர்	குபேரன்	அபராஜிதா
20.	முனிசுவரதர்	வருணன்	பகுரூபிணி
21.	நமிநாதர்	ப்ருகுடி	சாமுண்டி
22.	நேமிநாதர்	சர்வாணன்	கூஷ்மாண்டி
23.	பார்சுவநாதர்	தரநேந்திரன்	பத்மாவதி
24.	மகாவீரர்	மாதங்கன்	சித்தாயினி

இணைப்பு -3

ஜைன பைரவர்கள்

ஒவ்வொரு தீர்த்தங்கரருக்கும் நான்கு பைரவர்கள் (காவலர்கள்) உண்டு.

1	ஜயன்	விஜயன்	அபராஜிதன்	மாநபத்ரன்
2	சேமபத்ரன்	சாந்திபத்ரன்	ஸ்ரீபத்ரன்	ஷாந்திபத்ரன்
3	வீரபத்ரன்	பவிபத்ரன்	குணபத்ரன்	சந்த்ராபன்
4	மகாபத்ரன்	பத்ரபத்ரன்	சத்பத்ரன்	தானபத்ரன்
5	கல்யாண பத்ரன்	மகாபத்ரன்	பத்மசந்தரன்	நயசந்த்ரன்
6	கலசந்தரன்	கரூபசந்த்ரன்	குமுதசந்தரன்	குமுதசந்த்ரன்
7	வித்யா சுந்தர	குணசந்தரன்	கேமசந்தரன்	விஜயசந்தரன்
8	ஸோமகாந்தி	ரவி காந்தி	ஷுப்ரகாந்தி	ஹேமகாந்தி
9	வஜ்ரகாந்தி	வீரகாந்தி	விஷ்ணுகாந்தி	சந்தரகாந்தி
10	ஸதவீர்யன்	மஹாவீரயன்	பலவீர்யன்	கீர்த்திவீர்யன்
11	தீர்த்தருசி	ப்பாவருசி	ப்பவயருசி	ஸாந்திருசி
12	லப்திருசி	தத்வருசி	ஸயம்யக்த்வருசி	தூர்யவாத்யருசி
13	விமலபக்தி	ஆராத்யருசி	வைத்யருசி	வைத்யவாதருசி
14	ஸ்வபாவநாமா	பரபாவ	அனுபம்யன்	ஹைஜா நந்தன்
15	தர்மகரன்	தர்மகாரின்	ஸாந்தகர்மா	விநயநாமன்

16	ஸித்த ஸேநன்	மஹா ஸேநன்	லோக ஸேநன்	விநயகேதன்
17	யட்ச நாத	பூமிநாதன்	தேஸநாதன்	அவநிநாதன்
18	கிரீநாதன்	கஹ்லர நாதன்	வருணநாதன்	மைநநாதன்
19	க்ஷிதிபன்	ப்பவயன்	க்ஷாந்தியன்	ஷேத்ரயன்
20	நந்தராஜ	குணராஜ	கல்யாண ராஜ	ப்பவயராஜ
21	கபிலன்	வடுகன்	பைரவ பைரவன்	மல்லாகாக்யன்
22	கோகலன்	க்ககநாமன்	த்ரிநேத்ரன்	கலிங்கன்
23	கீர்த்திதரன்	ஸப்ருதிதரன்	விஜயதரன்	அப்ஜதரன்
24	குமுதன்	அஞ்ஜநன்	சாமரன்	புஷ்பதந்தன்

கல்வெட்டுகள்

(இங்கே சில முக்கிய கல்வெட்டுகள் மட்டுமே தரப்பட்டுள்ளன.)

1

ஊர்	:	மேல் சித்தாமூர்
வட்டம்	:	செஞ்சி
கல்வெட்டு உள்ள இடம்	:	மேல் சித்தாமூர் பார்சுவநாதர் கோயில் கிணற்றுக்கு அருகில் பதிக்கப்பட்டுள்ள கற்பலகை
மன்னன்	:	இராசகேசரி முதலாம் ஆதித்தன்.
ஆட்சியாண்டு	:	*17 (பொ.ஆ. 871–907)*

1. ஸ்வஸ்திஸ்ரீ கோராஜகேசரி
2. தேவர்க்கு யாண்டு யஎ–வது
3. சிங்கபுர நாட்டுக் கீழ்வழிச் சிற்றா
4. மூர்க் காட்டாம் பள்ளியில் ஒத்
5. துரைக்கு மண்டபத்திற்குச் சோ
6. ணாட்டுத் தென்கரைக் குள
7. மங்கல நாட்டுப் புத்தாம் பூரு
8. டையான் மதியனறிந்திகை
9. சந்திராதித்தவற் நந்தா
10. விளக் கொன்றெரிப்பதற்கு
11. இவ்வூர்ப் பள்ளியுடைய

12. பாதமூலத்தாரும் இவ்வூர்
13. ஆரம் பனந்தியும் இவ்வூர்
14. ஊராருங் கைவழிவை

[கல்வெட்டின் இறுதிப்பகுதி சிதைந்து காணப்படுகிறது.]
தெ.கோ. சாசனம் VII, எண். 828

2

ஊர்	:	மேல்சித்தாமூர்
வட்டம்	:	செஞ்சி
கல்வெட்டு	:	மேல்சித்தாமூர்– மலைநாதர் கோயில் சிற்பங்களுக்குக் கீழ் உள்ள இடம்

1. ஸ்வஸ்தி ஸ்ரீ காடவர்கோன் பாவை கனை சுழற்காற்
2. சோழர்க்கு நீடுபுகழ்த் தேவியர் நீ [ணி]
3. லத்துப் பீடு சிறந்த[ம]ரும், சிற்றாமூர் செய்தி
4. திறங்க[ல்] மீட்ப்பித் தறம் பெருக வாக்குமவன்.

[தெ.கோ. சாசனம் – பாகம், எண்: 830]

3

ஊர்	:	மேல் சித்தாமூர்
வட்டம்	:	செஞ்சி
கல்வெட்டு உள்ள இடம்	:	பார்சுவநாதர் கோயில் கருவறை அடித்தளப்பகுதி
மன்னன்	:	விக்கிரமசோழன்
ஆட்சியாண்டு	:	18 (பொ.ஆ. 1136)

1. ஸ்வஸ்திஸ்ரீ கோப்பர கேசரி ஸ்ரீ விக்கிரமச்சோழ

2. தேவற்கு யாண்டு 18ஆவது ஜெயங்கொண்ட சோழ

3. மண்டலத்து காலிபுர கோட்டத்து சிங்கபுரி நாடு சித்தாமூர்
4. சிங்கபுரிநாத ஸ்வாமிக்கு நாம் தற்மமாகக் கட்டளை
5. யிட்டோம் 22 அடி கோலால்குழி 100 கொண்டது ஒரு
6. மாவாக இன்னாட்டு வெண்கலத்தூரும் கொள்ளாரும்
7. நெமலியும் வீரணாமூரும் எளமங்கலமும் விழுக்கம்
8. அருகாவூர் அகலூரும் நெற்குணம் தொண்டூரும் விடாரும் நமுண்டி
9. யும் கள்ளபுலியூரும் கெங்கபுரமும் அண்ண மங்கலமும்
10. யில்லி விடுமொழியனூரும் நெடியும் பெருநல்லூரும்
11. சோமாசிபாடி யில்வூர்களில் வூர் நிலம் நீர்காலும் பயிர்
12. சிறுளூரும் மயன்மங்கையான சோழ நல்லூரும் மங்கல
13.`மும் கணமான கருணாகர பேதிமங்கலமும் பென்னகரும்
14. சோணி குன்றம் மாதிருங்கலமும் பெருவிளங்கூரும்
15. சாத்துவான் பாடியும் வளத்தியும், கோட்ட பூண்டியும் மலையனூரும்
16. தொறுப்பாடியும் கிழக்களூரும் அம்பூரும் நெல்லுழான
17. பூண்டியூரும் வெண்மணிபத்தூரும் பாம்பூண்டியும் தென்
18. சிவிறியும் ஊறலும் கீழானாடிப்புரமும் நாகபுரமும் சிறுநாங்
19. கூறும் ஆத்திப்பாக்கமும் நீ...... ரூரும் ஆத்திப்பாக்கமும்
20. மாம்பாக்கமும் வெஞ்சிநல்லூரும் வல்லமும் கழணிநல்லூறான
21. வேதிமங்கலமும் நாட்டார் மங்கலமும் நெனூரும், ஆனைத்தூரும்,
22. கடம்பூரும், தவளகணையூரும், ஆதனூரும், மண்ணூரான
23. வித்தியாசற் பேத மங்கலமும் செதிப்புரையூர் தாயனூரும்
24. நொச்சிலியூரும் கொழப்புலியூரும் எய்யிலும் சந்திய
26. மங்கலமான சோழங்குணம் நிச்சரூபவேதமங்கலம்
27. வயிலூரும் களத்தூரும் பாக்கமும் பாக்கமும் தணியலும்
28. பிடணாகத்தூரும் வள்ளிகு........ம் உலக்கையூரும் களவாய்
29. புத்தூரும் செல்ல பிறட்டி சறுவபெதிமங்கலம் கருப்பூரும்

30. கூடலூரும் மாதப்பூண்டியும் பாக்கம் சித்தாமூர் அருள்மொழி தேவரான சறுவபேதி மங்கலமும்

32. வள்ளிவாகையும் மங்களமும் மேற்கிளையூரும் சிறுபிறையூரும்

33. ஈச்சூரும் தீவனூரும் ஆகயில்வூர்களில் ஊரால் நிலம் மூன்றுமா நஞ்சை நிலம் இத்தேவற்கு சர்வ மானியமாகக் கட்டளை யிட்டோம்.

[தெ. கோ. சா., பாகம் 1. எண் 26.]

(கல்வெட்டு தறப்பது இல்லை)

4

ஊர்	:	மேல் சித்தாமூர்
வட்டம்	:	செஞ்சி
கல்வெட்டு உள்ள இடம்	:	பார்சுவநாதர் கோயில் கருவறை ஒட்டிய மண்டபத்தின் அடிப்பகுதி
மன்னன்	:	குலோத்துங்கசோழன் (பொ.ஆ.1136 – 1150)
ஆட்சியாண்டு	:	13

1. ஸ்வஸ்தி ஸ்ரீ திரிபுவனச் சக்கரவர்த்திகள் ஸ்ரீ குலோத்

2. துங்கசோழ தேவர்க்கு ஆண்டு 12–ஆவது ஜெயங்

3. கொண்ட சோழமண்டலத்து காலிபுர கோட்டத்து திருப்

4. புலி.... திருவமடவளாகத்து தேவரடியார் பொண்மெஞ்

5. ஞானனான ராஜ கம்பீர மார........யிவன் அகமுடையாள்

6. தேவர்மகன் கம்பரும்பூர் உத்தமசோழ வளநாட்டு சிங்க

7, புரி நாட்டு சித்தாமூரை தீர்கமானியம் பண்ணி பள்ளி

8. யாழியார் கோயிலில் திருநிலை மண்டபத்து பாரீச

9. தேவற்கு பொருவதாகக் கொடுத்தேன்.

[தெ.கோ.சாசனம், பாகம் 1. எண்.28.]

5

ஊர்	:	மேல் சித்தாமூர்
வட்டம்	:	செஞ்சி
கல்வெட்டு உள்ள இடம்	:	மலைநாதர் கோயில் மண்டபத்து தரையில் ஒரு கற்பலகை
மன்னன்	:	இராசாதிராசன் (பொ.ஆ. 1163–1179)
ஆட்சியாண்டு	:	10

1. ஸ்வஸ்தி ஸ்ரீ ராஜாதி
2. ராஜ தேவர்க்கு
3. யாண்டு 10–வது
4. சிற்றாமூர்த் திரு
5. வூராம் பள்ளியாழ்
6. வார் பள்ளிச்
7. சந்த மான தெ ந
8. ட்டி புலம் நாலுமாவு
9. மிக் கோயில்
10. சூழ்ந்த நத்
11. தமு மித் தேவர்
12. க்கே விட்டேன்
13. பாண்டியநாடு
13. கொண்டா னென்
14. செங்கேணி களி!
15. தர்மம் அழிவு செய்
16. வார் மும் மலராய்
17. னுக்கு அறவான்.

[S.I.I.Vol VII NO.829]

6

ஊர்	:	மேல்சித்தாமூர்
வட்டம்	:	செஞ்சி
கல்வெட்டு உள்ள இடம்	:	சிம்ம புரிநாதர் கருவறை முன் மண்டபத்தில் இருந்த கல்வெட்டு (தற்போது இல்லை)
மன்னன்	:	மகா மண்டலேஸ்வரர் விஷ்ணு தேவராயர்
ஆட்சியாண்டு	:	சக ஆண்டு – 1140 (பொ.ஆ. 1218)

கல்வெட்டின் செய்தி:

இக்கல்வெட்டு, மகா மண்டலேஸ்வரர் விஷ்ணு தேவராயர் ஆட்சி புரிந்தபோது சித்தாமூரிலுள்ள சிங்கபுரி நாதர் கோயிலுக்கு வழிபாட்டுச் செலவிற்காகவும் திருவிழாச் செலவிற்காகவும் இவ்வூரில் குளத்திற்கு கீழுள்ள 91 குழி நிலத்தினையும், மலையனார் கோயிலுக்கு வழிபாட்டுச் செலவிற்கென 30 குழி நிலத்தினையும் பள்ளிச்சந்தமாகக் கொடுத்ததாகக் குறிப்பிடுகிறது.

[சித்தாமூர் வரலாறு – டாக்டர். ஏகாம்பரநாதன் – பக். 62, 63]

Tamil Lexicon, Vol.4. P. 2149

7

ஊர்	:	மேல் சித்தாமூர்
வட்டம்	:	செஞ்சி
கல்வெட்டு உள்ள இடம்	:	சித்தாமூர் குளக்கரையில் இருந்த கல்வெட்டு இன்று இல்லை
மன்னன்	:	அச்சுதப்பநாயக்கர் (பொ.ஆ. 1582)
ஆட்சியாண்டு	:	சாலிவாகன ஆண்டு – 1504

1. ஸ்வஸ்தி ஸ்ரீ மஹாமண்டலேஸ்வரர் ஸ்ரீ வீர பிரதாப
2. ஸ்ரீரங்கதேவ மஹாராயர் ஸ்ரீராஜ்யம் பண்ணியருளா
3. நின்ற சாலிவாகன சகாப்தம் 1504–ன் மேல் செல்லா நின்ற
4. கபா...ஸம் வத்சரத்து சிம்மநாயற்று பூர்வபஷத்து பஞ்ச
5. மியும் செய்வாரமும் பெற்ற திருவோண நட்சத்திரத்து
6. நாள் அச்சுதப்ப நாயக்கர் அய்யன் காரியத்துக்கு
7. கற்தனான திம்மப்ப நாயகன்...... சிற்றாமூர் ஸ்வாமி
8. சிம்மபுரிநாத ஸ்வாமியார் திருக்கோயில் மோளக்காரர்
9. உடல் நொகசராம் நட்டுவன் ஆகசனம் அஞ்சு பேருக்கும்
10. படி சீவிதத்துக்கு அடித்துண்டாக வடக்குத் தாங்கலும்
11. அதுக்குச் சேந்த கழினிகொல்லை கிணறு பட்டடைகளும்
12. அடித்துண்டாக கட்டளையிட்டோம் இதுக்கு அஹிதம்
13. பண்ணினவர்கள் கெங்கைக் கரையில் காராம் பசுவைக்
14. கொன்ற தோஷத்திலும் மகாபாதகம் பண்ணினவர்கள்
15. போகிற நரகத்தில் போகக் கடவராகவும்.

8

ஊர்	:	மேல் சித்தாமூர்
வட்டம்	:	செஞ்சி
கல்வெட்டு உள்ள இடம்	:	பார்சுவநாதர் கோயில் கோபுரம்
மன்னன்	:	ஸ்ரீமன் வேங்கடபதி தேவ மகாராயர்
ஆட்சியாண்டு	:	சக ஆண்டு 1508 (பொ.ஆ. 1586)

1. ஸ்வஸ்தி ஸ்ரீ மன் வெங்கடபதி தேவ மஹாராயர்
2. ராஜ்யம் பண்ணி அருளாநின்ற சகாப்தம் 1508–க்கு மேல்

3. செல்லா நின்ற குரோதி வருஷம் சித்தாமூர் சிம்மபுரி நாத

4. ஸ்வாமியார் கோயில் தேவரடியார் சேவகம் 12–க்கு முட்டுக்

5. காரன் மென்மடியிவர்கள் மானியங்களுக்கு ரகுநாத நாயக்

6. கர் அய்யன் உத்தரா படிக்கு மண்டுவ பாப்பு நாயக்கர்

7. வயல் நீர்...... வேண்டிக் கடவன சறுமானியமாக

8. நடத்திவரக் கடவனாராகவும் இதற்கு இரண்டகஞ்

9. செய்தால் கெங்கைக் கரையிலே காராம் பசுவைக் கொன்ற

10. தோஷத்திலே போகவும்.

[தெ.கோ. சாசனம், பாகம் 1, எண். 29.]

9

ஊர் : மேல் சித்தாமூர்

வட்டம் : செஞ்சி

கல்வெட்டு உள்ள இடம் : தேர்வடிவ மண்டபத் தளவரிசைக்கல்.

மன்னன் : வேங்கடபதி தேவ மகாராயர்

ஆட்சியாண்டு : சக ஆண்டு – 1525 – (பொ.ஆ. 1603)

1. ஸ்வஸ்தி ஸ்ரீமன் மகா மண்டலேஸ்வரர் வேங்கடபதி

2. தேவமஹாராயர் ஸ்ரீராஜ்யம் பண்ணி அருளாநின்று சாலி

3. வாகன சகாப்தம் 1525–க்கு மேல் செல்லா நின்ற சுபகிருது

4. வருஷம் கார்த்திகை மாசம் 15 தியதி பாப்பு நாயகர்

5. அவர்கள் சீமையும் கானத்தி அப்பா பிள்ளையவர்கள்

6. வாரபத்து நிலத்திலே ரகுநாத நாயக்கரையனுக்கு புண்ணி

7. யமாக சித்தாமூர் சிம்மபுரி நாதசுவாமியார் நேமிநாத
8. சுவாமியார் மானியம் பண்டிதர் பூஜீகர் தேவடியார்
9. மேளக்காரர் பிறவு வடக்குத்தாங்கல் இவர்கள் மானியர்
10. களுக்கு நீர்க்கூலியில்லாமல் சற்வமானியமாக கட்டளை
11. யிட்டபடிக்கு ரகுநாத நாயக்கரய்யன் தீ... சிதரய்யன்...
12. பாதத்தாணை இந்த தர்மம் சந்திராதித்தவல் வரைக்கும்
13. நடத்திவரக் கடவதாகவும் இந்த தர்மத்துக்கு அஹிதம்
14. பண்ணினவர்கள் கெங்கைக்கரையில் காராம் பசுவையும்
15. மாதாபிதாக்களையும் கொன்ற தோஷத்திலே போகக்
16. கடவராகவும்.

10

ஊர் : மேல் சித்தாமூர்

வட்டம் : செஞ்சி

கல்வெட்டு உள்ள இடம் : கோயில் மானஸ்தம்பத்தின் அடிப்பகுதி

தானம் அளித்தவர் : புஸ்செட்டி

ஆட்சியாண்டு : சக ஆண்டு – 1500 – (பொ.ஆ. 1578)

இங்குள்ள மானஸ்தம்பம் புஸ்செட்டி Busseitt என்பவரால் நிறுவப்பட்ட செய்தி இடம்பெற்றிருக்கிறது. இவர் ஜகதாபிகுத்தி என்னும் ஊரைச் சேர்ந்த வணிகரான பாயி செட்டி என்பவரின் மகன் என்று தெரிகிறது.

[தெ.கோ. சாசனப், பாகம், எண் 31]

11

ஊர் : மேல் சித்தாமூர்

வட்டம் : செஞ்சி

கல்வெட்டு உள்ள இடம் : மானஸ்தம்பத்தின் அடிப்பகுதி

இங்குள்ள மானஸ்தம்பம் மகா நாக குலத்தில் தோன்றிய புஸ்ரேஷ்டி (புஸ் செட்டி) என்பவரால் நிறுவப்பட்ட செய்தியைத் தெரிவிக்கிறது.

[A.R.E. 517 / 1937-38.]

இக்கல்வெட்டு சமஸ்கிருத மொழியில் (கன்னட எழுத்தில்) உள்ளது.

இவ்விரு கல்வெட்டுகளும் கன்னட மாநிலச் ஜைனர்களுக்கும் மேல்சித்தாமூர் ஜைன மடத்திற்கும் கோயிலுக்கும் உள்ள தொடர்பைத் தெரிவிக்கிறது.

12

ஊர் : மேல் சித்தாமூர்

வட்டம் : செஞ்சி

கல்வெட்டு உள்ள இடம் : பார்சுவநாதார் கோயில் கோபுரத்தின் உட்சுவர்.

கொடையாளர் : அபிநவ ஆதிசேன பட்டாரகர்

ஆண்டு : சக ஆண்டு – 1787 (பொ.ஆ. 1865)

அபிநவ ஆதிசேன பட்டாரகர் என்பவர் பொதுமக்களிடமிருந்து பெற்ற உதவிகளைக் கொண்டு தீர்த்தங்கரர்களது சிற்பங்களுடன் கூடிய கோபுரத்தினைக் கட்டி முடித்ததை அறிவிக்கிறது.

[A.R.E. 5179/ 1937-38.

சமஸ்கிருத கல்வெட்டு]

13

ஊர்	:	மேல் சித்தாமூர்
வட்டம்	:	செஞ்சி
கல்வெட்டு உள்ள இடம்	:	பார்சுவநாதர் கோயில் கோபுரம் உட்சுவர்
கொடையாளர்	:	–
ஆண்டு	:	*(சுமார் பொ.ஆ. 1865)*

இவ்வூர், ஜைனக்கோயிலுக்கு நல்ல பணிகள் செய்தால், அதன் பயனாகப் புண்ணியத்தை அடைய முடியும் என்பதை உணர்த்தும் பாடல்கள் பொறிக்கப்பட்டுள்ளன.

[A.R.E. 520 / 1937 - 38

சமஸ்கிருத கல்வெட்டு]

14

ஊர்	:	மேல் சித்தாமூர்
வட்டம்	:	செஞ்சி
கல்வெட்டு உள்ள இடம்	:	சன்னியாசிக் கல்
கொடையாளர்	:	பொம்மைப்பிள்ளை
ஆண்டு	:	சக ஆண்டு – *1503* (பொ.ஆ. *1581)*

வையப்ப கிருஷ்ணப்ப நாயக்கரின் பிரதிநிதியாகிய பொம்மைப்பிள்ளை என்பவர் சித்தாமூரை சிதம்பரேஸ்வரர் கோயிலின் அபிடேக வழிபாட்டுச் செலவுகளுக்காக வழங்கிய செய்தியை இக்கல்வெட்டு தெரிவிக்கிறது.

[இதில் சித்தாமூர் உடைக்காடு நாடு என அழைக்கப்பெற்ற திருக்கோவலூர் பற்றிலிருந்த ஊர் என்பதை அறிய முடிகிறது.

இந்த உடைக்காடு திருவதி இராச்சியத்தினுட்பட்ட வழுதிலம்பட்டுச் சாவடியிலுள்ள திருமுனைப்பாடி நாட்டின் ஒரு பிரிவு எனவும் அறிய முடிகிறது.]

[A.R.E. 519 / 1937 - 38]

15

ஊர்	:	மேல் சித்தாமூர்
வட்டம்	:	செஞ்சி
கல்வெட்டு உள்ள இடம்	:	பார்சுவநாதர் கோயில் – பரிவார தெய்வங்கள் உள்ள மண்டபம்
ஆட்சியாண்டு	:	சாதவாகன ஆண்டு – *1825*–க்கும் கலிவருடம் *5004* (பொ.ஆ. *1903*)

1. ஓம் ஸ்வஸ்தி ஸ்ரீ சாலிவாஹன சகாப்தஹ *1825*

2. கலியப்தஹ *5004* பிரபவதி சகாப்தஹ *35* மேல் செல்லா

3. நின்ற வருஷம் சுபகிருது நாம சம்வத்சரம் வைகாசி மாதம்

4. *11* தியதி திருப்பறம்பூர் டிப்டி கலக்டர் ஸ்ரீ பாலய்ய

5. அவர்கள் களத்திரிம் மாதுஸ்ரீ குணமாலையம்மாள் தன்

6. அத்யோபவர்க சுகநிமித்தம் சித்தாமூர் ஸ்ரீ சன்னதியில்

7. ஸ்வஸ்திஸ்ரீ ஸ்ரீமத் அபினவ லஷ்மிசேன பட்டாரக

8. சுவாமிகள் ஆக்ஞானுமதியின் பேரில் சரஸ்வதி அம்மன்

9. முதலான ஐந்து அம்மனை சன்னதியில் செய்வித்து பிரதி

10. ஸ்டா மகோத்சவமும் செய்விக்கப்பட்டது இதற்கு

11. நைவேத்தியத்திற்கு நஞ்சைநிலத்தில் காணி விடப்பட்டது.

[தமிழ், கிரந்தம் கலந்த கல்வெட்டு.]

16

ஊர் : மேல் சித்தாமூர்

வட்டம் : செஞ்சி

கல்வெட்டு உள்ள இடம் : அலங்கார மண்டபம் முதல் வரிசை மூன்றாவது தூண்

மன்னன் மற்றவர் : ------

ஆண்டு : சாதவாகன வருடம் 1873
சக ஆண்டு 1873 – (பொ.ஆ. 1951)

1. ஸ்வஸ்ஸ்ரீ சாலிவாகன சகாப்தம்
2. சகஸ்ராஷ்ட சப்ததி திரி விக்ருதி
3. சம்வத்சரே உத்ராயனே புஷ்யமாச
4. சுத்த பௌர்ணமி சுபயோக தினத்தில்
5. சோமவாரம் திருதியில் பார்ஸ்வ தீர்த்தங்கர
6. மண்டபம் புனருத்தாரணம் ஸ்வஸ்திஸ்ரீ
7. நிஜகடிக டில்லி கொல்லாபுர ஜினகஞ்சி
8. பெனு கொண்ட சதுர்த்த சித்த
9. சிம்மாசனா தீஸ்வரராகிய லஷ்மி சேன
10. பட்டாரக பட்டாச்சார்ய வர்ய சுவாமிகள்
11. பார்ஸ்வநாக ஜினாலயத்தில்
12. புனருத்தாரணம் செய்து வைக்கப்பட்டது
13. சாலிவாகன சகாப்தம்..........
14. விக்ருதி வருஷம் தைமாதம் 22

1951

[இக்கல்வெட்டு தமிழ், கிரந்தம் ஆகிய மொழிகளில் உள்ளது.]

17

ஊர்	:	பறையன்பட்டு
வட்டம்	:	மேல் மலையனூர்
கல்வெட்டு உள்ள இடம்	:	சுனைப் பாறை – மலையின் வடமேற்குப்பகுதி
மன்னன்	:	–––––
ஆட்சியாண்டு	:	பொ.ஆ. 5–6 நூற்றாண்டு.

1. நமோத்து பாணாட்டு வச்
2. சணந்தி ஆசாரிய
3. ர் (ம)ணாக்க ராராத (ன்)
4. நோற்று முடித்த (நி)
5. சீதிகை.

[இக்கல்வெட்டு வட்டெழுத்தால் ஆனது. கல்வெட்டு படத்தில் காண்க.]

18

ஊர்	:	மேல்மலையனூர்
வட்டம்	:	மேல்மலையனூர்
கல்வெட்டு உள்ள இடம்	:	பெருமாள் கோயில் பின்புறம் உள்ள பாறை
மன்னன்	:	முதலாம் பராந்தன்
ஆட்சியாண்டு	:	பொ.ஆ. 937 30 ஆவது

1. மதிரை கொண்ட கோப்பரகேசரி

2. பருமற்கு யாண்டு முப்பதா

3. வது சிங்கபுர நாட்டு மீவழிமலை

4. யனூர் நல்லூழார் கரை மாந்தன்காரி

5. யும் நீலன் காரியு மிவன்றும்

6. பி தேருமானும் விமாச்சியும்ம

7. ல குட்டியும் ஈந்நால் வோரமும் எங்க

8. ள் பூமி மாந்தோட்டத்தின் மேலையேத்தமும்

9. பெய்த்தி யொட்டைக் கழுவலும் மேலைப்

10. பள்ளி தேவர்க்கு நிசதி

[தொட்டம் – தோட்டம் மேலைப்பள்ளி – மேற்கில் உள்ள கோயில். முன்பு பார்சுவநாதர்க்கு கோயில் இருந்திருக்கலாம்.]

19

மாவட்டம்	:	விழுப்புரம்
வட்டம்	:	மேல்மலையனூர்
ஊர்	:	அண்ணமங்கலம்
கல்வெட்டு இடம்	:	அண்ணமங்கலம் மலை
அரசன்	:	ஆலம்கீரு பாதுஷா (அவுரங்கசீப்)
பதிவு	:	தினமணி 25.4.2017

1. ஸ்ரீ ராம வ.

2. ர்தமான விபவ நாம ஸவட்சர

3. பால் குண சுத்த | யாலும

4. ஹா ராஜ ராஜ ஸ்ரீ ஆலம்

5. கீரு பாதுஷா வாரி கார்ய தக் ஷீலையினம

6. ஹா ராஜ ராஜ ஸ்ரீ வேலு கோட்டி பங்கா

7. ரு யாச்சம் நாயனி வாரு அம்

8. ண்ண – மங்கலதுர்கம் (நூத நம்க திரு

9. பனிவட்டி) துர்கம் அனி பேரு பெட்டெம் சேனு

10. விப் பெட்டா சென்னா ரெட்டி காரீனி தாணெம் உ

11. சினபுடு சென்னா ரெட்டி காரு கட்டினம் சின

12. கோட்ட மகாலு

செய்தி: கல்வெட்டில் வர்தமான தொடங்குகிறது. விபவ வருடம் பங்குனி மாதம் முதல் நாள் மகா ராஜராஜ ஸ்ரீ ஆலம்கீர் பாதுஷா (அவுரங்கசீப் பாதுஷா) அவர்களின் ஆணைக்கிணங்க அவருடைய ஆளுமைக்குக் கீழ்ப்படிந்த இருபத்திரண்டாம் ஜமீன்தார் வேலு கோட்டி பங்காரு யாசம நாயுடு அவர்கள் அம்ண்ணமங்கலம் கோட்டை என்ற பெயரை மாற்றி புதிததாக திருவத்தி துர்கம் என்று அழைக்கச் செய்தார் என்றும் மேலும் விப்பட்டு கிராமத்தைச் சேர்ந்த சென்னாரெட்டி என்பவர் மலையின் மீது ஒரு புதிய மகாலையும் அமைத்தார்.

1. அண்ணமங்கலம் மலைக்கு திருவத்திமலை என்ற பெயரிருந்தது. இப்பெயர் மகுதியாக வழங்கப்படவில்லை.

2. விப்பட்டு என்ற பெயர் தற்பொழுது விற்பட்டு என்றபெயரின் செஞ்சி வட்டத்தில் செஞ்சிக்கு வடகிழக்கில் 8 கி.மீ. தொலைவில் அவியூர் பஞ்சாயத்தைச் சேர்ந்தது.

விற்போர் – வில்லாண்மைபோர் – போர் நடைபெற்ற இடம் என்ற பொருளியற் இருக்கலாம் விபரன் – பிராமணன் – பிராமண ஊர் என்ற பொருளில் விடப்பட்டு. ஊர் பெயர் உள்ளது.

[நன்றி – அண்ணமங்கலம் ந. முனுசாமி, ஆசிரியர்.]

20

ஊர்	:	மேல் கூடலூர்
வட்டம்	:	செஞ்சி
கல்வெட்டு உள்ள இடம்	:	மேல் கூடலூர் மலையில் கற்படுக்கைகளுக்கு அருகில்
மன்னன்	:	நிருபதுங்க வர்மன்
ஆட்சியாண்டு	:	2. (பொ.ஆ. 871)

1. **ஸ்வஸ்தி ஸ்ரீ கோவிசைய நிருபதொங்கர்கு**
2. **யாண்டு இரண்டாவது பனையூர் நாட்டுச் சேந்த**
3. **மங்கலத்து ஸ்ரீமூலஸ்தானத்து தேவற்குத்**
4. **திருவிளக்குக்கு அதிகாரிகளோணங்காரிகுடையார்**
5. **வைத்த ஆடு எழுநூற்றைம்பது**

[மேல்கூடலூர் மலையிலுள்ள ஐந்து கல்வெட்டுகளும் இந்நூலாசிரியர் கண்டுபிடித்தவை. படித்து உதவியோர் பாகூர் புலவர் சு. குப்புசாமி; வில்லியனூர் புலவர் ந. வெங்கடேசன்.]

21

ஊர்	:	மேல் கூடலூர்
வட்டம்	:	செஞ்சி
கல்வெட்டு உள்ள இடம்	:	மேல் கூடலூர் மலையில் கற்படுக்கைகளுக்கு அருகில்
மன்னன்	:	மதுரைகொண்ட கோப்பரகேசரி (முதலாம் பராந்தகசோழன்)
ஆட்சியாண்டு	:	4 (பொ.ஆ. 911)

1. ஸ்வஸ்திஸ்ரீ கோப்பரகேசரி பன்மர்கு யாண்டு
2. நாலாவது பனையூர் நாட்டுச் சேந்த
3. மங்கலத்து அவனி திலத்து தேவற்குத்
4. திருவிளக்குக்கு மழநாட்டுக் களத்தூருடையான்
5. றாழி வைகுந்தனாகிய செம்பியன் காவிதி
6. யரையன் வைத்த ஆடைஞ்ஞூறு

22

ஊர்	:	மேல் கூடலூர்
வட்டம்	:	செஞ்சி
கல்வெட்டு உள்ள இடம்	:	மேல் கூடலூர் மலையில் கற்படுக்கைகளுக்கு அருகில்
மன்னன்	:	மதுரைகொண்ட கோப்பரகேசரி (முதலாம் பராந்தகசோழன்)
ஆட்சியாண்டு	:	28 (பொ.ஆ. 935)

1. ஸ்வஸ்திஸ்ரீ மதுரைகொண்ட கோப்பரகேசரி பந்மர்க்கு
2. யாண்டு 28ஆவது பனையூர் நாட்டுச் சேந்த மங்கலத்துப்
3. பிடாரியார்க்குத் திருவிளக்குக்கு வில்வலத்துப்
4. பூசலன் பகையடக்கி வைத்த ஆடெழுநூறு.

23

ஊர்	:	மேல் கூடலூர்
வட்டம்	:	செஞ்சி
கல்வெட்டு உள்ள இடம்	:	மேல் கூடலூர் மலையில் கற்படுக்கைகளுக்கு அருகில்
மன்னன்	:	மதுரைகொண்ட கோப்பரகேசரி (முதலாம் பராந்தகசோழன்)
ஆட்சியாண்டு	:	28 (பொ.ஆ. 935)

1. ஸ்வஸ்திஸ்ரீ மதுரைகொண்ட கோப்பரகேசரி பன்மற்கு யாண்டு 28ஆவது
2. பனையூர் நாட்டுச் சேந்தமங்கலத்துத் திருமணிக் கோயிற் றேவற்குத்
3. திருவிளக்குக்கு அருமொழியாகிய வீரநாரணப் பல்லவரையன் வைச்ச ஆடறு நூறு

24

ஊர்	:	மேல் கூடலூர்
வட்டம்	:	செஞ்சி
கல்வெட்டு உள்ள இடம்	:	மேல் கூடலூர் மலையில் கற்படுக்கைகளுக்கு அருகில்
மன்னன்	:	மதுரைகொண்ட கோப்பரகேசரி (முதலாம் பராந்தகசோழன்)
ஆட்சியாண்டு	:	33 (பொ.ஆ. 940)

1. ஸ்வஸ்திஸ்ரீ மதிரையு மிழமுங்
2. கொண்ட கோப்பர கேசரி பந்மற்கு யாண்டு 33ஆவது
3. பனையூர் நாட்டுச் சேந்தமங்கலத்துப் றேவற்குத்
4. திருவிளக்குக்கு கிளிநல்லூர் கிழவனாகிய ஸ்வதேவனாகிய
5. கீழான்.... கோன், வைக்க ஆடைஞ்ஞூறு.

25

ஊர்	:	நெகனூர்ப்பட்டி
வட்டம்	:	செஞ்சி
கல்வெட்டு உள்ள இடம்	:	நெகனூர் – ஏரிக்கு வடக்கில் அடுக்கன்கல்
மன்னன்	:	– – – – –

எழுத்து : தமிழி

ஆட்சியாண்டு : பொ.ஆ.மு. 2–1ஆம் நூற்றாண்டு

1. பெரும் பொகய்
2. செக்க உதிதாயியா (ஹ)
3. செஇக ஒதண்ணி கெ
4. யிவித்த பள்ளி

[தினமணி – 26.6.1992]

26

ஊர் : சிறுகடம்பூர்

வட்டம் : செஞ்சி

கல்வெட்டு உள்ள இடம் : திருநாதார்க்குன்று

மன்னன் : ––

எழுத்து : வட்டெழுத்து

ஆட்சியாண்டு : பொ.ஆ. 4–5ஆம் நூற்றாண்டு

1. ஐம்பத்தெ[ழு]ன
2. சனந் நொற்ற
3. சந்திர நந்தி ஆ
4. சிரிகர் நிசீதிகை ll*

[S.I.I. Vol. XVII, 262, AR. No, 239 / 1904]

27

ஊர்	:	தொண்டூர்
வட்டம்	:	செஞ்சி
கல்வெட்டு உள்ள இடம்	:	தொண்டூர் – சேரிப்பகுதியில் உள்ள பாறை
மன்னன்	:	முதலாம் பராந்தகசோழன்
ஆட்சியாண்டு	:	3 (பொ.ஆ. 910)

1. ஸ்வஸ்தி ஸ்ரீ கொப கெசரி பநற்கு
யா(ண்)டு 3 ஆவது விண்ண கொ
2. வரையன் வயிர மலையினென் என்னாட்டுக்
குணநெறிமங்
3. கலமாகிய வழுவா (மொழி) ழி (ஆ) ராந்த மங்லமு
4. ம்தொண்டூர்ப் பள்ளியூடையான் வனாக மு மடை
5. ச்செறுவுக்கு மெல்பால் அத்தி மொட்டைக் கிணறு
6. தொட்ட முந்தொண்டூர்த் தெற்கில் வாசலில் வழிக்
7. குக் கீழ்பால் வடபால் கிணறு தொட்ட முமிவழியின்
8. மெல்வழி வழுவா மொழிப் பெரும்பள்ளி விளாக மு
9. ம்இவையனைத்தும் பறம்பூர் வச்சிரா சிங்க (இ)ள
10. ம்பெருமானடிகளுகு;கு மிவர் வழி மாணாக்கற்கு முரி
11. த்தாகப் பள்ளி சந்தமாகத் தாரை யட்டிச்
செ(ய்)து குடுத்
12. தென் வின் .... யின் வயிர மலையினென்
13. இவை...... டைக் குமரிடை
14. .... செ(ய்)த புண்ணியம் பெறுவார்

[A.R.E. No. 83 1935, S.I.I. VI. XIX. No. 80

(திருவண்ணாமலை வந்தவாசி வட்டம், வெடால் (விபால்) ஜைன ஊர் – இவ்வூர் மாதேவி ஆராந்தி மங்கலம் எனப்பட்டது.)

28

ஊர்	:	தொண்டூர்
வட்டம்	:	செஞ்சி
கல்வெட்டு உள்ள இடம்	:	தொண்டூர் மலை
மன்னன்	:	————————
ஆட்சியாண்டு	:	பொ.ஆ.மு. 2ஆம் நூற்
எழுத்து	:	தமிழி

1. **ஸல்காயிபன் ஏவ அகஸ ஊரறம்**
2. **மோசிச் செய்த அதிட்டானம்**

29

ஊர்	:	தொண்டூர்
வட்டம்	:	செஞ்சி
கல்வெட்டு உள்ள இடம்	:	விண்ணம்பாறை–மலைப்பகுதி
மன்னன்	:	தந்தி விக்கிரமன்
ஆட்சியாண்டு	:	6

1. **ஸ்வஸ்திஸ்ரீ கொவிசய தந்தி விக்கிரமபருமற்கு யாண்டாறாவது சிங்கபுர நாட்டு கீழ்வழி**
2. **அருவா கூரொங் கையெழுத்து விண்ணகொவரைய ரெற்றுக் குன்றனார் (...)ட்டாரிக்குப் பதி**
3. **னது கழஞ்சு பொன்...... (பொ) மா யிதன் பொலி யூட்டுத் தமக்கு விடை பொய்ப்பட்ட**
4. **உதாரடியையும் நம்பி..... சார்த்தி விண்ண கொவரையர் வைத்த தானம் நிசதி நா**

5. னாழி அரிசி தெசிகப்பாடு........ மா னொ மருவா கூறொம் இப்பரிசூரை கெகாண் டியற்று வதற்கு
6. வாரிசுப் பட்டொம் கா– பரு(ம்)..... பையரு மெங்குடியில் நாயகஞ் செய்தாரி யற்று வாராக அ
7. மைந்தொம் அட்டிமூட்டிய தனாற்க் காற்ப் பலிசை ஏற்றி விண்ண கொவரைய ரகத்தார்க்குக் குடுப் பொ
8. மனொ மிதற்றிறம்பி லுண்டிகையும் பட்டிகையும் காட்டாதெ நாலெகால் முதலாக இயற்றண்டப்
9. பட ஒட்டிக் குடுத்தொ மருவா கூறொம்.

[S.I.I. Vol. XII, A.R. 283/1916]

30

ஊர்	:	தொண்டூர்
வட்டம்	:	செஞ்சி
கல்வெட்டு உள்ள இடம்	:	மலைப் பாறை
மன்னன்	:	கோப்பர கேசரிபன்மர்
ஆட்சியாண்டு	:	3

1. ஸ்வஸ்திஸ்ரீ கொப்பர கேசரி பன்மற்று யா
2. ண்டு 3ஆவது சிங்கபுர நாட்டுக் கரை
3. வழி விண்ணகொவரையர் நாட்டு விண்
4. ண கொவரையான் வயிரி மலையன் தானு
5. ம் தன்னாடுமாயிருந்து இ(ந்)நாட்டு எரி ––––
6. கடிவாய் நாழி வைய்த்தன இற ––––
7. வான் கெங்கையிடை குமரி இடை

8. ச் செய்தான செ(ய்)தபாவங் | கொள்வா

9. ன் இவை ரஷிப்பான் அடி என் ற

10. லை மெலன.

31

ஊர் : சிங்கவரம்

வட்டம் : செஞ்சி

கல்வெட்டு உள்ள இடம் : திருநாதர்க் குன்று

எழுத்து : வட்டெழுத்து

காலம் : பொ.ஆ. 5–6ஆம் நூற்றாண்டு

1. முப்பது நாளன சன நொற்ற

2. இ(ளை)ய படாரர் நிசீதிகை (||*)

[S.I.I. Vol. XIX A.R. No. 84 / 1935

S.I.I. Vol. XVII, 261, A.R.No. 238 / 1904.

அனசனம் – உண்ணாநோன்பு.]

32

ஊர் : தளவானூர்

வட்டம் : செஞ்சி

கல்வெட்டு உள்ள இடம் : குடைவரைப் பாறை, முகப்புத் தூண்

மன்னன் : நந்தி விக்கிரமப் பல்லவன் (பொ.ஆ. 825 – 850)

ஆட்சியாண்டு : 15

1. ஸ்வஸ்தி ஸ்ரீ கொவிசைய

2. நந்தி விக்கிரமப்

3. பரு (மக்கு) யாண்டு (ப) தி

4. னைந்தாவது வெண்

5. பெட்டு வாழும் தனிஉடை (ய)

6. காளய இ...... (மகன் தெ)

7. (சிதைவு.......)

8. (சிதைவு.....)

9. மூலங் கூர்(ப்) பு(ை)ரச(ர்)

10. மொடன்னினாடக்க

11. மூஞ்சு (ப்பொ)ன்முத

12. ல் கொண்டு இப்பெ...

[கல்வெட்டு சிதைந்து உள்ளது.

S.I.I. Vol XII

A.R.E. 49 of 1905

வெண்பட்டு – விக்கிரவாண்டி வட்டம் நங்காத்தூர் – முட்டத்தூர்க்கு இடைப்பட்ட மலை நடுப்பகுதி எனப்படுகிறது. இப்பெயரில் ஊர் ஒன்று செங்கல்பட்டு மாவட்டத்தில் உள்ளது. இவன் ஆட்சியின்போது பெரும் பஞ்சம் ஏற்பட்டது. இக்கல்வெட்டு சிவன் கோயிலைக் குறித்து உள்ளது.]

பயன்பட்ட நூல்கள்

1. சித்தாமூர் வரலாறு
 – டாக்டர். ஏ. ஏகாம்பரநாதன், ஜீனகாஞ்சி மடம், மேல்சித்தாமூர்

2. முக்குடை
 – ஜைன இளைஞர் மன்ற இரு மொழித் திங்கள் இதழ்கள்

3. தொண்டைநாட்டுச் ஜைனக் கோயில்கள்
 –ஏ. ஏகாம்பரநாதன், ஜைன இளைஞர் மன்றம்

4. கல்வெட்டில் ஜைனம்
 – ஏ. ஏகாம்பரநாதன், ஜைன இளைஞர் மன்றம்

5. ஜைனம்
 – தா. ஏ. ஞானமூர்த்தி, சென்னைப் பல்கலைக்கழகம்

6. ஜைன வழிபாடு – ஜைன இளைஞர் மன்றம்

7. ஸ்ரீ 108 ஆசாரிய நிர்மல ஸாகர அடிகளார் சங்கத்தினர் தமிழ்நாடு விஜயம் – ஸ்ரீ ஆசாரிய நிர்மல ஸாகர சங்கம்

8. சைனரின் தமிழிலக்கண நன்கொடை
 – க. ப. அறவாணன் ஜைன, இளைஞர் மன்றம்

9. திருநறுங் கொண்டை அப்பாண்டை நாதர் உலா
 – பதிப்பாசிரியர், மு. சண்முகப் பிள்ளை, சென்னைப் பல்கலைக்கழகம்

10. ஜைனமும் தமிழும் – மயிலை சீனி. வேங்கடசாமி, கழக வெளியீடு.

11. இலக்கியமும் கல்வெட்டுகளும் – தி.வை. சதாசிவ பண்டாரத்தார், மணிவாசகர் நூலகம், சென்னை

12. தமிழ்மொழியகராதி – நா. கதிரைவேற்பிள்ளை

13. கல்வெட்டுகள் கூறும் உண்மைகள் – தி.வை. சதாசிவ பண்டாரத்தார், மணிவாசகர் நூலகம், சென்னை

14. இந்தியாவின் வரலாறு – முன்னேற்றப் பதிப்பகம், மாஸ்கோ.

15. Jaina inscrptions in Tamil Nadu
Dr. A. Ekambaranathan and Dr. C.K. SivaPrakasam
Research Foundation for Jainotogy, Madras

16. Madras Distirct Gazetters - Vol. South Arcot, By W. Francies - Madras - 1906

17. Madras District Gazetters, - South Arcot, B.S. Baliga, Madras - 1962

18. S.I.I.Vols.

19. A.R.E.

20. தினமணி, 26.3.1992

21. சிலப்பதிகாரம்

22. சூளாமணி

23. நீலகேசி

24. சீவகசிந்தாமணி

25. Cave temples of the pallavas - K.R. Srinivasan

26. தொல்காப்பியம்

27. நன்னூல்

28. சிறுபாணாற்றுப்படை

29. ஆயிரத்தெண்ணூறு ஆண்டுகளுக்கு முற்பட்ட தமிழகம் – (தமிழில்) கா. அப்பாத்துரை

30. ஜைன சமயத் திருவுருங்கள் – பூசை, அருண வசந்தன், சிவசுந்தரி கலைக்கூடம், சென்னை – 114.

31. ஜின மஞ்சரி – தொகுப்பாசிரியர்: பூசை. ச. அருண வசந்தன், சிவசுந்தரி கலைக்கூடம், சென்னை – 114.

www.ingramcontent.com/pod-product-compliance
Lightning Source LLC
LaVergne TN
LVHW101425051026
849519LV00005BC/1875